AF741651

ഗ്രീൻ ബുക്സ്

എന്റെ രാഷ്ട്രീയലേഖനങ്ങൾ

വി. രാജകൃഷ്ണൻ

പാലക്കാടുള്ള ഒരു കർഷക കുടുംബത്തിൽ ജനനം. തിരുവനന്തപുരത്ത് വിദ്യാഭ്യാസം പൂർത്തിയാക്കി. മുപ്പത്തിയഞ്ചു വർഷക്കാലം സർവ്വകലാശാലാധ്യാപകൻ. രണ്ടുകൊല്ലം നാഷണൽ എമിരിറ്റസ് പ്രൊഫസ്സർ. അമേരിക്കൻ ഗവൺമെന്റിന്റെ സീനിയർ ഫുൾബ്രൈറ്റ് ഫെല്ലോഷിപ്പും കനേഡിയൻ ഗവൺമെന്റിന്റെ ഫാക്കൾറ്റി റിസർച്ച് ഫെല്ലോഷിപ്പുമുൾപ്പെടെയുള്ള അന്തർദേശീയ ബഹുമതികൾ. ചലച്ചിത്രപഠനം, സിനിമാസംവിധാനം എന്നീ മേഖലകളിൽ സംസ്ഥാനതലത്തിലും ദേശീയതലത്തിലും പുരസ്കാരങ്ങൾ. സാഹിത്യവിമർശനത്തിന് കേരളസാഹിത്യ അക്കാദമി അവാർഡും വിലാസിനി പുരസ്കാരവും, ഒന്നാമത്തെ എം.പി. പോൾ അവാർഡും ഉൾപ്പെടെയുള്ള ബഹുമതികൾ.

ലേഖനം

എന്റെ രാഷ്ട്രീയലേഖനങ്ങൾ

വി. രാജകൃഷ്ണൻ

ഗ്രീൻ ബുക്സ്

green books private limited
gb building, civil lane road, ayyanthole,
thrissur- 680 003, kerala, ph: +91 487-2381066, 2381039
website: www.greenbooksindia.com
e-mail: info@greenbooksindia.com

malayalam
ente rashtreeyalekhanangal
article
by
v. rajakrishnan

first published june 2018

cover design : oaktree

branches:
thrissur 0487-2422515
palakkad 0491-2546162
kannur 0497-2763038
thiruvananthapuram 0471-2335301

isbn : 978-93-87331-92-1

GBPL/1014/2018

മുഖക്കുറി

സമകാല ഇന്ത്യൻ രാഷ്ട്രീയത്തെ അതിശക്തമായി അവതരിപ്പിക്കുന്ന വി. രാജകൃഷ്ണന്റെ ലേഖനങ്ങൾക്ക്, ഒരു വിമർശകന്റെ സാഹിത്യ പാടവം കൂടിയുണ്ട്. സ്വന്തം നിലപാടുകളിലാണ് ഇതിലെ നിരീക്ഷണങ്ങളുടെ അടിത്തറ. തീർച്ചയായും ആഴ്ന്നിറങ്ങുന്ന സമ്പന്നമായ ഒരു സംവേദത്തിലേക്ക് ഈ ലേഖനങ്ങൾ വിരൽചൂണ്ടുന്നു.

കൃഷ്ണദാസ്
മാനേജിങ് എഡിറ്റർ

മുഖക്കുറിപ്പ്

എന്റെ സാഹിത്യചിന്തകൾക്ക് പശ്ചാത്തലമായി നില കൊള്ളുന്ന രാഷ്ട്രീയവിശ്വാസങ്ങളുടെ പ്രതിഫലന മുൾച്ചേർന്ന ഏതാനും ലേഖനങ്ങളുടെ സമാഹാരമാണിത്. വിശാലാർത്ഥത്തിൽ 'ലെഫ്റ്റ് - ഓഫ് - സെന്റർ' എന്നു വിശേഷിപ്പിക്കാവുന്ന ഒരു വീക്ഷണഗതിയാണ് ഈ പുസ്തകത്തിൽ പതിഞ്ഞു കിടക്കുന്നത്. ഈ മാർഗ്ഗം പിന്തു ടർന്നുകൊണ്ട് രാഷ്ട്രീയവിചാരം നടത്തുന്ന പൊതുജീവി കളുടെ കൂട്ടത്തിൽ എന്റെ ആദരവ് പിടിച്ചുപറ്റിയിട്ടുള്ള രണ്ടു പേരാണ് രാമചന്ദ്രഗുഹയും ശിവ് വിശ്വനാഥനും. ദേശീയ രാഷ്ട്രീയത്തിലെ ഗാന്ധി-നെഹ്റു പാരമ്പര്യത്തിന്റെ അന്തഃസത്ത ഉൾക്കൊണ്ട വിഖ്യാതചരിത്രകാരനാണ് രാമ ചന്ദ്രഗുഹ. ചരിത്രശക്തികളുടെ പ്രവർത്തനം സംബന്ധിച്ച വ്യക്തമായ ധാരണയും അന്തർദർശനവും ലിബറൽ ജനാ ധിപത്യമൂല്യങ്ങളിൽ ഊന്നിനിന്നുകൊണ്ട് കാലികവിഷയ ങ്ങളെക്കുറിച്ച് അദ്ദേഹം എഴുതുന്ന കുറിപ്പുകൾക്കും വിശകലനങ്ങൾക്കും ശോഭയണയ്ക്കുന്നു. ശിവ് വിശ്വ നാഥന്റെ പംക്തികളിലും ലേഖനങ്ങളിലും ചിഹ്നവിജ്ഞാ നീയത്തിൽനിന്നു കടംകൊണ്ട പദാവലിയും സംജ്ഞകളും സമൃദ്ധമായി കടന്നുവരുന്നതു കാണാം. കുസൃതിയും അനാദരവും കലർന്ന ഒരുതരം ഉത്തരാധുനിക രാഷ്ട്രീയ ഭാവന, ആദ്യം ദുരന്തമായും പിന്നെ ഹാസ്യത്തിന്റെ രൂപ ത്തിലും അവതരിക്കുന്ന ചരിത്രത്തിന്റെ നാനാതരം കേളി കളെ അപനിർമ്മിക്കുമ്പോൾ രൂപംകൊള്ളുന്ന തികച്ചും മൗലികമായ ഉൾക്കാഴ്ചകൾ നമ്മുടെ സ്ഥാപനങ്ങൾക്കും അവയെ നിയന്ത്രിക്കുന്ന വ്യക്തികൾക്കും സംഭവിച്ചു കൊണ്ടിരിക്കുന്ന വിലയിടിവിനേയും ജീർണ്ണതയേയും

കുറിച്ച് അദ്ദേഹം നടത്തുന്ന വിമർശനത്തിന് തിളക്കം കൂട്ടുന്നു.

ഒരു പ്രൊഫഷണൽ രാഷ്ട്രീയവിദ്യാർത്ഥിയുടെ രചനകളിൽ ഉണ്ടായിരിക്കേണ്ട മുറുക്കം നിങ്ങൾ എന്നിൽനിന്നു പ്രതീക്ഷിക്കേണ്ടതില്ല. കലയേയും സാഹിത്യത്തേയും സ്നേഹിക്കുന്ന ഒരാളുടെ ചിന്താചക്രവാളങ്ങളിൽ കാലിക രാഷ്ട്രീയപ്രശ്നങ്ങൾ പതിപ്പിച്ച ചില രേഖകളാണ് ഞാനിവിടെ ചേർത്തുവെച്ചിട്ടുള്ളത്.

-ആർ.കെ.

one may deny god, but
what hope is there if
one denies man?

-Jawaharlal Nehru
(Discovery of India)

ഉള്ളടക്കം

'ഇന്നുമിന്നലെയായോ?'

ഇന്ത്യയിലെ സ്വാതന്ത്ര്യാനന്തര തലമുറയുടെ തനതു സവിശേഷതയ്ക്ക് അടിവരയിട്ടുകൊണ്ട് നോവലിസ്റ്റായ സൽമാൻ റുഷ്ദി ഒരുക്കൂട്ടിയ വിശേഷണം കുറിക്കു കൊള്ളുന്ന ഒന്നായിരുന്നു – '*അർദ്ധരാത്രിയുടെ സന്തതികൾ.*' ഒട്ടും വൈകാതെ ഈ പദപ്രയോഗം പത്രലേഖകന്മാരുടേയും സാഹിത്യ വിദ്യാർത്ഥികളുടേയും ചുണ്ടിൽ തത്തിക്കളിച്ചു തുടങ്ങി. നൂറ്റാണ്ടുകൾ നീണ്ടുനിന്ന അടിമത്തത്തിന് അവസാനം കുറിച്ചുകൊണ്ട് രാഷ്ട്രീയ സ്വാതന്ത്ര്യം ഒരു പാതിരാവിൽ ഇന്ത്യയെ തേടിയെത്തിയത് ഒരു ഉപഭൂഖണ്ഡത്തിന്റെ നെടുകെ പിളർന്ന ഹൃദയത്തിൽനിന്ന് ഒഴുകിയൊലിച്ച ചോരച്ചാലിൽ നീന്തിത്തുടിച്ചുകൊണ്ടായിരുന്നു എന്ന വസ്തുത പുതിയ പൊൻപുലരിക്ക് കാളിമ ചാർത്തിക്കൊണ്ട് ബാക്കിനിന്നു. ഈ ബ്രിട്ടീഷ് കോളനിയെ സംബന്ധിച്ചിടത്തോളം വിഭജനം എന്താണ് അർത്ഥമാക്കിയത് എന്നതിനെപ്പറ്റി വിഭജനരേഖയുടെ ഇരുഭാഗത്തുമുള്ള രാഷ്ട്രീയ പണ്ഡിതന്മാരും ചരിത്രകാരന്മാരും പലപ്പോഴും ദീർഘമായ വിവാദങ്ങളിൽ ഏർപ്പെട്ടു കണ്ടിട്ടുണ്ട്. ബ്രിട്ടീഷ് ഭരണകൂടത്തിന്റെ ഔദ്യോഗികരേഖകൾ, രാഷ്ട്രീയ നേതാക്കന്മാരുടേയും സൈനികമേധാവികളുടേയും ഡയറികളും കത്തുകളും, പച്ചമനുഷ്യരുടെ അനുഭവ വിവരണങ്ങളും ഓർമ്മക്കുറിപ്പുകളും, ദൽഹിയിലേയും ലണ്ടനിലേയും ആർക്കൈവുകളിൽ കണ്ടെത്താൻ കഴിയുന്ന കൂറ്റൻ റിക്കാർഡുകൾ – വിഭജനവുമായി ബന്ധപ്പെട്ട യാഥാർത്ഥ്യങ്ങൾ തിരഞ്ഞു പോകുന്നവർക്ക് ആശ്രയമായുള്ളത് ഇവയൊക്കെയാണ്. ഒരുപക്ഷേ, വിഭജനത്തിന്റെ ഓർമ്മകൾക്ക് ഒരു കീഴ്ത്തലം കൂടിയുണ്ട്. ഉത്തരേന്ത്യയുടെ ഹൃദയാന്തർഭാഗത്ത് ഒരേ മണ്ണും ഒരേ ആകാശവും പങ്കിട്ടു കഴിഞ്ഞിരുന്നവർ ഭാഗംവെയ്പു നടത്തി പിരിഞ്ഞതിനെ തുടർന്നുണ്ടായ അക്രമസംഭവങ്ങളെപ്പറ്റിയുള്ള നിറംപിടിപ്പിച്ച കഥകൾ ഇപ്പോഴും അള്ളിപ്പിടിച്ചു നില്ക്കുന്നു. ഇന്ത്യയുടെ ഒന്നാമത്തെ പ്രധാനമന്ത്രിയുടെ തിളക്കമാർന്ന വാക്കുകളിൽ, 'വിധിയുമായുള്ള ഇന്ത്യയുടെ സമാഗമം' കുറിച്ച രാത്രിക്കു തൊട്ടു മുമ്പും പിന്നീടുള്ള അനേകം ആഴ്ചകളിലും മാസങ്ങളിലും രാജ്യം കടന്നുപോയ പേക്കിനാവിലേക്കു തിരിഞ്ഞു നോക്കാനാണ് പത്രപ്രവർത്തകനും വിദേശകാര്യവിദഗ്ധനുമായ നിസിദ് ഹാജാരി തന്റെ പുതിയ

പുസ്തകത്തിലൂടെ ശ്രമിക്കുന്നത്. മനുഷ്യർക്ക് അവർ ചെയ്ത തെറ്റുകൾക്കു ശിക്ഷ വിധിക്കുന്ന യവനദേവതയുടെ പേര് അനുസ്മരിച്ചു കൊണ്ട് 'മിഡ്നൈറ്റ്സ് ഫ്യൂറീസ്' എന്ന തലക്കെട്ടാണ് ഹാജാരി തന്റെ പുസ്തകത്തിന് നല്കിയിരിക്കുന്നത് (*Nisid Hajari, Midnight's Furies Penguin/Viking, 2015*). ഇന്ത്യാവിഭജനത്തെ ആസ്പദമാക്കി രചിക്കപ്പെട്ട ഏറ്റവും സത്യസന്ധവും നിഷ്പക്ഷവുമായ കൃതിയായി ഇതിനെ ചില നിരൂപകന്മാർ വാഴ്ത്തിക്കണ്ടു. വിഭജന കാലഘട്ടവുമായി ബന്ധപ്പെട്ട ചില ഫോട്ടോകൾ ഉൾപ്പെടെ മുന്നൂറിലധികം പേജുകളിൽ പരന്നു കിടക്കുന്ന ഈ പുസ്തകത്തെ സാഹിത്യമേന്മയുള്ള റിപ്പർട്ടാഷ് എന്നു വേണമെങ്കിൽ വിശേഷിപ്പിക്കാം. ഇതിൽ ഹാജാരി ഇന്ത്യയുടെ വിഭജനത്തിനു വഴിയൊരുക്കിയ സംഭവങ്ങളെ കാലക്രമമനുസരിച്ച് അടുക്കിക്കൂട്ടി ഇഴകീറി പരിശോധിക്കുന്നു. ഭൂതകാലത്തിലേക്കുള്ള ഈ പര്യടനം ഗ്രന്ഥകർത്താവിനെ കൊണ്ടെത്തിക്കുന്നത് ഭാവിയെപ്പറ്റിയുള്ള ആശങ്കാകുലമായ ചില പ്രവചനങ്ങളിലേക്കാണ്. ഈ പുസ്തകത്തിൽ ഹാജാരി അവതരിപ്പിക്കുന്ന വാദമുഖങ്ങളിലൊന്ന്, കഴിഞ്ഞ ഏഴുപതിറ്റാണ്ടു കാലത്തെ ഇന്ത്യ-പാക്കിസ്ഥാൻ ബന്ധങ്ങളിലും ഈ രണ്ടു രാജ്യങ്ങളുടെ ആഭ്യന്തര രാഷ്ട്രീയത്തിലും വിഭജനത്തിന്റെ കരിനിഴലുകൾ ആഴത്തിൽ പതിഞ്ഞു കിടപ്പുണ്ട് എന്നതാണ്. പ്രധാന നടന്മാർക്കും അവരുടെ ചമയത്തിനും അവർ ഉരുവിടുന്ന ഡയലോഗുകൾക്കും മാറ്റം വന്നിരിക്കാം. പക്ഷേ, അന്നു കുറിക്കപ്പെട്ട തിരക്കഥയും അതിനെ ചുറ്റിപ്പിണഞ്ഞു കിടക്കുന്ന യുക്തിയും യുക്തിരാഹിത്യവുമെല്ലാം ചില്ലറ ഏറ്റക്കുറച്ചിലുകളോടെ ഇന്നും അരങ്ങിൽ വാഴുന്നു.

യഥാർത്ഥത്തിൽ ഇന്ത്യാവിഭജനത്തിന്റെ ഉത്തരവാദികൾ ആരായിരുന്നു എന്നു കണ്ടെത്താൻ ശ്രമിക്കുന്നത് ഒരു യവന ദുരന്തനാടകത്തിലെ വില്ലൻ ആരാണെന്ന് അന്വേഷിക്കുന്നതുപോലെയുള്ള വ്യർത്ഥവ്യായാമമാണ്. ഹാജാരി ഇതു തിരിച്ചറിഞ്ഞ മട്ടുണ്ട്. അതിനാലാവാം അദ്ദേഹത്തിന്റെ സംഭവാഖ്യാനത്തിൽ ദേവന്മാരും ചെകുത്താന്മാരും കുറവായേ കടന്നുവരുന്നുള്ളൂ. പോരാതെ വിഭജനത്തിന്റെ അണിയറ ശില്പികളായ പല രാഷ്ട്രീയ നേതാക്കന്മാരും ഇവിടെ വിവരിച്ചിട്ടുള്ള സംഭവങ്ങൾ നടക്കുന്നതിനിടയിൽ ചരിത്രശക്തികളുടെ കുത്തൊഴുക്കിൽപ്പെട്ട് വളരുകയോ, ചുരുങ്ങുകയോ ചെയ്തു എന്ന പ്രതീതിയാണ് വായനക്കാരന് ലഭിക്കുന്നത്. അവരിൽ ചിലർ തങ്ങളുടെതന്നെ ഹിതത്തിനും മുൻനിലപാടുകൾക്കുമെതിരായി പറയുകയും പ്രവർത്തിക്കുകയും ചെയ്യേണ്ടി വരുന്ന വിഷമസന്ദർഭങ്ങളിലേക്ക് വലിച്ചിഴക്കപ്പെട്ടതിന്റെ ദൃഷ്ടാന്തങ്ങൾ നമ്മുടെ കണ്ണിൽ തടയുന്നു. പലപ്പോഴും അവർ തങ്ങളുടെ ചെറുതും വലുതുമായ ശാഠ്യങ്ങളും ഊതി വീർപ്പിച്ച അഹന്തയും ചേർന്ന് സംഗതികളെക്കുറിച്ചുള്ള പക്വമായ ധാരണയെ മറികടക്കുന്നത് തടയാൻ ശ്രമിച്ചില്ല. ഗ്രീക്ക് ട്രാജഡിയെ ഓർമ്മിപ്പിക്കുന്ന തരത്തിലുള്ള ഒരുതരം ദുരന്ത

പൂർണ്ണമായ അനിവാര്യത ഇന്ത്യാവിഭജനത്തിനു വഴിയൊരുക്കിയ സാഹചര്യങ്ങളിൽ അന്തർലീനമായിരുന്നുവെന്ന് ഈ പുസ്തകത്തിലൂടെ കടന്നുപോകുമ്പോൾ നമുക്ക് തോന്നാനിടയുണ്ട്. പത്രപ്രവർത്തകനായ നിസിദ് ഹാജാരി ഏതാണ്ട് ഒരു നോവലിസ്റ്റിന്റെ കരവിരുതോടുകൂടിയാണ് 1940–47 വർഷങ്ങളിൽ മതവും രാഷ്ട്രീയവും ഇടകലർന്നുണ്ടായ നുരയുന്ന വിഷപാനീയം നാടിന്റെ സിരകളിലൂടെ ഊർന്നൊലിച്ചു തുടങ്ങിയ നാളുകളിൽ പ്രധാന രാഷ്ട്രീയകക്ഷികൾക്കിടയിലുണ്ടായ താത്പര്യ സംഘട്ടനങ്ങളുടെ കഥ പുനരാവിഷ്ക്കരിക്കുന്നത്. അടച്ചുള്ള വിധിപ്രസ്താവം ഒഴിവാക്കി, ദുഃഖസ്പർശമുള്ള ഒരു തരം ഏങ്കോണിച്ച പരിഹാസത്തോടെ, ഹാജാരി സംഭവങ്ങളെ അപഗ്രഥിക്കുകയും സംഭവങ്ങൾക്കു പിന്നിൽ പ്രവർത്തിച്ച വ്യക്തികളുടെ പ്രേരണകളും ദുഷ്ടലാക്കുകളും മറ നീക്കി കാണിക്കുകയും ചെയ്യുന്നു. ആദിമദ്ധ്യാന്ത സുഘടിതമായ ഒരാഖ്യായിക ഇതിൽനിന്ന് രൂപംകൊണ്ടു വരുന്നു. പിരിമുറുക്കം നിറഞ്ഞ ചരിത്രസന്ധികളേയും ലാഘവം കലർന്ന ഉപകഥകളേയും ഒരേ മട്ടിൽ മിഴിവോടെ അവതരിപ്പിക്കാൻ പോന്ന ഒന്നാണ് ഹാജാരിയുടെ ചടുലമായ ഗദ്യശൈലി.

ഈ കാലഘട്ടത്തിന്റെ ഇരമ്പുന്ന ഓർമ്മകളിൽ നിറഞ്ഞു നില്ക്കുന്ന മുഖ്യ കഥാപാത്രങ്ങൾ ആരൊക്കെയാണെന്നു നമുക്കറിയാം: ഗാന്ധിജി, മൗണ്ട് ബാറ്റൺ, നെഹ്റു, ജിന്ന. ഈ നാലുപേരും ഏതോ യുഗശാസന പിൻതുടർന്നുകൊണ്ടെന്നപോലെ എങ്ങനെ ഹിന്ദുസ്ഥാൻ വൻകരയുടെ ഭാഗധേയം തിരുത്തിക്കുറിച്ച തീരുമാനത്തിലേക്ക് ഉഴറിയടുത്തുവെന്ന് അവരുടെ പ്രസംഗങ്ങളും ലേഖനങ്ങളും പത്രപ്രസ്താവനകളും അവർക്കിടയിലെ കത്തിടപാടുകളും നിരത്തിവെച്ച് പരിശോധിച്ചുകൊണ്ട് ഗ്രന്ഥകർത്താവ് വിലയിരുത്തുന്നു. ഭാരതം ഒറ്റ രാജ്യമായി നിലനില്ക്കണമോ അതോ നാടിനെ രണ്ടായി വെട്ടിമുറിക്കണമോ എന്ന ചോദ്യത്തിന് അടിയന്തിരസ്വഭാവം കൈവന്ന നാളുകൾ വിവരിച്ചു തുടങ്ങുമ്പോൾ ഹാജാരി തന്റെ ക്യാൻവാസ് രണ്ടാളുകളിലേക്ക് പയ്യെ ചുരുക്കിക്കൊണ്ടു വരുന്നു: നെഹ്റുവും ജിന്നയും. ഇരുവരുടേയും വ്യക്തിത്വങ്ങൾക്കിടയിലുണ്ടായിരുന്ന ഭയാനകമായ വിടവ് ഒരു ജനതയുടെ സ്വപ്നങ്ങളേയും പ്രതീക്ഷകളേയും അട്ടിമറിക്കുന്ന രീതിയിൽ വളർന്നു മാറിയതെങ്ങനെ എന്നതു സംബന്ധിച്ച സത്യസന്ധമായ വിവരണം ഈ പുസ്തകത്തിലുണ്ട്.

പന്നിയിറച്ചി ഭക്ഷിക്കുകയും വിസ്കി കുടിക്കുകയും ഉടുപ്പിലും നടപ്പിലും പാശ്ചാത്യ രീതികൾ പിന്തുടരാൻ ഇഷ്ടപ്പെടുകയും ചെയ്തിരുന്ന മുഹമ്മദ് അലി ജിന്ന എങ്ങനെ സന്ധിയില്ലാത്ത മതമൗലികവാദത്തിന്റെ വക്താവും പ്രചാരകനുമായി പരിണമിച്ചു? ആയിരത്തി തൊള്ളായിരത്തി മുപ്പതുകളിൽ 'ഹിന്ദു മുസ്ലീം മൈത്രിയുടെ അംബാസഡർ' എന്ന് പലരാലും വിശേഷിപ്പിക്കപ്പെട്ട ഈ സ്വാതന്ത്ര്യ സമരസേനാനി പില്ക്കാലത്ത്

എന്തുകൊണ്ട് വർഗ്ഗീയ വിദ്വേഷം മുറ്റിയ ഒരു വായ്ത്താരിയും പ്രവർത്തന പദ്ധതിയും തിരഞ്ഞെടുത്തു? ജവഹർലാൽ നെഹ്റുവിന്റെ അക്ഷമമായ ആദർശവാദത്തിൽ പതിയിരുന്ന അപകടങ്ങൾ എന്തൊക്കെയായിരുന്നു? ഇന്ത്യയുടെ വിഭജനം ഒഴിവാക്കാൻ വയ്യാത്ത ഒരു യാഥാർത്ഥ്യമാണ് എന്ന നിഗമനത്തിൽ നെഹ്റുവും അദ്ദേഹത്തിന്റെ സഹപ്രവർത്തകന്മാരും എത്തിച്ചേർന്ന സന്ദർഭത്തിൽ, ബ്രിട്ടീഷ് സാമ്രാജ്യത്തിനെതിരായി നടത്തിയ പതിറ്റാണ്ടുകൾ നീണ്ടുനിന്ന സമരം സമ്മാനിച്ച ക്ഷീണവും മടുപ്പും കൂടി അവരുടെ തീരുമാനത്തെ സ്വാധീനിക്കുകയുണ്ടായില്ലേ? നമുക്ക് കേട്ടു പരിചയമുള്ള ഇത്തരം ചോദ്യങ്ങളുടെ കൊമ്പത്തു കയറിപ്പിടിച്ചുകൊണ്ട് ഗ്രന്ഥകർത്താവ് ഇന്ത്യാവിഭജനം സംബന്ധിച്ച വിവരണങ്ങളിൽ കടന്നുകൂടിയിട്ടുള്ള ചില അന്ധമായ പക്ഷപാതങ്ങളേയും അലസമായ തീർപ്പുകളേയും തിരുത്താൻ ശ്രമിക്കുന്നു.

നെഹ്റുവിനും ജിന്നയ്ക്കുമിടയിലുള്ള പോര്, വ്യത്യസ്തമായ ജീവിതപശ്ചാത്തലമുള്ള രണ്ടു വ്യക്തികൾ തമ്മിലുള്ള സ്വാഭാവികമായ അകൽച്ചയിൽനിന്ന് ഉടലെടുത്ത ഒന്നുമാത്രമായിരുന്നില്ല. രണ്ട് പ്രപഞ്ചവീക്ഷണങ്ങൾ തമ്മിലുള്ള, അഥവാ പരസ്പരം മുഖം തിരിഞ്ഞു നില്ക്കുന്ന രണ്ടു സാംസ്കാരിക സമീപനങ്ങൾ തമ്മിലുള്ള ഏറ്റുമുട്ടൽ കൂടി അതിൽ അടങ്ങിയിരുന്നു. നെഹ്റുവിന്റേയും ജിന്നയുടേയും നഖചിത്രങ്ങളുമായി ആരംഭിക്കുന്ന പുസ്തകത്തിന്റെ ആദ്യഭാഗംതൊട്ട് ഹാജാരി ഇത് തെളിച്ചുകാട്ടുന്നുണ്ട്. പടിഞ്ഞാറൻ ലിബറൽ ജനാധിപത്യമൂല്യങ്ങളുടെ അന്തഃസത്ത ഉൾക്കൊള്ളുകയും, തന്റെ തീക്ഷ്ണയൗവനത്തിന്റെ നാളുകളിൽ ഫാബിയൻ സോഷ്യലിസത്തിൽ ആകൃഷ്ടനാകുകയും ചെയ്ത നെഹ്റുവിനെ സംബന്ധിച്ചിടത്തോളം മതവികാരത്തിന്റെ അടിസ്ഥാനത്തിൽ രാഷ്ട്രീയ പ്രശ്നങ്ങൾ കൈകാര്യം ചെയ്യുന്ന രീതിയോട് സന്ധി ചെയ്യുക പ്രയാസമുള്ള കാര്യമായിരുന്നു. സ്വാതന്ത്ര്യസമരകാലത്ത് കോൺഗ്രസ്സിൽ സജീവമായി നിലകൊണ്ടിരുന്ന ദേശീയ മുസ്ലീങ്ങൾ എന്നറിയപ്പെട്ടിരുന്ന കൂട്ടരുമായി അദ്ദേഹത്തിനു അടുത്ത ബന്ധമുണ്ടായിരുന്നു. അവരുടെ വിശ്വാസമാർജ്ജിക്കാൻ കഴിഞ്ഞ ചുരുക്കം ചില ഹിന്ദുനേതാക്കന്മാരിൽ ഒരാളായിരുന്നു നെഹ്റു. മതത്തെ മാനദണ്ഡമാക്കിക്കൊണ്ട് ഇന്ത്യയെ പകുത്ത് ഒരു പ്രത്യേകരാഷ്ട്രം സൃഷ്ടിക്കുക എന്ന ആശയം നെഹ്റുവിന്റെ ഉത്തമ വിശ്വാസങ്ങൾക്കു കടകവിരുദ്ധമായ ഒന്നായിരുന്നു. ജിന്നയുടെ ദ്വിരാഷ്ട്ര സിദ്ധാന്തത്തിനെതിരായി വിട്ടുവീഴ്ചയില്ലാത്ത നിലപാട് സ്വീകരിക്കാൻ നെഹ്റുവിനെ പ്രേരിപ്പിച്ചത്, '*ഡിസ്കവറി ഓഫ് ഇന്ത്യ*'യിൽ അദ്ദേഹം ചരിത്രത്തിന്റെ പുനർവായനയിലൂടെ അടയാളപ്പെടുത്തിയ രീതിയിൽ, നാനാത്വത്തിലും വൈവിധ്യത്തിലുമധിഷ്ഠിതമായ ഇന്ത്യയുടെ സാംസ്കാരിക പാരമ്പര്യത്തോട് അദ്ദേഹത്തിനുണ്ടായിരുന്ന ഇളക്കം തട്ടാത്ത കൂറായിരുന്നു എന്നു കാണാം. ജിന്നയാണെങ്കിൽ തന്റെ രാഷ്ട്രീയ ജീവിതത്തിന്റെ രണ്ടാം

ഘട്ടത്തിൽ ഹിന്ദുക്കൾക്കു ഭൂരിപക്ഷമുള്ള ഇന്ത്യയിൽ മുസ്ലീങ്ങൾ അനുഭവിക്കാനിടയുള്ള അവഗണനയേയും അരക്ഷിതാവസ്ഥയേയും സംബന്ധിച്ച് കൂടുതൽ കൂടുതൽ ആശങ്കാകുലനായി തീർന്നു. മുസ്ലീം ജനവിഭാഗത്തിന്റെ ഹൃദയത്തിൽ പടിപടിയായി വളർന്നുവന്ന സംശയങ്ങളും ഭീതിയും ആളിക്കത്തിക്കാൻ അദ്ദേഹം പരമാവധി ശ്രമിച്ചു. വിവേചനത്തിനു ഇരയായിത്തീർന്ന ഒരു മതന്യൂനപക്ഷത്തിന്റെ രക്ഷകനായിരംഗത്തു വരാൻ ജിന്ന തിടുക്കംകൂട്ടി. ഒരു രാഷ്ട്രശില്പിയും യുഗസ്രഷ്ടാവുമൊക്കെയായി തന്നെത്തന്നെ കാണുന്ന നിലയിലേക്ക് ജിന്നയുടെ മഹത്വകാംക്ഷയിൽനിന്നു പിറവിയെടുത്ത വ്യാമോഹങ്ങൾ വലിപ്പംവെച്ചു വളർന്നു.

വർഗ്ഗീയാടിസ്ഥാനത്തിൽ ഇന്ത്യൻ സമൂഹത്തിൽ ധ്രുവീകരണം നടത്താൻ ശ്രമിച്ച ജിന്നയാണ് ഒട്ടേറെ വളവും തിരിവുമടങ്ങിയ ഈ ശോകാന്തനാടകത്തിൽ പ്രധാനമായും പ്രതിക്കൂട്ടിൽ നില്ക്കുന്നത് എന്ന അനുമാനത്തിലാണ് ഹാജാരി ഒടുവിൽ എത്തിച്ചേരുന്നത്. ജിന്നയുടെ മുട്ടാളത്തരം മുട്ടിയ വ്യക്തിത്വം എല്ലാത്തരം ഒത്തുതീർപ്പിന്റെയും പഴുതുകളടച്ചതായി അദ്ദേഹം കണ്ടെത്തുന്നു. ഒടുങ്ങാത്ത പ്രതികാരവാസന ഉള്ളിൽ സൂക്ഷിച്ചിരുന്ന ജിന്ന ഇഷ്ടപ്പെട്ടിരുന്നത് തന്റെ നിലപാടുകളെ തെല്ലൊന്ന് മയപ്പെടുത്താൻ സഹായിക്കുന്ന സ്വതന്ത്രമായി ചിന്തിക്കുന്ന വ്യക്തികളെയല്ല, മറിച്ച് സ്തുതിപാഠകന്മാരെയായിരുന്നു. എരിതീയിൽ എണ്ണ പകരുന്ന അനുയായികളുടെ പ്രേരണകൂടിയായപ്പോൾ തന്റെ പേര് ചരിത്രത്തിൽ എന്നെന്നേക്കുമായി കുറിച്ചിടാനുള്ള അവസരം വന്നെത്തിയതായി ജിന്നയ്ക്കു തോന്നിത്തുടങ്ങി. അങ്ങനെ മുസ്ലീങ്ങൾക്കായി ഒരു പ്രത്യേക രാഷ്ട്രം എന്ന ആവശ്യവുമായി മുന്നോട്ടുപോകുന്നതിൽ അടങ്ങിയിരിപ്പുള്ള ഭീമമായ പ്രത്യാഘാതങ്ങളെപ്പറ്റി തരിമ്പും വേവലാതിപ്പെടാതെ അദ്ദേഹം കടശ്ശിക്കൈയ്ക്ക് തയ്യാറായി. എന്നാൽ ഗ്രന്ഥകർത്താവ് നെഹ്റുവിനേയും – 'സൗമ്യനും, സംവേദശീലനും സുമുഖനുമായ നെഹ്റു' – പൂർണ്ണമായി കുറ്റവിമുക്തനാക്കുന്നില്ല.

1937ൽ മുസ്ലീംലീഗ് പങ്കാളിയായുള്ള ഒരു രാഷ്ട്രീയ സംവിധാനത്തിൽ ചേരാൻ കോൺഗ്രസ് വിസമ്മതിച്ച സന്ദർഭംതൊട്ട് നെഹ്റു ലീഗിന്റെ നേർക്കുള്ള തന്റെ എതിർപ്പിന് ശക്തി കൂട്ടി. തീർത്തും പ്രത്യയശാസ്ത്രപരമായ ഒരു തലത്തിലാണ് നെഹ്റു ഈ പ്രശ്നത്തെ സമീപിച്ചതെന്ന് ഹാജാരി ചൂണ്ടിക്കാണിക്കുന്നു. ബ്രിട്ടീഷ് സാമ്രാജ്യത്തിനെതിരായി പടപൊരുതുന്നതിൽ കാണിച്ച അതേ ആദർശതീവ്രതയോടെ അദ്ദേഹം ജിന്നയുടെ നയസമീപനങ്ങളെ എതിർത്തു. ഒരു വിദേശശക്തിയുമായി മല്ലിടുന്നതിൽ പ്രദർശിപ്പിച്ച വീറും വാശിയുമല്ല തന്റെ നാട്ടുകാരനായ ജിന്നയുമായുള്ള തന്റെ ബന്ധത്തെ നിർവചിക്കേണ്ടത് എന്ന സത്യം മറന്നുകൊണ്ടാണ് നെഹ്റു പലപ്പോഴും പെരുമാറിയതെന്ന് ഹാജാരി കുറ്റപ്പെടുത്തുന്നു. നെഹ്റു കുറേക്കൂടി പ്രായോഗിക ബുദ്ധിയോടും

ഉദാരതയോടുംകൂടി ലീഗിന്റെ നിലപാടുകളെ ഉൾക്കൊള്ളാൻ ശ്രമിച്ചിരുന്നുവെങ്കിൽ കാര്യങ്ങൾ കൈവിട്ടുപോകാതെ നോക്കാൻ കഴിയുമായിരുന്നു. അങ്കത്തട്ടിലെ ഈ നിത്യപ്രതിയോഗികളുടെ പിടിപ്പുകേടും അനുഭവപരിജ്ഞാനമില്ലായ്മയും തനിക്കുതാൻപോരിമയും ബുദ്ധിപരമായ അഹന്തയും അപ്രകാശിതമായ മുൻവിധികളും തമ്മിൽതമ്മിലുള്ള ഇഷ്ടക്കേടുമാണ് വിഭജനത്തിന്റെ കഥയ്ക്ക് ക്ലൈമാക്സ് ഒരുക്കിയതെന്ന് ഹാജാരി വിലയിരുത്തുന്നു. ജിന്നയും നെഹ്റുവും പിന്നിൽ അവശേഷിപ്പിച്ച പരസ്പര വിശ്വാസരാഹിത്യത്തിന്റേയും സ്പർദ്ധയുടേയും അംശങ്ങളടങ്ങിയ പൈതൃകം ഇന്നും നിലനില്ക്കുന്നതായി ഹാജാരി കരുതുന്നു. ഹാജാരിയുടെ വാക്കുകളിൽ, "മാരകമായ ഈ പൈതൃകത്തെ മറയത്തു തള്ളിയാൽ മാത്രമേ ഇന്ത്യയ്ക്കും പാക്കിസ്ഥാനുമിടയിൽ സ്ഥായിയായ സൗഹൃദം രൂപപ്പെടുകയുള്ളൂ."

ജിന്നയും നെഹ്റുവും തമ്മിൽ നടന്ന ദ്വന്ദ്വയുദ്ധത്തെ ഈ മട്ടിൽ പ്രതിരൂപാത്മകമായ തലത്തിൽ വിന്യസിക്കുന്നതുവഴി ഹാജാരി ഒരുക്കൂട്ടുന്നത് നല്ലൊരു സാഹിത്യ ഭാവനയ്ക്ക് അടയിരിക്കാൻ പറ്റിയ വിഭവമാണ്. അതേ സമയം പാക്കിസ്ഥാനും ഇന്ത്യയ്ക്കും എന്തുകൊണ്ട് നല്ല അയൽക്കാരായി തീരാൻ കഴിഞ്ഞില്ല എന്നതിന്റെ ഉത്തരം തേടിപ്പോയാൽ നാം ചെന്നു തടയുന്നത് ഇതിനേക്കാൾ എത്രയോ മടങ്ങ് സങ്കീർണ്ണമായ സത്യങ്ങളിലായിരിക്കും. ആദ്യമായി ജിന്ന ആഗ്രഹിച്ച ദിശയിലൂടെയായിരുന്നില്ല പാക്കിസ്ഥാൻ മുന്നോട്ടുപോയത്. ഇന്ത്യയോടുള്ള വിദ്വേഷമെന്നത് പാക്കിസ്ഥാനെ ഇണക്കി നിർത്തുന്ന പശയായി മാറുന്ന അവസ്ഥാവിശേഷം നൈരാശ്യവും കയ്പും നിറഞ്ഞ തന്റെ അവസാന നാളുകളിൽ കൂടി 'ക്വയ്ദ് - ഇ - അസ' ഭാവനയിൽ കണ്ടിരുന്നില്ല. ഇന്ത്യാ - പാക് ബന്ധം അതിർത്തികൾക്കപ്പുറത്തുള്ള നിരവധി ശക്തികളുടെ കൂടി -'ഏഷ്യൻ തിയേറ്റ'റിൽ അരങ്ങേറിയ ഒട്ടേറെ സംഭവങ്ങളുടെ - ബന്ദിയായിരുന്നു.

ശീതസമരകാലത്ത് ഇന്ത്യയും പാക്കിസ്ഥാനും അറിഞ്ഞും അറിയാതെയും രണ്ട് വിരുദ്ധചേരികളിലേക്കു ആകർഷിക്കപ്പെട്ട കാലം മുതൽക്ക് ഇരുരാജ്യങ്ങൾക്കുമിടയിലുള്ള സമവാക്യങ്ങളിൽ ബാഹ്യഘടകങ്ങളുടെ നിഴൽ പതിഞ്ഞുതുടങ്ങിയതായി കാണാം. സോവിയറ്റ് യൂണിയൻ അഫ്ഗാനിസ്ഥാനിൽ നടത്തിയ ആക്രമണത്തെ തുടർന്ന് അവിടെ ഉടലെടുത്ത രാഷ്ട്രീയാസ്ഥിരതയും താലിബാന്റെ ഉദയവും ഇസ്ലാമിക ഭീകരവാദത്തിന്റെ വളർച്ചയും ചൈനയുടെ കരുനീക്കങ്ങളുമെല്ലാം ഇന്ത്യയും പാക്കിസ്ഥാനും തമ്മിലുള്ള ബന്ധത്തെ കൂടുതൽ കൂടുതൽ സങ്കീർണ്ണമാക്കി മാറ്റിയതായി തെളിഞ്ഞിട്ടുണ്ട്. ഇന്ത്യയുടെയും പാക്കിസ്ഥാന്റെയും ജാതകക്കെട്ടുകളുടെ ചുരുളുകളിൽ നിന്ന് വടിവൊത്ത ഒരാഖ്യാനശില്പം രൂപപ്പെടുത്തുന്നതിനിടയിൽ ഹാജാരി വിട്ടുകളഞ്ഞ ഇത്തരം യാഥാർത്ഥ്യങ്ങൾകൂടി ചേർത്തുവെച്ചു പരിശോധിക്കുമ്പോൾ

മാത്രമേ ഇരുരാജ്യങ്ങളിലേയും ജനങ്ങൾക്ക് അവരുടെ സ്ഥാപക നേതാക്കന്മാർ വരച്ചിട്ട കളങ്ങളിൽ നിന്ന് പുറത്തുകടക്കാൻ കഴിഞ്ഞോ ഇല്ലയോ എന്ന് തീർച്ചപ്പെടുത്താനാവൂ.

ഈ പുസ്തകത്തിൽ നെഹ്റുവിന്റേയും ജിന്നയുടേയും വശങ്ങളിൽ ഉയിർകൊള്ളുന്ന സർദാർ വല്ലഭായ് പട്ടേലിന്റെ ചിത്രവും ചാരനിറത്തിൽ വരച്ചിട്ട ഒന്നാണ്. പഴയകാലത്തെ റോമൻ സെനറ്ററുമായി പട്ടേൽ പലപ്പോഴും താരതമ്യം ചെയ്യപ്പെട്ടിട്ടുണ്ട് എന്നു പറഞ്ഞതിനുശേഷം ഹാജാരി കുറിക്കുകൊള്ളുന്ന ഏതാനും വിശേഷണങ്ങളിലൂടെ അദ്ദേഹത്തിന്റെ വ്യക്തിത്വത്തിന്റെ അന്തഃസത്ത സംഗ്രഹിക്കുന്നു: *"Patel was a truthless, unsentimental pragmatist and sympathetic - unlike Nehru to the Hindu Mahasabha and the Khaki-clad cadres of the RSS." (P.66)* ഇന്ത്യൻ യൂണിയനിലുള്ള നാട്ടുരാജ്യങ്ങളുടെ ലയനം നടപ്പിൽ വരുത്തുന്നതിന്റെ ഭാഗമായി പട്ടേൽ കൈക്കൊണ്ട നടപടികളെപ്പറ്റി പുസ്തകത്തിൽ ദീർഘമായി പ്രതിപാദിക്കുന്നുണ്ട്. എന്നാൽ ഈ വിഷയം ചർച്ച ചെയ്യുമ്പോൾ നാം പലപ്പോഴും മറക്കാറുള്ള ഒന്നാണ് ലയനപ്രക്രിയയുടെ വിഭിന്നഘട്ടങ്ങളിൽ മൗണ്ട് ബാറ്റനും വി.പി. മേനോനും വഹിച്ച പങ്ക്. മൗണ്ട് ബാറ്റനും മേനോനും പട്ടേലിനെ സഹായിക്കുക മാത്രമല്ല ചെയ്തത്. തന്ത്രപരമായ പല തീരുമാനങ്ങളുടേയും പിന്നിൽ അവരുടെ ബുദ്ധി പ്രവർത്തിച്ചിരുന്നു. ലയനത്തിന്റെ മുഴുവൻ ബഹുമതിയും പട്ടേലിനു നല്കുന്നത് ശരിയല്ല എന്നഭിപ്രായപ്പെട്ടുകൊണ്ട് എ.ജി. നൂറാണിയെപ്പോലുള്ള രാഷ്ട്രീയ പണ്ഡിതന്മാർ ഇക്കാര്യം ചൂണ്ടിക്കാണിച്ചിട്ടുണ്ട്. ഗാന്ധിജിക്കെതിരായി നടന്നുകൊണ്ടിരിക്കുന്ന ഗൂഢാലോചന സംബന്ധിച്ച താക്കീതുകൾ പല ഭാഗങ്ങളിൽനിന്ന് ലഭിച്ചിട്ടും അവസാന നാളുകളിൽ അദ്ദേഹത്തിനാവശ്യമായ സംരക്ഷണം നല്കുന്നതിൽ ആഭ്യന്തര മന്ത്രിയായിരുന്ന പട്ടേൽ വേണ്ട ശുഷ്കാന്തി കാട്ടിയില്ല എന്നുകൂടി നൂറാണിയുൾപ്പെടെ പലരും കുറ്റപ്പെടുത്തിയിട്ടുള്ള കാര്യം ഈ സന്ദർഭത്തിൽ ഓർമ്മിച്ചുപോകുന്നു.

ആർ. എസ്. എസിന്റെ നേർക്കു പട്ടേൽ മൃദുസമീപനം സ്വീകരിച്ചതിന്റെ തെളിവുകൾ ഓരോന്നായി ഹാജാരി നമ്മുടെ മുമ്പിൽ നിരത്തുന്നു. ഗാന്ധിജിയുടെ കൊലപാതകത്തിനുശേഷം ആർ. എസ്. എസ്സിന്റെ മേൽ ഏർപ്പെടുത്തിയിരുന്ന നിരോധനം പിൻവലിച്ചതിനുശേഷം ആർ.എസ്. എസ്സുകാർ കൂട്ടമായി കോൺഗ്രസ്സിൽ ചേരണം എന്ന രീതിയിൽ പട്ടേൽ നടത്തിയ ആഹ്വാനം പാർട്ടികൾക്കുള്ളിലും പുറത്തും ഏറെ വിവാദങ്ങൾക്കു വഴിയൊരുക്കിയ ഒന്നായിരുന്നു. പാക്കിസ്ഥാൻ രൂപീകൃതമായതിനുശേഷം ഇന്ത്യയിൽ തങ്ങാൻ തീരുമാനിച്ച മുസ്ലീം ജനസമൂഹത്തിന്റെ ആത്യന്തികമായ കൂറിനെപ്പറ്റി പട്ടേൽ സന്ദേഹങ്ങൾ വച്ചുപുലർത്തിയിരുന്നു.

1947 സെപ്തംബറിൽ ഹിന്ദുക്കളും സിക്കുകാരും മുസ്ലീങ്ങളും പങ്കുചേർന്ന വർഗ്ഗീയ ലഹളകളെത്തുടർന്നുണ്ടായ കൊള്ളയും കൊള്ളി

വെയ്പും കണ്ടുള്ള നടുക്കം വിട്ടുമാറാതെ നെഹ്റു സ്വന്തം ജീവനെപ്പോലും അപകടത്തിലാക്കിക്കൊണ്ട് ആൾക്കൂട്ടത്തിന്റെ മദ്ധ്യത്തിൽ ചാടിയിറങ്ങി സമാധാനം പുനഃസ്ഥാപിക്കാൻ ശ്രമിച്ചു. നെഹ്റുവിന്റെ ഈ സാഹസികത മൗണ്ട്ബാറ്റണിൽ വലിയ മതിപ്പുളവാക്കി. ഒപ്പം ഇത്തരം പ്രവൃത്തികൾ തുടർന്നാൽ നെഹ്റു കൊല്ലപ്പെടാനിടയുണ്ടെന്ന് ഭയന്ന മൗണ്ട്ബാറ്റൺ അദ്ദേഹത്തെ നിരീക്ഷിക്കാൻ പ്രത്യേകം പട്ടാളക്കാരെ നിയോഗിച്ചു. അതേസമയം ന്യൂനപക്ഷങ്ങളുടെ സുരക്ഷ ഉറപ്പുവരുത്താൻ വേണ്ടി നെഹ്റു മുന്നിട്ടിറങ്ങിയത് പട്ടേലിനു രസിച്ചില്ല. പട്ടേലിന്റെ നോട്ടത്തിൽ ഇത് വെറും നാടകമായിരുന്നു. "നമ്മുടെ നേതാവിന് ഭൂമിയുമായോ യാഥാർത്ഥ്യവുമായോ ഉള്ള ബന്ധം നഷ്ടപ്പെട്ടിരിക്കുന്നു. അദ്ദേഹം തന്റെ ഉന്നതാദർശങ്ങൾ പിന്തുടർന്ന് ആകാശത്തേക്ക് ചേക്കേറിയതിൽ ഞാൻ ഖേദിക്കുന്നു" എന്ന് പട്ടേൽ പരിഹാസസ്വരത്തിൽ മൗണ്ട്ബാറ്റനോടു പറഞ്ഞു. ഈ സമയത്ത് പട്ടേൽ നെഹ്റുവിനെതിരായി മന്ത്രിസഭയിൽ ഒരട്ടിമറിക്കു മുതിർന്നിരുന്നുവെങ്കിൽ നിശ്ചയമായും വിജയിക്കാമായിരുന്നുവെന്ന് ഇന്ത്യയിലെ അമേരിക്കൻ അംബാസിഡർ വാഷിംഗ്ടണിലേക്ക് റിപ്പോർട്ടയച്ചതായി രേഖയുണ്ട്.

പട്ടേലിന്റെ മാനസികഘടനയിലേക്കു വെളിച്ചം വീശുന്ന ചെറിയൊരു സംഭവം ഹാജാരി അനുസ്മരിക്കുന്നുണ്ട്. ജിന്നയുടെ മരണവാർത്തയറിഞ്ഞപ്പോൾ പരേതന്റെ ബഹുമാനാർത്ഥം ദേശീയ പതാക പാതി താഴ്ത്തിക്കെട്ടണമെന്ന നിർദ്ദേശവുമായി പശ്ചിമ ബംഗാൾ ഗവർണ്ണർ മുന്നോട്ടു വന്നപ്പോൾ പട്ടേൽ തിരിച്ചടിച്ചത് ഇപ്രകാരമായിരുന്നു. "എന്തു പറ്റി, അയാൾ നിങ്ങളുടെ ബന്ധുവോ മറ്റോ ആയിരുന്നുവോ? "(പുറം 250). ഗുജറാത്തിലെ ഒരു യാഥാസ്ഥിതിക ഹിന്ദു കുടുംബത്തിൽ ജനിച്ചു വളർന്ന പട്ടേലിന്റെ ലോകവീക്ഷണം രൂപപ്പെടുത്തുന്നതിൽ ആ പ്രവിശ്യയിൽ രണ്ട് പ്രധാന സമുദായങ്ങൾക്കിടയിൽ നൂറ്റാണ്ടുകളായി നിലനിന്നുപോന്ന അസുഖകരമായ ബന്ധങ്ങളുടെ ഓർമ്മയുൾപ്പെടെയുള്ള നിരവധി ഘടകങ്ങൾക്കു പങ്കുണ്ടായിരുന്നതായി കാണാം. ഇന്ത്യയിൽ നടക്കുന്ന സ്വാതന്ത്ര്യസമരത്തെ കൊളോണിയലിസത്തിനും സാമ്രാജ്യത്വത്തിനുമെതിരായി ലോകവ്യാപകമായി അലയടിച്ചുയരുന്ന പ്രതിഷേധവുമായി ബന്ധിപ്പിക്കാനും അതിലൂടെ ഏഷ്യനാഫ്രിക്കൻ രാജ്യങ്ങളുടെ സാഹോദര്യം ഒരു നിർണ്ണായകശക്തിയായി മാറുന്ന പുതിയൊരു ലോകക്രമം ഭാവനയിൽ കാണാനും നെഹ്റു പ്രദശിപ്പിച്ച തരത്തിലുള്ള ക്രാന്തദർശിത്വം പട്ടേലിന് തീർത്തും അന്യമായ ഒന്നായിരുന്നു. (*"The only culture he knows is agriculture"* എന്ന് റാഫി അഹമ്മദ് കിദ്വായ് പട്ടേലിനെപ്പറ്റി ഒരിക്കൽ പറഞ്ഞതായി ഒരു കഥയുണ്ട്). മറ്റൊരർത്ഥത്തിൽ നെഹ്റുവും പട്ടേലും ഇന്ത്യാചരിത്രത്തിലെ ഒരു നിർണ്ണായക സന്ധിയിൽ പലപ്പോഴും തുടർന്ന് യോജിപ്പ് അസാധ്യമാണ് എന്ന തോന്നലുണ്ടാക്കിക്കൊണ്ട് അകന്നുപോകുകയും ഒപ്പംതന്നെ പരസ്പരം

പൂരിപ്പിച്ചുകൊണ്ട് നവഭാരത നിർമ്മാണത്തിൽ പങ്കുചേരുകയുമാണു ണ്ടായത് എന്ന് തിരിഞ്ഞുനോക്കുമ്പോൾ കാണാൻ കഴിയും. ഒരുപക്ഷേ, ഇവർക്കിടയിൽ ഒരു പിളർപ്പ് ഒഴിവാക്കിയത് ഇരുവർക്കും ഗാന്ധിജിയോട് ഉണ്ടായിരുന്ന ഭയഭക്തി ബഹുമാനങ്ങളായിരുന്നു. ഗാന്ധിജിയുടെ വധത്തിനുശേഷം നയപരമായ കാര്യങ്ങളെച്ചൊല്ലിയുള്ള തർക്കത്തിൽ പ്പെട്ട് ആടിയും ഉലഞ്ഞും നീങ്ങിയ ഇവരുടെ ബന്ധത്തിന് പെരുകിവന്ന അനാരോഗ്യംമൂലമുള്ള പട്ടേലിന്റെ മരണം (1950) തിരശ്ശീല വീഴ്ത്തി.

നെഹ്റുവും പട്ടേലും തമ്മിലുള്ള ഭിന്നതകൾ സംബന്ധിച്ച് ഈ പുസ്തകത്തിൽ പലപ്പോഴും കടന്നുവരുന്ന പരാമർശങ്ങൾ നമ്മെക്കൊ ണ്ടെത്തിക്കുന്നത് കാലികപ്രസക്തിയുള്ള ഒരു സമസ്യയിലാണ്. നെഹ്റു വിന്റെ സ്ഥാനത്ത് പട്ടേൽ ആകേണ്ടിയിരുന്നു ഇന്ത്യയുടെ പ്രധാനമന്ത്രി എന്ന രീതിയിൽ കൊണ്ടുപിടിച്ച ഒരു പ്രചാരണം സംഘപരിവാർ അടുത്ത കാലത്ത് അഴിച്ചുവിട്ടിട്ടുണ്ട്. നെഹ്റുവിനേയും പട്ടേലിനേയും രണ്ടു കളങ്ങളിൽ മുഖാമുഖം നിർത്തിക്കൊണ്ട് പുതിയ ചില ചരിത്രപാഠങ്ങൾ നിർമ്മിച്ചെടുക്കാൻ ഇക്കൂട്ടർ വ്യഗ്രത കാണിക്കുന്നു. ഒരുപക്ഷേ, ഇത്തരം ആഗ്രഹചിന്തകൾ, 'കാര്യങ്ങൾ മറ്റൊരു വിധമായിരുന്നുവെങ്കിൽ' എന്ന മട്ടിലുള്ള ഗൃഹാതുരചിന്തകൾ, ചില ചരിത്രസന്ധികളിൽ ഉയർന്നു വരാറുണ്ട്. ചിലർ അതിനെ രാഷ്ട്രീയമായ മുതലെടുപ്പിനായി ഉപയോഗ പ്പെടുത്താറുമുണ്ട്. ഇതു മാറ്റിനിർത്തിയാൽ വിഭജനകാലത്തും തുടർന്നുള്ള മാസങ്ങളിലും ഇന്ത്യാ ഉപഭൂഖണ്ഡത്തെ ഇളക്കിമറിച്ച തീവ്ര സന്ദർഭങ്ങളുടെ സ്മരണകളിലേക്ക് ചരിത്രം കാഴ്ചവെയ്ക്കുന്ന പിൻ വെളിച്ചത്തിലൂടെ നടന്നുചെല്ലുന്ന ഒരാൾ അംഗീകരിക്കാനിടയുള്ള ഒരു സത്യമുണ്ട്. അന്ന് ഭാരതത്തിന് (ഒപ്പം പാക്കിസ്ഥാനും) ആവശ്യമായിരു ന്നത് മുറിവുകൾ ഉണങ്ങാനും നാളെയെപ്പറ്റിയുള്ള സ്വപ്നങ്ങൾക്കു ചിറകു നല്കാനും പോന്ന ഹൃദയവിശാലതയുള്ള ഒരു രാഷ്ട്രീയനേതൃത്വ മായിരുന്നു. ഒരുപക്ഷേ ജവഹർലാൽ നെഹ്റുവിന്റെ സിദ്ധികളിലൊന്ന്, രാഷ്ട്രം ഒരു യുഗപ്പിറവിയുടെ ഈറ്റുനോവിലൂടെ കടന്നുപോയ സമയത്ത് എല്ലാത്തരം വിഭാഗീയതകളേയും മറികടന്ന് ഒരേകീകരണശക്തിയായി നിലകൊള്ളാൻ അദ്ദേഹത്തിനു കഴിഞ്ഞു എന്നതാണ്.

പാക്കിസ്ഥാൻ എന്ന സ്വപ്നം ആദ്യം മുന്നോട്ടുവെച്ച കവിയായ ഇഖ്ബാലിനെക്കുറിച്ച് പുസ്തകത്തിൽ ഒരിടത്തും പരാമർശിക്കുന്നില്ല. എന്നാൽ മുസ്ലീംലീഗിന്റെ നേതാക്കന്മാർ ഒരു പ്രത്യേകരാഷ്ട്രം എന്ന ആവശ്യമുന്നയിച്ചുകൊണ്ട് എങ്ങനെ സ്വാതന്ത്ര്യസമരത്തിന്റെ ദിശയെ തിരിച്ചുവിട്ടു, ലീഗിന്റെ വിലപേശൽ തന്ത്രങ്ങൾ ഇന്ത്യയുടെ സ്വാതന്ത്ര്യ ലബ്ധി നീട്ടിക്കൊണ്ടുപോകാൻ ബ്രിട്ടീഷ് ഭരണാധികൾ കണ്ടുപിടിച്ച ന്യായങ്ങൾക്കു എങ്ങനെ തുണയായിത്തീർന്നു തുടങ്ങിയ കാര്യങ്ങൾ ഇതിൽ വിശദമായി ചർച്ച ചെയ്യപ്പെടുന്നുണ്ട്. ലീഗ് അക്കാലത്ത് പയറ്റിയ സമ്മർദ്ദരാഷ്ട്രീയത്തിന്റെ കഥകൾ ഓരോന്നോയി ചുരുളഴിയുമ്പോൾ ഇന്നത്തെ വായനക്കാരന് കാണാൻ കഴിയുന്ന ഒരു പ്രധാനവസ്തുത

ജിന്നയെ ഒഴിച്ചുനിർത്തിയാൽ തലപ്പൊക്കമുള്ള ഒറ്റനേതാവും ആ പാർട്ടിയിലുണ്ടായിരുന്നില്ല എന്നതാണ്. സങ്കുചിതമായ വർഗ്ഗീയവീക്ഷണം മാത്രം കൈമുതലായുള്ള ശരാശരി മനുഷ്യരായിരുന്നു ജിന്നയുടെ അനുയായികളിൽ ഏറിയപങ്കും.

കലവറയില്ലാതെ ദേശീയ പ്രസ്ഥാനത്തിൽ പങ്കെടുത്തുകൊണ്ട് തന്റെ രാഷ്ട്രീയജീവിതം ആരംഭിച്ച ജിന്നയ്ക്ക് ഒരുഘട്ടം വരെയെങ്കിലും തെറ്റും ശരിയും തിരിച്ചറിഞ്ഞുകൊണ്ട് തീരുമാനങ്ങൾ കൈക്കൊള്ളാനുള്ള വിവേകമുണ്ടായിരുന്നു. ജിന്നയുടെ മനസ്സിന്റെ ഒഴിഞ്ഞ ഒരു കോണിൽ പാശ്ചാത്യവിദ്യാഭ്യാസത്തിന്റെ ഫലമായി കൈവന്ന ലിബറൽ ആശയങ്ങൾ ഇടംപിടിച്ചിരുന്നു, ഏതാണ്ട് അവസാനംവരെ. എന്നാൽ ഇതല്ലായിരുന്നു അദ്ദേഹത്തിന്റെ കൂട്ടാളികളുടെ അവസ്ഥ. മദ്ധ്യകാലഘട്ടത്തിന്റെ ഓർമ്മ വഹിക്കുന്ന സാംസ്കാരിക - രാഷ്ട്രീയ വീക്ഷണത്തിന്റെ ചുമടുതാങ്ങികളായിരുന്നു അവരെല്ലാംതന്നെ. മുസ്ലീം മതവിശ്വാസത്തിലെ യാഥാസ്ഥിതികമായ അംശങ്ങളാണ് അവർക്കു പ്രമാണമായി വർത്തിച്ചിരുന്നത്. സാധാരണ മുസ്ലീംങ്ങളുടെ പ്രതീക്ഷകളെയോ ഉത്കണ്ഠകളെയോ അല്ല, നേരെമറിച്ച് സമുദായത്തിലെ നിക്ഷിപ്തതാത്പര്യങ്ങളെയാണ് ഇക്കൂട്ടർ പ്രതിനിധാനം ചെയ്തിരുന്നത്. ഒരു മതേതരകക്ഷിയാണെന്ന് ഇന്ന് സ്വയം അവകാശപ്പെടുന്ന ലീഗിന്റെ യഥാർത്ഥ സ്വഭാവം മനസ്സിലാക്കാൻ ഈ പഴയ ഏടുകൾ മറച്ചുനോക്കുന്നത് സഹായിക്കും. സ്വാതന്ത്ര്യാനന്തര കാലഘട്ടത്തിലെ മുസ്ലീംലീഗ് അടിസ്ഥാനപരമായി ഒരു മതാധിഷ്ഠിതരാഷ്ട്രം സ്ഥാപിക്കാൻ വേണ്ടി എല്ലാം മറന്ന് രംഗത്തുവരികയും അതിലൂടെ ഏഷ്യ കണ്ട ഏറ്റവും വലിയ സാമ്രാജ്യത്വ വിരുദ്ധ മുന്നേറ്റത്തെ വഞ്ചിക്കുകയും ചെയ്ത പണ്ടത്തെ ലീഗിന്റെ അനന്തരാവകാശിയാണ്. മുസ്ലീം വിവാഹനിയമം പോലുള്ള കാര്യങ്ങളിൽ ലീഗ് പിന്തുടരുന്ന പ്രതിലോമകരമായ നിലപാട് ആചാരങ്ങളേയും ജീവിതക്രമത്തേയും സംബന്ധിക്കുന്ന കാര്യങ്ങളിലുള്ള പുരോഗമനപരമായ പരിഷ്കരണ സംരംഭങ്ങളുടെ നേർക്ക് മാതൃസംഘടന വച്ചുപുലർത്തിയിരുന്ന യുക്തിസഹമല്ലാത്തതും അന്ധവുമായ എതിർപ്പിന്റെ തുടർച്ച കുറിക്കുന്ന ഒന്നാണ്.

രാഷ്ട്രീയ സ്വയംസേവക് സംഘിന്റെ അടിസ്ഥാന സ്വഭാവത്തിലേക്ക് വെളിച്ചം ചൊരിയുന്ന പല വസ്തുതകളും ഇന്ത്യാവിഭജനത്തിലേക്ക് നയിച്ച സാഹചര്യങ്ങളുടെ ചുഴിക്കുത്തിൽപ്പെട്ട് നാട്ടിൽ നിലനിന്നുപോന്ന ലോലമായ മതമൈത്രി തകർന്നു തുടങ്ങിയതിന്റെ കഥകൾ വിവരിക്കുന്നതിനിടയിൽ ഹാജാരി വായനക്കാരന്റെ ശ്രദ്ധയിൽപ്പെടുത്തുന്നുണ്ട്. ആർ.എസ്.എസ്. സ്വാതന്ത്ര്യസമരത്തിൽ കാര്യമായൊരു പങ്കും വഹിച്ചിട്ടില്ല എന്നു മാത്രമല്ല ഈ സംഘടനയിൽപ്പെട്ട തലമുതിർന്ന പല നേതാക്കന്മാരും തെളിഞ്ഞും മറഞ്ഞും ബ്രിട്ടീഷ് ഭരണത്തിന് അനുകൂലമായ നിലപാട് സ്വീകരിക്കുകപോലും ചെയ്തു. കൂട്ടത്തിൽ ഹാജാരി പരാമർശിക്കാത്ത ഒരു കാര്യമുണ്ട്. സംഘപരിവാർ സംഘടനകളുടെ

മുഴുവൻ ആരാദ്ധ്യപുരുഷനും ഹിന്ദുമഹാസഭയുടെ താത്ത്വികാചാര്യനുമായിരുന്ന വീർ സവാർക്കർ സ്വാതന്ത്ര്യ സമരത്തിൽ പങ്കെടുത്ത് ശിക്ഷയേറ്റു വാങ്ങിയ ഒരാളായിരുന്നു. എന്നാൽ ജയിലിൽ കിടന്നുകൊണ്ട് സവാർക്കർ ലജ്ജാകരമായ രീതിയിൽ മാപ്പപേക്ഷിച്ചുകൊണ്ട് ബ്രിട്ടീഷ് അധികൃതർക്കെഴുതിയ കത്തുകൾ അല്പം വൈകിയാണെങ്കിലും ചരിത്രകാരന്മാർ കണ്ടെത്തി. ഗാന്ധിവധക്കേസിൽ നാലാം പ്രതിയായിരുന്ന സവാർക്കർ തലനാരിഴ വ്യത്യാസംകൊണ്ടാണ് ശിക്ഷയിൽ നിന്നു രക്ഷപ്പെട്ടത്. കഴിഞ്ഞ വാജ്പേയ് സർക്കാരിന്റെ കാലത്ത് പാർലിമെന്റ് ഹാളിൽ രാഷ്ട്രപിതാവിന്റെ ചിത്രത്തിനടുത്ത് സവാർക്കറുടെ ചിത്രം അനാച്ഛാദനം ചെയ്ത നടപടി ഏറെ വിവാദം സൃഷ്ടിച്ച ഒന്നായിരുന്നു. ഇന്ത്യ എന്ന ആശയത്തിന്റെ നേർക്ക് വലതുപക്ഷ ഹിന്ദുവർഗ്ഗീയ ശക്തികൾ ഉയർത്തുന്ന വെല്ലുവിളിക്കു കൈവന്ന പ്രതീകാത്മകമായ വിജയമായിരുന്നു ഇതെന്ന് പില്ക്കാല സംഭവങ്ങൾ തെളിയിക്കുകയുണ്ടായി. സ്വാതന്ത്ര്യസമര പ്രസ്ഥാനത്തിന്റെ ഓരോ ഘട്ടത്തിലും ആർ.എസ്.എസ്സിന്റെ നേതാക്കന്മാർ ഗാന്ധിജിയോടും ഗാന്ധിയൻ ജീവിതമൂല്യങ്ങളോടുമുള്ള തങ്ങളുടെ ശത്രുതാമനോഭാവം മറയില്ലാതെ പ്രദർശിപ്പിച്ചതിന് നിരവധി ഉദാഹരണങ്ങളുണ്ട്. വിഭജനകാലത്തും വിഭജനത്തെതുടർന്നുണ്ടായ നാളുകളിലും ഈ വെറുപ്പ് താഴേത്തട്ടിലെ പ്രവർത്തകന്മാരുടെ തലതിരിഞ്ഞ ആവേശങ്ങൾക്ക് എരിതീ പകർന്നുകൊണ്ട് പടർന്നേറി. ഗാന്ധിജിയുടെ നേർക്കു നിറതോക്ക് ചൂണ്ടിയപ്പോൾ നാഥുറാം ഗോഡ്സെയുടെ മനസ്സിൽ ആർ.എസ്.എസ്സിൽ നിന്ന് ഉത്തേജനമുൾക്കൊണ്ട ആശയപ്രമാണങ്ങളുടെ അധമവീര്യം ഒളിച്ചുകളിച്ചിരുന്നു. ഗോഡ്സെ അംഗമായിരുന്ന ഹിന്ദുമഹാസഭയ്ക്ക് ആർ.എസ്.എസ്സുമായുണ്ടായിരുന്ന പൊക്കിൾക്കൊടി ബന്ധം ആരൊക്കെ നിഷേധിച്ചാലും സ്വാതന്ത്ര്യസമരപ്രസ്ഥാനത്തിന് സമാന്തരമായി വളർച്ചപൂണ്ട ഹിന്ദുവർഗ്ഗീയതയുടെ ചരിത്രം പഠിക്കുന്ന ഒരാൾക്കു തള്ളിക്കളയാനാവില്ല. ഗാന്ധിജിയുടെ കൊലപാതകത്തെ തുടർന്ന് ആർ.എസ്.എസ്സിന്റെ പ്രവർത്തകന്മാർ നാടിന്റെ ചില ഭാഗങ്ങളിൽ മധുരപലഹാരം വിതരണം ചെയ്തതിനെപ്പറ്റി പുസ്തകത്തിൽ പരാമർശമുണ്ട് (പുറം 229). നാടിന്റെ മനസ്സാക്ഷിയെ നടുക്കിയ ഈ മഹാദുരന്തത്തിന്റെ പശ്ചാത്തലത്തിൽ നെഹ്റു ഭരണകൂടം ആർ.എസ്.എസ്സിന്റെ മേൽ നിരോധനമേർപ്പെടുത്തിയത് ശക്തമായ തെളിവുകളുടെ അടിസ്ഥാനത്തിൽക്കൂടിയായിരുന്നു. ദേശീയ താത്പര്യങ്ങൾക്കു തീർത്തും വിരുദ്ധമായ ഒരു ദിശയിലൂടെയാണ് ഈ സംഘടനയുടെ അക്കാലത്തെ പ്രവർത്തനങ്ങൾ നീങ്ങിയിരുന്നത്. ആർ.എസ്.എസ്സിന്റെ ആദ്യകാല നേതാക്കന്മാരിൽ ചിലർക്കു ഹിറ്റ്ലറുടെ നേർക്കു തോന്നിയ ആരാധനാമനോഭാവത്തെക്കുറിച്ചും, നാത്സി 'സ്റ്റോം ട്രൂപ്പേഴ്സി'ന്റേയും ആർ.എസ്.എസ്. അണികളുടേയും പ്രവർത്തനരീതികൾ തമ്മിലുള്ള സാദൃശ്യത്തെപ്പറ്റിയും പുസ്തകത്തിൽ അങ്ങിങ്ങ് സൂചനകളുണ്ട്.

വിഭജനത്തെ ചൊല്ലിയുള്ള തർക്കങ്ങൾ മൂത്തുതുടങ്ങിയ സമയത്ത് ഇന്ത്യൻ കമ്മ്യൂണിസ്റ്റ് പാർട്ടി കൈക്കൊണ്ട അവസരവാദപരവും വഞ്ചനാത്മകവുമായ നിലപാടുകളെ സംബന്ധിച്ച് ഈ പുസ്തകത്തിലെങ്ങും പറയുന്നില്ല. ജയപ്രകാശ് നാരായണന്റെ നേതൃത്വത്തിലുള്ള സോഷ്യലിസ്റ്റ് പ്രസ്ഥാനം ഇന്ത്യയെ തുണ്ടം തുണ്ടമാക്കുന്നതിന് ഉപോൽബലകമായി ഉന്നയിക്കപ്പെട്ട യുക്തികളെ ഓരോന്നായി നിരാകരിച്ചുകൊണ്ട് സ്വീകരിച്ച ആദർശാധിഷ്ഠിതമായ നയസമീപനങ്ങളും ഇതിൽ ഇടം കണ്ടെത്തിയിട്ടില്ല. ചരിത്രനിർമ്മാണത്തിൽ കടന്നുകൂടിയിട്ടുള്ള ഈ വിടവുകൾക്കു നല്കാൻ കഴിയുന്ന ഒരു വിശദീകരണമിതാണ്. രണ്ട് അതികായന്മാർ (നെഹ്റുവും ജിന്നയും) തമ്മിലുള്ള ബലപരീക്ഷയുടെ കഥ സമ്മാനിച്ച നിറപ്പകിട്ടുള്ള ചില്ലുപാളിയിലൂടെ ഇന്ത്യാവിഭജനത്തിന്റെ കുഴഞ്ഞുമറിഞ്ഞ ഇതിഹാസത്തെ വ്യാഖ്യാനിക്കാൻ ശ്രമിക്കുന്നതിനിടയിൽ ഹാജാരിയുടെ കൈകളിൽനിന്ന് പല ഉപപാഠങ്ങളും വഴുതിപ്പോയിരിക്കുന്നു. ഒപ്പം പല സംഭവങ്ങളുടേയും അഭിനേതാക്കളുടേയും മേൽ വേണ്ടത്ര വെളിച്ചം ചൊരിയാൻ അദ്ദേഹത്തിന് സാധിക്കാതെ വന്നിരിക്കുന്നു.

നൂറ്റാണ്ടുകളായി അടിച്ചമർത്തപ്പെട്ട ഭാരതത്തിലെ ജനലക്ഷങ്ങൾ സഹനസമരമാർഗ്ഗങ്ങളിലൂടെ സൂര്യനസ്തമിക്കാത്ത ബ്രിട്ടീഷ് സാമ്രാജ്യത്തെ മുട്ടുകുത്തിച്ച കഥ അക്ഷരങ്ങളിലും അഭ്രപാളികളിലും ഏറെ കൊട്ടിഘോഷിക്കപ്പെട്ട ഒന്നാണ്. അതേസമയം 1947 ൽ അധികാരക്കൈമാറ്റത്തെ തുടർന്നുള്ള ആഴ്ചകളിൽ നാട്ടിൽ നടന്ന രക്തചൊരിച്ചിലുമായി ബന്ധപ്പെട്ട സത്യങ്ങൾ ഐതിഹാസികമാനങ്ങളുള്ള സ്വാതന്ത്ര്യസമരാഖ്യായികയ്ക്കുള്ള അടിക്കുറിപ്പായി മാത്രമേ പൊതുവിൽ പരിഗണിക്കപ്പെട്ടിട്ടുള്ളൂ. ഈ വിടവ് പരിഹരിക്കാൻകൂടി വേണ്ടിയാണ് താൻ ഈ പുസ്തകമെഴുതിയതെന്ന് മുഖക്കുറിപ്പിൽ ഹാജാരി പറഞ്ഞുവെയ്ക്കുന്നുണ്ട്. വിഭജനത്തിന്റെ നാൾവഴികൾ തിരഞ്ഞു പോകുന്ന ഗ്രന്ഥകർത്താവ് ആദ്യം വിരൽചൂണ്ടുന്നത് 1946 ആഗസ്റ്റിൽ ജിന്ന പാക്കിസ്ഥാൻ നേടിയെടുക്കാൻവേണ്ടി നേരിട്ടു യുദ്ധക്കളത്തിലിറങ്ങാൻ (direct action) തന്റെ അനുയായികൾക്കു നല്കിയ ആഹ്വാനത്തിന്റെ നേർക്കാണ്. കൽക്കത്തയിൽ നടന്ന മനുഷ്യക്കുരുതിക്ക് വഴിയൊരുക്കിയത് ജിന്നയുടെ നടപടിയായിരുന്നു. അതോടുകൂടി മൂർച്ഛ പ്രാപിച്ച ഹിന്ദു -മുസ്ലീം വൈരം രാജ്യത്തെക്കൊണ്ടെത്തിച്ചത് ഭൂതാവിഷ്ടമായ ഒരവസ്ഥയിലായിരുന്നു.

വിഭജനത്തിന്റെ നാളുകളിൽ യുക്തിവിചാരത്തിനെല്ലാമപ്പുറമുള്ള കൂട്ടായ ഒരു തരം ഭ്രാന്തിന്റെ പിടിയിലമർന്ന ഒരു ജനസമൂഹമായി ഇന്ത്യക്കാർ മാറിയതായി തെളിഞ്ഞിട്ടുണ്ട്. അതുമായി ബന്ധപ്പെട്ട നിരവധി സ്മൃതിചിത്രങ്ങൾ ഈ പുസ്തകത്തിൽ ഹാജാരി കണ്ണി കോർത്ത് വായനക്കാരന്റെ മുമ്പിൽ അവതരിപ്പിക്കുന്നുണ്ട്. കത്തിയും കഠാരയും

കൈബോംബുമായി പേപിടിച്ചു പായുന്ന ആൾക്കൂട്ടം. ശവശരീരങ്ങൾ വഹിച്ചുകൊണ്ട് ഇന്ത്യയിലും പാക്കിസ്ഥാനിലും തലങ്ങും വിലങ്ങും നീങ്ങിയ തീവണ്ടികൾ. ഉത്തരേന്ത്യയിൽ പലയിടങ്ങളിലും പതിവുകാഴ്ച യായി മാറിയ കത്തിയെരിഞ്ഞ വീടുകളും കടകളും. കാട്ടുതീപോലെ പടർന്നുപിടിച്ച കിംവദന്തികളുടേയും ആവർത്തിക്കപ്പെട്ട നുണകളുടേയും ഫലമായി പൊട്ടിപ്പുറപ്പെട്ട ചെറിയ തോതിലുള്ള സമുദായിക സംഘർഷ ങ്ങൾ ഹിന്ദുക്കളും മുസൽമാന്മാരും സിക്കുകാരും ഒരേ വാശിയോടെ പങ്കെടുത്ത രക്തരൂക്ഷിതമായ ലഹളകളായി പരിണമിച്ചതിന്റെ ദൃഷ്ടാന്ത ങ്ങൾ. അക്കാലത്ത് നിയമവാഴ്ച തകർന്നതിനെത്തുടർന്ന് ആൾക്കൂട്ട മാണ് പല ഭാഗങ്ങളിലും ഭരണം കൈയാളിയതും പൗരജീവിതത്തെ നിയന്ത്രിച്ചതും. വിവേകത്തിന്റെ ഭാഷ ഇതിന് അന്യമായിരുന്നു. 'ചോര യ്ക്കു പകരം ചോര' എന്ന മുദ്രാവാക്യം മുഴങ്ങി കേൾക്കാത്ത പ്രദേശ ങ്ങൾ അന്നു കുറവായിരുന്നു.

അഭയാർത്ഥികൾ എന്നൊരു ഇനം, അതിന്റെ ഭൗതികവും സത്ത സംബന്ധിയുമായ (ontological) അർത്ഥങ്ങളിൽ, നമ്മുടെ ദേശീയവ്യവ ഹാരത്തിൽ കയറിപ്പറ്റിയത് ഒരുപക്ഷേ ഇന്ത്യാവിഭജനത്തിന്റെ അന ന്തരഫലങ്ങളിലൊന്ന് എന്ന നിലയ്ക്കായിരുന്നു. കൂടപ്പിറപ്പുകൾ പരസ്പരം വേർപിരിയാനും തലതല്ലി നശിക്കാനും തീരുമാനിച്ചതിനെ തുടർന്ന് , പുതുതായി പിറവിയെടുത്ത രണ്ടു രാജ്യങ്ങളിൽനിന്നു അണ പൊട്ടിയൊഴുകിയ അഭയാർത്ഥി പ്രവാഹം സാമൂഹികഘടനയുടെ മേൽ ഏല്പിച്ച സമ്മർദ്ദം ദൂരവ്യാപകമായ ഒന്നായിരുന്നു. ഭരണകർത്താക്കൾ ഈ പുരാതനഭൂമിയുടെ അതിരുകൾ മാറ്റിക്കുറിക്കാൻ തുടങ്ങിയതിനെ തുടർന്ന് ജനിച്ചുവളർന്ന മണ്ണിൽനിന്നു പലായനം ചെയ്യാൻ നിർബന്ധി തരായ ലക്ഷക്കണക്കിന് ആളുകൾ പട്ടിണിയോടും രോഗത്തോടും മല്ലിട്ടു കൊണ്ട് അറിയാത്ത ലക്ഷ്യസ്ഥാനങ്ങളിലേക്ക് ഉഴറിക്കുതിച്ചുകൊണ്ടി രുന്നു. ഇന്ത്യയിൽ നിന്നു പാക്കിസ്ഥാനിലേക്കു ചേക്കേറിയ മുസ്ലീ ങ്ങളേയും പാക്കിസ്ഥാനിൽ നിന്നു ഇന്ത്യയിലേക്കു രക്ഷപ്പെടാൻ ശ്രമിച്ച ഹിന്ദു ന്യൂനപക്ഷത്തേയും സംബന്ധിച്ചിടത്തോളം, അവരുടെ പ്രയാണം നിരവധി ചതിക്കുഴികളും അപകടങ്ങളും നിറഞ്ഞ ഒന്നായി മാറി. അന ധികൃതമായി കുടിയേറ്റം നടത്തിയവരും രേഖകളിൽ പേരില്ലാത്തവരു മടങ്ങുന്ന 'അപരന്മാർ' എന്നു മുദ്ര കുത്തപ്പെട്ട ഒരു ജനവിഭാഗം നമ്മുടെ പൗരസമൂഹത്തിന്റെ പാർശ്വങ്ങളിൽ സ്ഥാനം പിടിച്ചത് ഇവിടംതൊട്ടാ യിരുന്നു. 1971ൽ ബംഗ്ലാദേശ് യുദ്ധത്തിനു തൊട്ടുമുമ്പുള്ള മാസങ്ങളിൽ ഇന്ത്യയുടെ ഉറക്കം കെടുത്തിയത് ഈ ദുരന്ത പ്രതിഭാസത്തിന്റെ തുടർച്ച എന്ന് വിശേഷിപ്പിക്കാവുന്ന ഒരു നിഷ്കാസിത ജനവിഭാഗത്തിന്റെ തള്ളി ക്കയറ്റമായിരുന്നു. വർത്തമാനകാല ഭാരതത്തിന്റെ കീറി മുറിഞ്ഞ ചരിത്ര ത്തിലേക്കുള്ള ചൂണ്ടുപലകകളിലൊന്ന്, അഭയാർത്ഥികളുടെ പുനരധി വാസവുമായി ബന്ധപ്പെട്ട സാമൂഹികവും ധാർമ്മികവുമായ വിഷമ സമസ്യയാണെന്നു പറയുന്നത് തെറ്റാവില്ല.

ഗുജറാത്ത് സംസ്ഥാനത്തിലെ കൊച്ചുപ്രവിശ്യകളിലൊന്നായിരുന്നു ജുനഗദ്, ഹൈദരാബാദ്, ജമ്മു-കാശ്മീർ. ഈ മൂന്നു നാട്ടുരാജ്യങ്ങളുടേയും വിധി നിർണ്ണയിക്കപ്പെടുന്നതിനു മുമ്പായി നടന്ന ഉദ്വേഗജനകമായ അന്തർനാടകങ്ങൾ ഇന്ത്യാവിഭജനത്തിന്റെ ബൃഹദാഖ്യാനത്തിൽ വേറിട്ടൊരദ്ധ്യായമായി തുറിച്ചു നില്ക്കുന്നു. ഇതിനായി ഹാജാരി പുസ്തകത്തിന്റെ രണ്ടാം പകുതിയിൽ ഏറെ സ്ഥലം നീക്കിവെച്ചിരിക്കുന്നു. ജുനഗദ്ദിനേയും ഹൈദരാബാദിനേയും ഇന്ത്യയിൽ നിന്ന് അടർത്തിമാറ്റി അവിടങ്ങളിൽ പാവ ഭരണകൂടങ്ങളെ വാഴിക്കാൻ പാക്കിസ്ഥാൻ നടത്തിയ കള്ളക്കളികളും ഇന്ത്യ നയചാതുര്യംകൊണ്ടും ഒപ്പം കൂടുതൽ മെച്ചപ്പെട്ട സൈനികബലംകൊണ്ടും പാക്കിസ്ഥാന്റെ കരുനീക്കങ്ങളെ ചെറുത്തു തോല്പിച്ച കഥയും പുസ്തകത്തിൽ വിശദമായി പ്രതിപാദിച്ചിട്ടുണ്ട്.

വിഭജനത്തിന്റെ നാളുകളിൽ മണ്ണും സ്വത്തും പങ്കുവെക്കുന്നതിന്റെ ഭാഗമായി ഇന്ത്യയ്ക്കും പാക്കിസ്ഥാനുമിടയിൽ അരങ്ങേറിയത് നയതന്ത്ര മര്യാദകൾ കാറ്റിൽ പറത്തിക്കൊണ്ടുള്ള പഴുതടച്ച ഒരു ശക്തിപരീക്ഷയായിരുന്നു. പുതുതായി രൂപംകൊണ്ട ഇസ്ലാമിക് രാഷ്ട്രത്തെ ഭീമമായ ആൾബലവും ഏഷ്യയിലെ ഏറ്റവും വലിയ കരസൈന്യവും കൈമുതലായുള്ള അതിന്റെ അയൽരാജ്യം തകർക്കാൻ ശ്രമിക്കുകയാണെന്ന ഭീതി അക്കാലത്തു പാക്ക് ഭരണാധികാരികളെ പിടികൂടിയിരുന്നു. ഈ സംശയം ഏതാണ്ട് ചിത്തഭ്രമത്തിന്റെ വക്കിൽ എത്തിയതുകൊണ്ടാണ് അവർ വീണ്ടുവിചാരമില്ലാതെ ചില സാഹസങ്ങൾക്ക് ഇറങ്ങി പുറപ്പെട്ടത്. ഇന്ത്യയുടെ കാര്യമെടുത്താൽ, നാടിന്റെ അതിർത്തികൾ ചുരുങ്ങാൻ അനുവദിക്കരുത് എന്ന കാര്യത്തിൽ നെഹ്റുവും പട്ടേലുമടക്കമുള്ള നേതാക്കന്മാർ ഏകാഭിപ്രായക്കാരായിരുന്നു. തർക്കവിഷയമായി ബാക്കിനിന്ന ജുനഗദ്ദിലും ഹൈദരാബാദിലും കാശ്മീരിലും സ്വന്തം പതാക നാട്ടാൻ ഇന്ത്യയും പാക്കിസ്ഥാനും നടത്തിയ ശ്രമങ്ങൾ ഒരു 'ആക്ഷൻ ത്രില്ലർ' പിന്തുടരുന്നതിലുള്ള അതേ രസത്തോടെ വിവരിക്കുന്നതിനിടയിൽ ഹാജാരി ഇന്ന് അധികംപേർ ഓർമ്മിക്കാത്ത ഒരു വിശദാംശത്തിലേക്കു വായനക്കാരന്റെ ശ്രദ്ധ ക്ഷണിക്കുന്നുണ്ട്. ജിന്നയുടെ മരണത്തെ തുടർന്ന് പാക്കിസ്ഥാൻ ദുഃഖാചരണത്തിൽ മുഴുകിയിരുന്ന രാത്രിയിലാണ് നെഹ്റു ഹൈദരാബാദ് പിടിച്ചെടുക്കാൻ ഇന്ത്യൻ സൈന്യത്തെ നിയോഗിച്ചത്. റേഡിയോവിലൂടെ ഈ വാർത്ത കേട്ടറിഞ്ഞൊരാൾക്കൂട്ടം കറാച്ചിയിലെ ഇന്ത്യൻ ഹൈക്കമ്മീഷൻ ഓഫീസിനു മുന്നിൽ തിങ്ങിക്കൂടി മുദ്രാവാക്യം മുഴക്കി. "ഭീരുക്കൾ! ഞങ്ങളുടെ രാഷ്ട്രപിതാവ് മരിച്ച തക്കം നോക്കി നിങ്ങൾ ഞങ്ങളെ ആക്രമിച്ചു" (പുറം 251). തനിക്കും ജിന്നയ്ക്കുമിടയിൽ പതിറ്റാണ്ടുകളോളം നിലനിന്നുപോന്ന കിടമത്സരത്തിൽ നെഹ്റു തന്റെ പ്രതിയോഗിയുടെ മേൽ ഏല്പിച്ച അവസാനത്തെ പ്രഹരം എന്ന നിലയ്ക്കുകൂടിയാണ് ഹൈദരാബാദിലെ ഇന്ത്യയുടെ സൈനികനടപടിയെ ഗ്രന്ഥകർത്താവ് വ്യാഖ്യാനിക്കുന്നത്.

ഒരു കാലത്ത് ദേശീയപ്രസ്ഥാനം പകർന്ന ഉണർവ് ഏറ്റുവാങ്ങി, ഹിന്ദുക്കളും മുസൽമാന്മാരും കൈകോർത്തുകൊണ്ട് പങ്കെടുത്ത നിരവധി ജനകീയ സമരങ്ങൾക്ക് സാക്ഷ്യം വഹിച്ച കാശ്മീർ പ്രദേശം എങ്ങനെ മതമൗലിക വാദത്തിന്റേയും അതിൽ നിന്നുടലെടുത്ത ഭീകര പ്രവർത്തനത്തിന്റേയും കേന്ദ്രബിന്ദുക്കളിലൊന്നായി മാറി? 'ഭൂമിയിൽ ഒരു സ്വർഗ്ഗമുണ്ടെങ്കിൽ അത് ഇവിടെയാണ് ' എന്ന് പലരും വാഴ്ത്തിപ്പാടിയിരുന്ന മനോഹരമായ ഈ താഴ്വര, മുൻ അമേരിക്കൻ പ്രസിഡണ്ടായ ക്ലിന്റന്റെ വാക്കുകളിൽ പറഞ്ഞാൽ 'ഇന്നത്തെ ലോകത്തിൽ ഏറ്റവുമധികം സ്ഫോടനസാദ്ധ്യതയുള്ള ഒരു തർക്കമേഖല'യായി പരിണമിച്ചത് എപ്രകാരമാണ്? ഈ ചോദ്യങ്ങൾക്ക് ഉത്തരം തിരഞ്ഞ് ഹാജാരി ഈ അതിർത്തി സംസ്ഥാനത്തിന്റെ സമീപഭൂതകാലത്തിലേക്കു തുറന്ന മനസ്സോടെ ഒരു പര്യടനം നടത്തുന്നു.

കഴിഞ്ഞ ആറു പതിറ്റാണ്ടുകൾക്കിടയിൽ ഇന്ത്യയ്ക്കും പാക്കിസ്ഥാനും ഇടയിൽ നിലയ്ക്കാത്ത സംഘർഷത്തിനും ചെറുതും വലുതുമായ യുദ്ധങ്ങൾക്കും വഴിയൊരുക്കിയ കാശ്മീർപ്രശ്നം നിയമപരവും രാഷ്ട്രീയവുമായ ഏതൊക്കെ കടുംകെട്ടുകളിൽ കുടുങ്ങിക്കിടക്കുന്നു എന്നതു സംബന്ധിച്ച ചെറിയൊരു അവലോകനത്തിനും അദ്ദേഹം മുതിരുന്നു. കാശ്മീരിന്റെ മേലുള്ള ഉടമസ്ഥാവകാശം സംബന്ധിച്ചുള്ള ഇരു രാജ്യങ്ങളുടേയും വാദങ്ങളും പ്രതിവാദങ്ങളും പരിശോധിച്ചതിനുശേഷം ഹാജാരി ഉയർത്തുന്ന ചോദ്യമിതാണ്. കാഷ്മീർ പ്രശ്നത്തിനുള്ള ശാശ്വത പരിഹാരമെന്താണ്? ഇന്ത്യയ്ക്കും പാക്കിസ്ഥാനുമിടയിലുള്ള നിയന്ത്രണരേഖ അയവുള്ള ഒന്നാക്കിമാറ്റുക, കാശ്മീരിനെ ഇരുരാജ്യങ്ങൾക്കുമിടയിലുള്ള ഒരു സമാധാനമേഖലയാക്കി മാറ്റുക എന്നിങ്ങനെയുള്ള ഇരുരാജ്യങ്ങളുടേയും പ്രഖ്യാപിത നിലപാടുകളിൽ നിന്നു വിട്ടു മാറിക്കൊണ്ടുള്ള നിർദ്ദേശങ്ങൾ പുസ്തകത്തിന്റെ അവസാനഭാഗത്ത് അദ്ദേഹം ചെറുതായി സ്പർശിക്കുന്നതു കാണാം. പാക്ക് ഭരണാധികാരികൾ എക്കാലവും കാശ്മീരിനെ വിശേഷിപ്പിച്ചു പോന്നിട്ടുള്ളത് 'വിഭജനത്തിന്റെ പൂർത്തീകരിക്കാത്ത കാര്യപരിപാടി'യായിട്ടാണ്. ഇന്ത്യയെ സംബന്ധിച്ചിടത്തോളം കാശ്മീർ തന്ത്രപ്രാധാന്യമുള്ള ഒരതിർത്തി സംസ്ഥാനം മാത്രമല്ല, രാജ്യം അന്താരാഷ്ട്ര വേദികളിൽ ഉയർത്തിക്കാട്ടുന്ന മതേതരാദർശത്തിന്റെ ഉരകല്ലുകൂടിയാണ്. കാഴ്ചപ്പാടുകളിലെ നികത്താനാവാത്ത ഈ വൈരുദ്ധ്യം, തെക്കനേഷ്യയുടെ ഭദ്രതയ്ക്കും സമാധാനത്തിനും വെല്ലുവിളിയുയർത്തുന്ന ശീതസമരത്തിലേക്കാണ് ഇരു രാജ്യങ്ങളേയും വലിച്ചിഴച്ചിട്ടുള്ളത്. നെഹ്റുവിന്റേയും ജിന്നയുടേയും പിൻഗാമികൾ വിഭജനകാലത്ത് കുടംപൊട്ടിച്ച് പുറത്തുചാടിയ പ്രതികാരമൂർത്തികളെ മറയത്തു തള്ളാനുള്ള ധീരത പ്രകടിപ്പിച്ചാൽ മാത്രമേ ഈ പ്രതിസന്ധിക്ക് പരിഹാരമുണ്ടാവുകയുള്ളൂ എന്നു പറഞ്ഞുകൊണ്ടാണ് ഹാജാരി തന്റെ രാഷ്ട്രീയാപഗ്രഥനം അവസാനിപ്പിക്കുന്നത്.

ചരിത്രത്തിൽനിന്നും പാഠങ്ങൾ പഠിക്കാൻ തയ്യാറാവാത്തവർ ചരിത്രം ആവർത്തിക്കാൻ വിധിക്കപ്പെട്ടിരിക്കുന്നു എന്നൊരു ചൊല്ലില്ലേ? ഇതിന്റെ ഒട്ടനവധി ഉദാഹരണങ്ങൾ ഈ ഉപഭൂഖണ്ഡത്തിലെ ജനതയുടെ മുമ്പിലുണ്ട്. ചരിത്രം ആവർത്തിക്കാതിരിക്കാൻ ചിലപ്പോൾ ജനങ്ങൾക്കും അവരെ നയിക്കുന്നവർക്കും ഭൂതകാലത്തിന്റെ തടവറയിൽനിന്നു പുറത്തു കടക്കുകയും മാമൂൽവിരുദ്ധമായ പ്രശ്നപരിഹാരമാർഗ്ഗങ്ങളെപ്പറ്റി ചിന്തിക്കുകയും ചെയ്യേണ്ടതായിവരും. ഇന്ത്യയും പാക്കിസ്ഥാനും ഒരുപോലെ നേരിടുന്ന വെല്ലുവിളികളിൽ ഒന്നാണിത്. പടിഞ്ഞാറിന്റെ, പ്രത്യേകിച്ചും അമേരിക്കയുടെ, മേധാവിത്വത്തിനു അറുതി കുറിച്ചുകൊണ്ട് 'ഒരു ഏഷ്യൻ യുഗം' പിറവിയെടുത്തതായും ഇത് ഇരുപത്തിഒന്നാം നൂറ്റാണ്ടിന്റെ തുടർന്നുള്ള ചരിത്രത്തിൽ അന്താരാഷ്ട്രബന്ധങ്ങളിൽ ഒരഴിച്ചുപണി ആവശ്യമാക്കി തീർക്കുമെന്നും കരുതുന്നവർ ഏറെയുണ്ട്. ഇന്ത്യയും പാക്കിസ്ഥാനും അനുരഞ്ജനത്തിന്റെ പാതയിലൂടെ നീങ്ങുക എന്നത് നാളത്തെ ഏഷ്യയുടെ വിശാല താത്പര്യങ്ങളുടെ കൂടി ഭാഗമാണ്. ദൽഹിയിലും ഇസ്ലാമാബാദിലും മാറിമാറിവരുന്ന ഭരണകൂടങ്ങൾ ഇതു മനസ്സിലാക്കാനുള്ള വിവേകം കാണിക്കണം. അല്ലാത്തപക്ഷം അതിർത്തികളിൽ ഇടയ്ക്കു മഞ്ഞുരുകുകയും മൃത്യുവിന്റെ ഗന്ധമുള്ള ഹിമവാതം വീണ്ടും വീശിയടിക്കുകയും ചെയ്തുകൊണ്ടിരിക്കും.

ഒരു പിറന്നാളിന്റെ ഓർമ്മയ്ക്ക്

ജന്മദിനത്തിൽ ആശംസകൾ കൈപ്പറ്റാൻ ആഗ്രഹിക്കാത്ത ഏതെങ്കിലും മനുഷ്യജീവിയുണ്ടോ? കംപ്യൂട്ടറിന്റെ വരവിനുമുൻപ്, ഓർമ്മയില്ലേ, കത്തുകളിലൂടെയും കമ്പിയില്ലാക്കമ്പിയിലൂടെയുമായിരുന്നു ജന്മദിനാശംസകൾ നമ്മെ തേടിവന്നിരുന്നത്. ടെലഗ്രാമിലെ കോഡ്ഭാഷയിലെ തണുത്തുറഞ്ഞ അക്ഷരങ്ങളിൽ രേഖപ്പെടുത്തിയ 'ഈ ദിവസത്തിന്റെ അനേകം ആവർത്തനങ്ങൾ' നേർന്നുകൊണ്ടുള്ള സന്ദേശം വായിക്കുമ്പോൾ അനുഭവപ്പെട്ടിരുന്ന ലോലവികാരത്തിന്റെ തരികൾ മനസ്സിൽ സൂക്ഷിക്കുന്ന ഏതാനും പേരെങ്കിലും ഈ പുതിയ നൂറ്റാണ്ടിലുണ്ടായിരിക്കും. തന്റെ വളർച്ചയും ഒപ്പം മരണവുമായി താൻ കുറച്ചുകൂടി അടുത്തിരിക്കുകയാണ് എന്ന പരമാർത്ഥവും ഒരുമിച്ച് വിളംബരം ചെയ്യുന്ന നാളിൽ തന്നെയോർത്ത് തുടിക്കുന്ന ഒരു ഹൃദയം ഈ പ്രപഞ്ചത്തിലുണ്ടെന്ന തിരിച്ചറിവുപോലെ ആർദ്രമായ മറ്റെന്തനുഭവം ഒരാൾക്ക് ഈ ജീവിതത്തിലുണ്ട്?

ഒരു രാഷ്ട്രീയകക്ഷിയുടെ നേതാവിന്റെ ജന്മദിനത്തിൽ എതിർചേരിയിൽപ്പെട്ട മറ്റൊരു രാഷ്ട്രീയകക്ഷിയുടെ നേതാവ് അയച്ച, ചടങ്ങൊപ്പിച്ചതെന്ന് സാധാരണഗതിയിൽ കരുതപ്പെടേണ്ട, സന്ദേശം ആ പാർട്ടിയിൽത്തന്നെയുള്ള അയാളുടെ എതിരാളികളെ പ്രകോപിപ്പിക്കുകയും അത് ആ പാർട്ടിയെ പിളർപ്പിൽ കൊണ്ടെത്തിച്ച സംഭവപരമ്പരയുടെ ഭാഗമായി മാറുകയും ചെയ്തതിനെക്കുറിച്ച് നിങ്ങൾ കേട്ടിട്ടുണ്ടോ? സ്വതന്ത്രഭാരതത്തിന്റെ രാഷ്ട്രീയചരിത്രത്തിലെ പ്രക്ഷുബ്ധമായ ഒരദ്ധ്യായത്തിനുള്ളിൽ കനൽമൂടിക്കിടക്കുന്ന ഒരു കൊച്ചുരഹസ്യമാണ് നാമിവിടെ തോണ്ടിയെടുക്കുന്നത്.

ഇന്ത്യയുടെ പ്രധാനമന്ത്രിയായിരുന്ന ജവഹർലാൽ നെഹ്റു 1963 നവംബർ 14-ാം തിയ്യതി പതിവുപോലെ തന്റെ ജന്മദിനം കൊണ്ടാടി. നെഹ്റു അപ്പോൾ എല്ലാ അർത്ഥത്തിലും ഒരു തകർന്ന മനുഷ്യനായിരുന്നു. 1962-ലെ അതിർത്തിയുദ്ധത്തിൽ ഇന്ത്യയ്ക്കേറ്റ അപമാനകരമായ തോൽവിയുടെ ആഘാതത്തിൽ നിന്ന് അദ്ദേഹം മുക്തനായിരുന്നില്ല.

ഒരുപക്ഷേ തന്റെ രാഷ്ട്രീയജീവിതത്തിൽ ആദ്യമായി അദ്ദേഹത്തിന്റെ ജനപ്രീതി കുത്തനെ ഇടിഞ്ഞതായി കാണപ്പെട്ടു. പാർട്ടിക്കുള്ളിലെ അദ്ദേഹത്തിന്റെ എതിരാളികൾ പണ്ടില്ലാത്ത ധൈര്യത്തോടെ അപ്പോൾ തലപൊക്കിത്തുടങ്ങിയിരുന്നു. നെഹ്റുവിന്റെ രാജിക്കുവേണ്ടിയുള്ള ആവശ്യം പല ഭാഗത്തുനിന്നുമുയർന്നു കേട്ടു. ഭരണത്തിന്മേലുള്ള അദ്ദേഹത്തിന്റെ പിടി അയഞ്ഞുതുടങ്ങിയിരുന്നു. പെരുകിവന്ന ശാരീരികാവശതകൾ അദ്ദേഹത്തിന്റെ പ്രസിദ്ധമായ കഠിനാദ്ധ്വാനശീലത്തിനു തടസ്സം സൃഷ്ടിച്ചു. സന്ധ്യ കഴിഞ്ഞാൽ നെഹ്റുവിനു വേണ്ടത്ര ബോധമില്ല എന്നൊരു കിംവദന്തി ദൽഹിയിലെ അധികാരത്തിന്റെ ഇടനാഴികളിൽ പ്രചരിച്ചുതുടങ്ങിയിരുന്നു. അതേസമയം തന്റെ ജീവിതാസ്തമയമടുത്തു എന്ന സത്യം അംഗീകരിക്കാനും പദവി വിട്ടൊഴിയാനും നെഹ്റു തയ്യാറായിരുന്നില്ല. 'ഋതുരാജനായ വസന്തം' എന്ന് പണ്ടൊരിക്കൽ ടാഗോർ വിശേഷിപ്പിച്ച ഈ മനുഷ്യൻ തന്റെ ദൈന്യം നിറഞ്ഞ ജീവിതശിശിരത്തിൽ ആത്മധൈര്യം ചോർന്നുപോകാതിരിക്കാനും രാഷ്ട്രശില്പി എന്ന നിലയിലുള്ള തന്റെ അപൂർണ്ണമായ ദൗത്യവുമായി നീങ്ങാനും നടത്തിയ ശ്രമങ്ങളെ അദ്ദേഹത്തിന്റെ ആരാധകന്മാരും ശത്രുക്കളും സമ്മിശ്രവികാരങ്ങളോടെയാണ് നോക്കിക്കണ്ടത്.

നെഹ്റുവിന് ലഭിച്ച ജന്മദിനാശംസകളുടെ കൂട്ടത്തിൽ അവിഭക്ത കമ്മ്യൂണിസ്റ്റ് പാർട്ടിയുടെ ചെയർമാനായ എസ്.എ.ഡാങ്കെ അയച്ച ഒരു സന്ദേശമുണ്ടായിരുന്നു. സാഹിത്യപ്രേമി കൂടിയായിരുന്ന ഡാങ്കെ ഒരു ഉറുദുകവിതാശകലം ഉദ്ധരിച്ചുകൊണ്ടാണ് നെഹ്റുവിനെ അഭിവാദ്യം ചെയ്തത്. “അങ്ങ് ആയിരം വർഷം ജീവിച്ചിരിക്കട്ടെ. അങ്ങ് ജീവിച്ചിരിക്കുന്ന ഓരോ വർഷത്തിനും ആയിരം ദിവസങ്ങളുണ്ടാവട്ടെ.”

എത്രമാത്രം ആത്മാർത്ഥത ഈ പിറന്നാളാശംസയ്ക്കു പിന്നിലുണ്ടായിരുന്നു? ഭംഗിയുള്ള ഒരുപചാരവാക്ക് എന്നതിൽ കവിഞ്ഞ എന്തെങ്കിലും തന്റെ സന്ദേശംകൊണ്ട് ഡാങ്കെ ഉദ്ദേശിച്ചിരുന്നുവോ? ഒരുപക്ഷേ ഇതിനു ഉത്തരം തേടുന്നതിനുമുമ്പായി നെഹ്റുവും ഡാങ്കെയും തമ്മിലുള്ള ബന്ധത്തിലേക്കു ചെറുതായൊന്ന് തിരിഞ്ഞുനോക്കേണ്ടതായുണ്ട്. നാട്ടിലെ പ്രധാന പ്രതിപക്ഷപാർട്ടിയുടെ തലവൻ എന്ന നിലയിൽ ഡാങ്കെ നെഹ്റുവിന്റേയും കോൺഗ്രസ്സിന്റേയും നയപരിപാടികളെ പലപ്പോഴും തുറന്നെതിർത്തിരുന്നു. ഈ എതിർപ്പ് പരസ്യമായ ഏറ്റുമുട്ടലിലേക്ക് നീങ്ങിയ പല സന്ദർഭങ്ങളും സ്വാതന്ത്ര്യാനന്തര ഭാരതത്തിന്റെ രാഷ്ട്രീയ ചരിത്രത്തിൽ കണ്ടെത്താൻ സാധിക്കും. അതേസമയം ഡാങ്കെ എല്ലാ കാലത്തും നെഹ്റുവിനോടുള്ള സ്നേഹാദരങ്ങൾ ഉള്ളിൽ കാത്തു സൂക്ഷിച്ചിരുന്നു. 1962ൽ അതിർത്തിയുദ്ധം പൊട്ടിപുറപ്പെട്ടപ്പോൾ ഭാരതസർക്കാറിന് പിന്തുണ പ്രഖ്യാപിച്ചുകൊണ്ട് ആദ്യം മുന്നോട്ടു വന്ന രാഷ്ട്രീയനേതാക്കന്മാരിലൊരാൾ ഡാങ്കെ ആയിരുന്നു. ഒരു

സോഷ്യലിസ്റ്റ് രാഷ്ട്രം മറ്റൊരു സോഷ്യലിസ്റ്റ് രാഷ്ട്രത്തെ ആക്രമിക്കുമോ എന്ന സന്ദേഹമൊന്നും അദ്ദേഹത്തെ അലട്ടിയില്ല. ചൈന ഇന്ത്യയുടെ നേർക്ക് പ്രകോപനരഹിതമായ ആക്രമണമാണ് അഴിച്ചുവിട്ടത് എന്നു പരസ്യമായി പ്രഖ്യാപിച്ച ഡാങ്കെ ഇന്ത്യാഗവൺമെന്റിന്റെ യുദ്ധസംരംഭവുമായി പൂർണ്ണമായി സഹകരിക്കുകയുണ്ടായി. ഇവിടെ നാം ഓർമ്മിക്കേണ്ട ഒരു കാര്യം ഛത്രപതി ശിവജിയുടെ പാരമ്പര്യത്തെച്ചൊല്ലി ഊറ്റം കൊള്ളുന്ന ഒരു ജനവിഭാഗത്തിൽ നിന്നാണ് ഡാങ്കെ വന്നത് എന്നാണ്. നിലവിലുള്ള ഭരണകൂടവുമായുള്ള പ്രത്യയശാസ്ത്രപരമായ വിയോജിപ്പ് എന്തുമാകട്ടെ, ജന്മരാജ്യത്തിന്റെ പരമാധികാരത്തിന്റേയും അതിർത്തി ഭദ്രതയുടേയും കാര്യത്തിൽ ഒരു വിട്ടുവീഴ്ചയും പാടില്ല എന്ന നിലപാടിലേക്കാണ് തന്റെ ചോരയിൽ അലിഞ്ഞുചേർന്നിട്ടുള്ള ദേശീയവികാരവും ദീർഘകാലത്തെ രാഷ്ട്രീയാനുഭവങ്ങളും ഡാങ്കെയെ നയിച്ചത്. സാർവ്വദേശീയ കമ്മ്യൂണിസ്റ്റ് സാഹോദര്യത്തെക്കുറിച്ച് പണ്ടു പഠിച്ച പാഠങ്ങൾ, പഞ്ചശീലതത്ത്വങ്ങളെ കാറ്റിൽപറത്തിക്കൊണ്ട് മാവോ–സേതുങ് നെഹ്റുവിനോടു കാട്ടിയ ചതിയെ അപലപിക്കുന്നതിൽ നിന്ന് അദ്ദേഹത്തെ പിന്തിരിപ്പിച്ചില്ല എന്നുവേണം അനുമാനിക്കാൻ.

ഡാങ്കെയുടെ പ്രാർത്ഥന വിഫലമായി എന്നതു വേറൊരു കാര്യം. ആയിരം വർഷം ജീവിച്ചിരിക്കുന്നതു പോയിട്ട് ആയിരം പൂർണ്ണചന്ദ്രന്മാരെ കാണാൻ കൂടി നെഹ്റുവിനു യോഗമുണ്ടായില്ല. തന്റെ അടുത്ത പിറന്നാളിന് ആറുമാസംമുമ്പ് അദ്ദേഹം ലോകത്തോടു വിടവാങ്ങി.

എന്നാൽ ഡാങ്കെ നെഹ്റുവിനയച്ച ജന്മദിനാശംസയ്ക്ക് ഉദ്ദേശിക്കാത്ത വേറൊരു ഫലമുണ്ടായി. അദ്ദേഹത്തിന്റെ പാർട്ടിയിലെ ‘ഇടതന്മാർ’ എന്നറിയപ്പെട്ടിരുന്ന ചൈനപക്ഷപാതികളായ ഒരു വിഭാഗം സഖാക്കൾ ഡാങ്കെയുടെ നടപടിയോടുള്ള വിപ്രതിപത്തി മറച്ചുപിടിച്ചില്ല. കമ്മ്യൂണിസ്റ്റ്പാർട്ടിക്കുള്ളിലെ പ്രത്യയശാസ്ത്രപരമായ തർക്കങ്ങൾ മൂർച്ഛിച്ചു തുടങ്ങിയ കാലമായിരുന്നു അത്. ഡാങ്കെ നേതൃത്വം വഹിച്ച ഔദ്യോഗികപക്ഷത്തിന്റെ ഓരോ നീക്കത്തേയും സംശയദൃഷ്ടിയോടുകൂടിയാണ് എതിർവിഭാഗം നോക്കിക്കണ്ടിരുന്നത്. ദേശീയബൂർഷ്വാസിയോടുള്ള സമീപനം മുതൽ സാർവ്വദേശീയ കമ്മ്യൂണിസ്റ്റ് പ്രസ്ഥാനത്തിൽ ഉടലെടുത്ത ചേരിതിരിവ് സംബന്ധിച്ച നിലപാടുവരെയുള്ള കാര്യങ്ങളിൽ പാർട്ടിയിലെ ഇടഞ്ഞുനില്ക്കുന്ന ചേരികൾ തമ്മിലുള്ള അഭിപ്രായവ്യത്യാസം തുറന്ന പോരിലേക്കു നീങ്ങിക്കൊണ്ടിരിക്കുകയായിരുന്നു. ഏതാണ്ട് സ്ഫോടനാത്മകമായ ഈ സാഹചര്യത്തിൽ, നെഹ്റുവിന്റെ ദീർഘായുസ്സിനായുള്ള ഡാങ്കെയുടെ ആശംസ മറുപക്ഷത്തുള്ള വിപ്ലവജ്വരം മൂത്ത സഖാക്കളെ ചൊടിപ്പിച്ചതിൽ അദ്ഭുതപ്പെടാനുണ്ടോ?

അത്യുക്തിയുടെ നിറംകലർന്ന സാഹിത്യഭാവനയ്ക്ക് അടയിരിക്കാൻ പറ്റിയ ഒരു സംഭവം കൂടിയാണിത്. പിറന്നാളാശംസ ഒരു രാഷ്ട്രീയകക്ഷിയിൽ അരങ്ങേറിക്കൊണ്ടിരിക്കുന്ന ആശയസംഘട്ടനത്തിലെ കരുക്കളിലൊന്നായി മാറുക, ഒടുവിൽ ഈ പാർട്ടി കുത്തനെ പിളരുക - പലപ്പോഴും നിസ്സാരസംഭവങ്ങളാണ് ചരിത്രത്തിന്റെ ഗതിമാറ്റിമറിക്കുന്നത് എന്ന, കമ്മ്യൂണിസ്റ്റുകാർ അംഗീകരിക്കാനിടയില്ലാത്ത, നാടൻവിശ്വാസത്തെ ശരിവെയ്ക്കുന്ന കാര്യങ്ങളല്ലേ ഇതെല്ലാം? ഡാങ്കെ നെഹ്റുവിനയച്ച കവിത തുളുമ്പുന്ന സന്ദേശത്തെ പ്രതീകാത്മകമായ തലത്തിൽ പരാവർത്തനം ചെയ്തുനോക്കൂ. നെഹ്റുവിനു ദീർഘായുസ്സ് നേരുക എന്നതിനർത്ഥം ഇന്ത്യയിലെ 'ബൂർഷ്വാ' ജനാധിപത്യത്തിന്റെ ആയുരാരോഗ്യത്തിൽ പ്രതീക്ഷയർപ്പിക്കുക എന്നുകൂടിയല്ലേ?

ഡാങ്കെയുടെ വിമർശകരായ പാർട്ടിയിലെ ഇടതന്മാർക്ക് സഹിക്കാൻ കഴിയുന്ന കാര്യമല്ലായിരുന്നു ഇത്. ഇനി പണ്ടത്തെ കമ്മ്യൂണിസ്റ്റ് ശൈലിയിൽ പറഞ്ഞാൽ, വസ്തുനിഷ്ഠമായ ഭൗതികസാഹചര്യങ്ങൾക്കപ്പുറമുള്ള, തീർത്തും ആത്മനിഷ്ഠമെന്നു പറയാവുന്ന ഘടകങ്ങൾ ചരിത്രത്തിലെ ചില വഴിത്തിരിവുകളൊരുക്കുന്നതിൽ വഹിക്കുന്ന പങ്കിനെക്കുറിച്ച് ചിന്തിക്കാൻ നമ്മെ പ്രേരിപ്പിക്കുന്ന ഒരു സൂചന ഇതിൽ തങ്ങിയിരിപ്പുണ്ട്. കാരണം നെഹ്റുവും ഡാങ്കെയുമില്ലാത്ത ഒരു ലോകത്തിലിരുന്നുകൊണ്ട് ഈ സംഭവത്തിലേക്കു തിരിഞ്ഞുനോക്കുമ്പോൾ നമ്മുടെ മുന്നിൽ തെളിഞ്ഞുവരുന്ന ഒരു സത്യം, ജവഹർലാൽ നെഹ്റു എന്ന വ്യക്തി ചെലുത്തിയ കേന്ദ്രസ്ഥമായ ഗുരുത്വാകർഷണത്തിൽനിന്ന് (central gravitational pull)അകന്നുനിൽക്കുക എന്നത് ആ കാലഘട്ടത്തിൽ ജീവിച്ച നല്ലൊരു പങ്ക് ഇടതുപക്ഷബുദ്ധിജീവികളേയും സംബന്ധിച്ചിടത്തോളം ഏറെ പ്രയാസകരമായിരുന്നു എന്നതാണ്. നെഹ്റുവിനെ ചൂഴ്ന്നുള്ള പ്രഭാവലയം അത്രമാത്രം വശ്യമോഹനമായ ഒന്നായിരുന്നു. നെഹ്റുവിലൂടെ രൂപം കൊണ്ട മൂന്നാംലോക ജനാധിപത്യത്തിന്റെ മൃദുമാതൃകയ്ക്ക് ഹിംസയിൽ വേരൂന്നിയ തീവ്രവാദതത്ത്വശാസ്ത്രങ്ങളുടെ മുനയൊടിക്കാനുള്ള പ്രത്യേക സിദ്ധിയുണ്ടായിരുന്നു.

പല കാരണങ്ങളാൽ ഡാങ്കെ നമ്മുടെ ഓർമ്മയിൽനിന്ന് മാഞ്ഞുപോയിട്ട് കാലമേറെയായി. എന്നാൽ അടുത്തകാലത്ത് കേരളത്തിലെ മാർക്സിസ്റ്റ് പാർട്ടിയുടെ പ്രധാനനേതാക്കളിലൊരാൾ, പാർട്ടിക്കുള്ളിൽ നടക്കുന്ന ഗ്രൂപ്പുവഴക്കിന്റെ ഭാഗമായി, തന്റെ സഹപ്രവർത്തകനെ ഡാങ്കെയുമായി താരതമ്യപ്പെടുത്തിക്കൊണ്ടു നടത്തിയ നിരീക്ഷണങ്ങൾ ഈ കുലപതിയെ ചുറ്റിപ്പറ്റിനിന്ന വിവാദങ്ങളിലേക്ക് മടങ്ങിച്ചെല്ലാൻ ചിലർക്കെങ്കിലും പ്രേരകമായിത്തീർന്നു. തന്റെ പാർട്ടിയിലെ ഏതു നേതാവിനെയാണോ അദ്ദേഹം ഡാങ്കെയുമായി താരതമ്യം ചെയ്തത് ആ വ്യക്തിയുടെ സ്വഭാവഘടനയെക്കുറിച്ചും പ്രവർത്തനരീതിയെക്കുറിച്ചും

അറിയുന്ന ഏതൊരാൾക്കും ഈ താരതമ്യം ഡാങ്കെയുടെ ആത്മാവി നോടു കാണിക്കുന്ന കൊടിയ അനീതിയാണെന്ന് തോന്നാനിടയുണ്ട്. സംസ്കൃതത്തിൽ അഗാധമായ പാണ്ഡിത്യമുണ്ടായിരുന്ന, കുലീന ചിത്തനും ദേശാഭിമാനിയുമായിരുന്ന ഡാങ്കെയുടെ ജീവിച്ചിരിക്കുന്ന പിന്മുറക്കാരാരെങ്കിലും ഈ അവഹേളനത്തെക്കുറിച്ചറിഞ്ഞിരുന്നു വെങ്കിൽ നിശ്ശബ്ദത പാലിക്കുമെന്നു കരുതാൻ വയ്യ. ഡാങ്കെയെക്കുറി ച്ചുള്ള മാർക്സിസ്റ്റ് നേതാവിന്റെ പരാമർശത്തിൽ 'റിവിഷനിസം' എന്നൊരു സംജ്ഞകൂടി കടന്നുകൂടിയിരുന്നു. പോയ നൂറ്റാണ്ടിലെ കമ്മ്യൂണിസ്റ്റ് പ്രസ്ഥാനത്തിന്റെ ചരിത്രം മനസ്സിലാക്കിയിട്ടുള്ള ഏതൊ രാൾക്കുമറിയാം, 'റിവിഷനിസം' 'മഞ്ഞുരുകൽ' തുടങ്ങിയ വാക്കുകൾ രാഷ്ട്രീയനിഘണ്ടുവിൽനിന്ന് ഒഴിഞ്ഞുപോയിട്ട് നാളുകളേറെയായി എന്ന്. അർത്ഥവും പ്രസക്തിയും ചോർന്നുപോയ ഈ പദങ്ങൾ ഇവിടെ ചിലർ ഇപ്പോഴും ഉരുവിടുന്നത് നമ്മുടെ രാഷ്ട്രീയവ്യവഹാരത്തിന്റെ പിന്നോക്കാ വസ്ഥയുടെ സൂചന കൂടിയാണ്.

യഥാർത്ഥത്തിൽ ആരായിരുന്നു ഇപ്പറഞ്ഞ കാലഘട്ടത്തിൽ പാർട്ടി യിലുണ്ടായിരുന്ന 'റിവിഷനിസ്റ്റു'കൾ? ക്രൂഷ്ചേവ് 20-ാം പാർട്ടി കോൺ ഗ്രസ്സിൽ സ്റ്റാലിൻ നടത്തിയ പൈശാചികമായ കുറ്റകൃത്യങ്ങൾ സംബ ന്ധിച്ചുനടത്തിയ വെളിപ്പെടുത്തലുകൾ തള്ളിക്കളയാനാവാത്തവണ്ണം ഗൗരവമർഹിക്കുന്നവയാണ് എന്ന് തിരിച്ചറിയുകയും പരസ്യമായി പ്രഖ്യാപിക്കുകയും ചെയ്തവരായിരുന്നു, 'റിവിഷനിസ്റ്റു'കൾ എന്ന് എതിരാളികളാൽ അധിക്ഷേപിക്കപ്പെട്ട ഡാങ്കെ ഉൾപ്പെടെയുള്ള പാർട്ടിയിലെ പരിഷ്കരണവാദികൾ. 'ഇരുമ്പുമറ'ക്കുള്ളിൽ നടന്ന വിചാരണകളുടേയും 'ശുദ്ധീകരണ'ത്തിന്റേയും യഥാർത്ഥസത്യം കണ്ടി ല്ലെന്നു നടിച്ചുകൊണ്ട് മുന്നോട്ടുപോകാൻ ഒരു രാജ്യത്തിലേയും കമ്മ്യൂ ണിസ്റ്റ് പാർട്ടിക്കാവില്ല എന്ന പരമാർത്ഥം തിരിച്ചറിഞ്ഞവരായിരുന്നു അവർ. സോഷ്യലിസ്റ്റ് പിതൃരാജ്യം മദ്ധ്യയുഗത്തിനുശേഷം ലോകം കണ്ട ഏറ്റവും നിഷ്ഠുരമായ സ്വാതന്ത്ര്യധ്വംസനത്തിനും അസഹിഷ്ണുതയുടെ പേക്കൂത്തിനും അരങ്ങൊരുക്കിയതിന്റെ കഥകൾ ഓരോന്നായി പുറത്തു വന്നതിന്റെ പശ്ചാത്തലത്തിൽ വിപ്ലവത്തിന്റെ ലക്ഷ്യമാർഗ്ഗങ്ങളെക്കുറിച്ച് ഒരു പുനർവിചിന്തനമാവശ്യമാണെന്ന് ഇക്കൂട്ടർ വാദിച്ചു. 1956ൽ സോവിയറ്റ് യൂണിയൻ ഹംഗേറിയൻ ദേശീയകലാപത്തെ അടിച്ചമർത്തിയ സംഭവവും കിഴക്കൻയൂറോപ്പിലെ ഉപഗ്രഹരാജ്യങ്ങളിൽ നീറിപ്പുകയുന്ന അസംതൃപ്തിയുടേയും പ്രതിഷേധത്തിന്റേയും അടയാളങ്ങളും അവരുടെ ചിന്താചക്രവാളത്തിലുണ്ടായിരുന്നു. 'ഡീ-സ്റ്റാലിനൈസേഷൻ' എന്ന പ്രക്രിയയുടെ അന്തഃസത്ത ഉൾക്കൊണ്ടുമാത്രമേ ഇന്ത്യയിലെ കമ്മ്യൂ ണിസ്റ്റ് പ്രസ്ഥാനത്തിന് ഭാവിയുടെ രൂപരേഖ നിർമ്മിക്കാനാവൂ എന്നവർ കണ്ടെത്തി. അവരെ വീറോടെ എതിർത്ത പാരമ്പര്യവാദികളാണെങ്കിൽ

സ്റ്റാലിനിസത്തിന്റെ മനുഷ്യത്വഹീനമായ യുക്തിയിൽ കുടുങ്ങിക്കിടക്കുന്നവരായിരുന്നു. തൊഴിലാളിവർഗ്ഗ സർവ്വാധിപത്യത്തിലും ഏകകക്ഷിഭരണത്തിലും അവർക്കുള്ള വിശ്വാസം അചഞ്ചലമായ ഒന്നായിരുന്നു. സ്റ്റാലിൻ നടത്തിയ കൂട്ടക്കൊലകളേയും വിപ്ലവാനന്തര സോവിയറ്റ് യാഥാർത്ഥ്യത്തിന്റെ ചിഹ്നമായി മാറിയ നിർബന്ധിത ലേബർ ക്യാമ്പുകളേയും സൈബീരിയയിലേക്കുള്ള നാടുകടത്തലിനേയും ചരിത്രപരമായ അനിവാര്യതയുടെ പേരിൽ സാധൂകരിക്കാൻ അവർ തയ്യാറായിരുന്നു. ക്രൂഷ്ചേവ് ഒരു ഘട്ടത്തിൽ പരീക്ഷിച്ചുനോക്കിയ രീതിയിൽ തന്നെ പരിമിതമായ അളവിൽ കമ്മ്യൂണിസ്റ്റ് പ്രത്യയശാസ്ത്രപരിസരത്തിലും ജീവിതാന്തരീക്ഷത്തിലും കാറ്റും വെളിച്ചവും കടത്തിവിടുന്നതിനോട് എതിർപ്പുണ്ടായിരുന്ന യാഥാസ്ഥിതികപക്ഷക്കാരാണ് 1964 – ൽ പ്രസ്ഥാനത്തിൽ പിളർപ്പുണ്ടാക്കി മാർക്സിസ്റ്റ് കമ്മ്യൂണിസ്റ്റ് പാർട്ടിക്കു ജന്മം നൽകിയത്.

ഇതിനെല്ലാം ശേഷം യമുനാനദിയിലൂടെ ഏറെ വെള്ളം ഒലിച്ചുപോയി എന്നത് സത്യമാണ്. മാർക്സിസ്റ്റ് കമ്മ്യൂണിസ്റ്റ് പാർട്ടി ഇന്ത്യയിലെ മുഖ്യധാരാരാഷ്ട്രീയത്തിന്റെ ഭാഗമായി മാറിയിട്ട് വർഷങ്ങളേറെയായി. ഇന്ത്യയിലെ മൂന്നു സംസ്ഥാനങ്ങളിൽ ചെറുതല്ലാത്ത ജനപിന്തുണയുള്ള ഈ പാർട്ടി, സ്വാതന്ത്ര്യവും ജനാധിപത്യവും പോലുള്ള ആശയങ്ങളെ ഉള്ളുകൊണ്ട് എത്രതന്നെ വെറുത്താലും പാർലിമെന്ററി ജനാധിപത്യവ്യവസ്ഥിതിക്കകത്തു നിന്നു പ്രവർത്തിക്കാൻ നിർബന്ധിതമായിത്തീർന്ന സാഹചര്യങ്ങൾ നമുക്കെല്ലാം അറിയാം. അതേസമയം അടുത്ത കാലത്ത് കേരളത്തിൽ അരങ്ങേറിയ ചില രാഷ്ട്രീയകൊലപാതകങ്ങൾ ചിന്താശീലരായ കുറച്ചുപേരിലെങ്കിലും 1964ൽ കമ്മ്യൂണിസ്റ്റ് പാർട്ടിയുടെ പിളർപ്പിനു വഴിയൊരുക്കിയ ആശയസംഘട്ടനത്തിന്റെ ഓർമ്മ തട്ടിയുണർത്തിയതായി തോന്നുന്നു.

കാലത്തിനനുസരിച്ചുള്ള എന്തെല്ലാം മിനുക്കുപണികൾക്കു മാർക്സിസ്റ്റ്പാർട്ടി വിധേയമായിട്ടുണ്ടെങ്കിലും സ്ഥാപകനേതാക്കന്മാർക്കു പ്രചോദനമരുളിയ മനുഷ്യത്വരഹിതമായ രാഷ്ട്രീയമാതൃകയുടെ അടരുകൾ ഈ കക്ഷിയുടെ ഉടലിലും ഉയിരിലും അള്ളിപ്പിടിച്ചിരിപ്പുണ്ട് എന്ന വാസ്തവത്തിന്റെ നേർക്കു നാം കണ്ണടച്ചിട്ടു കാര്യമില്ല. ഈ സ്ഥാപകനേതാക്കന്മാരുടെ കഥയെടുത്താൽ, മറുഭാഗത്തുണ്ടായിരുന്ന ഹിരൺ മുഖർജിയെയോ ഭൂപേഷ്ഗുപ്തയെയോ വെല്ലാൻപോന്ന ധൈഷണികമായ ഔന്നത്യമുള്ള ഒരാൾപോലും അവർക്കിടയിലില്ലായിരുന്നു എന്നതാണ് സത്യം. അടിസ്ഥാനപരമായി ആയിരത്തിതൊള്ളായിരത്തി മുപ്പതുകളിൽ തറഞ്ഞു കിടന്നിരുന്ന ഒന്നായിരുന്നു അവരുടെ ചിന്താലോകം. അവർ സ്റ്റാലിന്റെ ആരാധകരായിരുന്നുവെങ്കിൽ ഒട്ടും വൈകാതെ രക്തദാഹികളായ രണ്ട് ഏകാധിപതികൾ കൂടി അവർ രൂപംകൊടുത്ത പാർട്ടിയുടെ പൂജാക്രമത്തിൽ കയറിപ്പറ്റി: മാവോ-സേതുങ്ങും പോൾപോട്ടും.

ആ പാർട്ടി നമ്മുടെ കൊച്ചുകേരളത്തിൽ അതിന്റെ 'ഹിറ്റ്ലിസ്റ്റിൽ'പ്പെട്ട പ്രതിയോഗികളെ വാടകക്കൊലയാളി സംഘത്തെ ഉപയോഗിച്ച് വക വരുത്തിയതിന്റെ കഥകൾ കേട്ട് ഇവിടെ പലരും ഞെട്ടിത്തരിക്കുക യുണ്ടായി. ഇത്തരം കാടൻമട്ടിലുള്ള ഹിംസവാസന ഈ പാർട്ടിയുടെ ജനിതകഘടനയിലടങ്ങിയിട്ടുള്ള ഒന്നാണ് എന്ന യാഥാർത്ഥ്യം തിരിച്ചറി ഞ്ഞിട്ടുള്ള ഒരാളെ സംബന്ധിച്ചിടത്തോളം ഇവിടെ നടന്ന കാര്യങ്ങളിൽ വിസ്മയകരമായി യാതൊന്നുമില്ല.

ഒരു പിറന്നാൾ സന്ദേശമുണ്ടാക്കിയ പൊല്ലാപ്പിനെപ്പറ്റി പറഞ്ഞു കൊണ്ടാണ് നാം തുടങ്ങിയത്. എതിർചേരിയിൽപ്പെട്ട യുഗസ്രഷ്ടാവായ ഒരു നേതാവിന് ഒരു മംഗളദിനത്തിൽ അഭിവാദ്യമർപ്പിക്കുന്നതിനെക്കൂടി ഒരപരാധമായി നോക്കിക്കാണുന്ന മാനസികാവസ്ഥയുണ്ടല്ലോ, അതിൽ നിന്നാണ് 'പാർട്ടി ഗ്രാമങ്ങൾ' പിറവിയെടുക്കുന്നത്. ഈ മനോഭാവത്തിന്റെ നീണ്ടുവരുന്ന ഒറ്റക്കൊമ്പ്, വഴിപിരിഞ്ഞുപോയ വിശ്വാസിയെ പതിയിരുന്ന് ചുറ്റിവളഞ്ഞ്, ഒറ്റക്കുത്ത് പോരെന്നുകണ്ട് അമ്പത്തിയൊന്നു തവണ കോർത്തുവലിച്ച്, ചരിത്രപരമായ കടമ നിറവേറ്റിയ കാഴ്ചയാണ് അടുത്ത കാലത്ത് നാം കണ്ടത്.

പണ്ടു പണ്ട്, രാജാവിനും രാജ്ഞിക്കും മുമ്പ്...

നമ്മുടെ രാഷ്ട്രീയചർച്ചകളിൽ രാഹുൽ ഗാന്ധിയുടെ പേരിനോടൊപ്പം കടന്നുവരാറുള്ള ഒരു വിശേഷണമുണ്ട്: 'യുവരാജ്'. ഇംഗ്ലീഷ് ദിനപത്രങ്ങൾ 'പ്രിൻസ്ലിംഗ്,' 'എയ്ർ എപ്പാരന്റ്' എന്നീ പദങ്ങൾ ഉപയോഗിച്ചാണ് രാഹുലിന്റെ വർദ്ധിച്ചുവരുന്ന രാഷ്ട്രീയപ്രാധാന്യത്തെ അടയാളപ്പെടുത്താറുള്ളത്. യുവരാജാവിന്റെ സിംഹാസനാരോഹണം അധികം വൈകാതെ നടക്കുമെന്നും വൃദ്ധനും ദുർബലനുമായ പ്രധാനമന്ത്രി അദ്ദേഹത്തിനുവേണ്ടി സ്ഥാനമൊഴിയാൻ കാത്തുനിൽക്കുകയാണെന്നുമായിരുന്നു ഇന്ദ്രപ്രസ്ഥത്തിൽ പരക്കെ പ്രചരിച്ചിരുന്ന കിംവദന്തി. എന്നാൽ ഒരു ഉത്തരേന്ത്യൻ പ്രവിശ്യയിൽ നടന്ന തിരഞ്ഞെടുപ്പിന്റെ ഫലം ഈ കണക്കുക്കൂട്ടലിനെ അട്ടിമറിച്ചതായി കാണുന്നു. ആൾക്കൂട്ടത്തെ ആകർഷിക്കാനും ആ ആകർഷണത്തെ വോട്ടാക്കി മാറ്റാനുമുള്ള രാജകുമാരന്റെ സിദ്ധിയെക്കുറിച്ച് അദ്ദേഹത്തിന്റെ കക്ഷിയിലെ പലർക്കും സംശയം തോന്നിത്തുടങ്ങിയിരിക്കുന്നു. തന്റെ ഊഴത്തിനായി കുറച്ചുകാലംകൂടി കാത്തിരിക്കുന്നതാണ് ബുദ്ധിയെന്ന് രാജകുമാരനും കരുതുന്നതായി വാർത്തകൾ സൂചിപ്പിക്കുന്നു. തീരെ പ്രതീക്ഷിക്കാത്ത ഒരു തിരിച്ചടിയുടെ ആഘാതത്താൽ തരിച്ചുനില്ക്കുന്ന രാഹുലിന്റെ ഇന്നത്തെ അവസ്ഥ എന്തുതന്നെയാണെങ്കിലും ചുവരെഴുത്തുകൾ അസന്ദിഗ്ദ്ധമായ ഭാഷയിൽ വിളിച്ചോതുന്ന ഒരു സത്യമുണ്ട്: കോൺഗ്രസ് പാർട്ടിയുടെ കടിഞ്ഞാൺ രാഹുലിന്റെ കൈകളിൽ എത്തിച്ചേരുന്ന ദിവസം ഒട്ടും അകലെയല്ല. അങ്ങനെ സംഭവിക്കുന്നതോടുകൂടി ആ കക്ഷിയിലെ കുടുംബാധിപത്യത്തിന്റെ ചരിത്രം ഒരു താളവട്ടം പൂർത്തിയാക്കുന്ന കാഴ്ചയ്ക്കായിരിക്കും നാം സാക്ഷ്യം വഹിക്കുന്നത്. അച്ഛനിൽനിന്നു മകളിലേക്കും മകളിൽനിന്ന് മകനിലേക്കും മകനിൽനിന്ന് മകന്റെ ഭാര്യയിലേക്കും നടന്ന ഇടതടവില്ലാത്ത ഒരു അധികാരക്കൈമാറ്റപ്രക്രിയയുടെ സ്വാഭാവികപരിണാമം കുറിക്കുന്ന ഒന്നായിരിക്കും രാഹുലിന്റെ സ്ഥാനാരോഹണം. ഏഷ്യയിലെ ഏറ്റവും വലിയ ജനാധിപത്യ രാജവംശം എന്നറിയപ്പെടുന്ന നെഹ്റു-ഗാന്ധി കുടുംബം, ഇന്ത്യയിലെ ഏറ്റവും വലുതും പഴക്കം ചെന്നതുമായ

രാഷ്ട്രീയകക്ഷിയിൽ കഴിഞ്ഞ ഒരു നൂറ്റാണ്ടിനിടയിൽ നേടിയെടുത്തിട്ടുള്ള സമ്പൂർണ്ണാധിപത്യത്തിന്റെ ഏറ്റവും ഒടുവിലത്തെ ദൃഷ്ടാന്തമായിരിക്കും അത്. ദേശീയസ്വാതന്ത്ര്യത്തിനു മുമ്പും അതിനു ശേഷവുമുള്ള പതിറ്റാണ്ടുകളിൽ കോൺഗ്രസ്പ്രസ്ഥാനം പലതരം പ്രതിസന്ധികളിലൂടെയും പൊട്ടിത്തെറികളിലൂടെയും കടന്നുപോയതായി കാണാം. പാർട്ടിക്കുള്ളിൽ നടന്നിട്ടുള്ള ചെറുതും വലുതുമായ പരിവർത്തനത്തിനും പിളർപ്പിനുമിടയിൽ മാറ്റമില്ലാതെ തുടർന്നുപോന്നിട്ടുള്ള സനാതനയാഥാർത്ഥ്യം ഏതാണെന്നു ചോദിച്ചാൽ അത് നെഹ്റു - ഗാന്ധികുടുംബത്തിന്റെ സാന്നിദ്ധ്യമാണ്. ഈ വംശപരമ്പരയിൽപ്പെട്ടവർ ഏതാണ്ടൊരു ജന്മാവകാശംപോലെ പാർട്ടിയുടെ തലപ്പത്തെത്തുകയും അതിന്റെ ഭാഗധേയം നിയന്ത്രിക്കുകയും ചെയ്തുവരികയായിരുന്നു. രാജ്യം ഭരിക്കാൻ അവർക്കുള്ള ദൈവദത്തമായ അവകാശം ഏതാണ്ട് എല്ലാവരും വകവെച്ചുകൊടുത്തിരിക്കയാണ്. പാർട്ടിയിൽ അവർക്കു ചുറ്റുമുള്ളത് സ്തുതിപാഠകന്മാരും പാർശ്വവർത്തികളും പാദസേവകരുമടങ്ങുന്ന ഒരു വലിയ ആൾക്കൂട്ടമാണ്. ഭരിക്കുന്ന വംശത്തിനെതിരായുള്ള ചെറിയ പിറുപിറുപ്പ് പോലും അപ്രീതി ക്ഷണിച്ചുവരുത്തുമെന്ന് ആൾക്കൂട്ടത്തിലുള്ളവർക്കറിയാം. പ്രത്യക്ഷമായ എതിർപ്പ് രാഷ്ട്രീയമായ ആത്മഹത്യയ്ക്കു തുല്യമാണെന്ന സത്യം അവർക്കു ലഭിച്ച ആദ്യപാഠങ്ങളിലൊന്നാണ്.

ഈ രാജപരമ്പരയിലെ മുറിഞ്ഞുപോയ ഒരു കണ്ണിയെക്കുറിച്ച് നിങ്ങളിൽ എത്രപേർ ഇന്ന് ഓർമ്മിക്കുന്നുണ്ടെന്നറിയില്ല: ഫിറോസ് ഗാന്ധി. അതായത്, 'ഗാന്ധി' എന്ന് തെറ്റായി ഉച്ചരിക്കപ്പെട്ട തന്റെ പേരിന്റെ ഒപ്പമുള്ള ഇന്ദ്രജാലത്താൽ ഈ രാജവംശത്തിന് ജനഹൃദയങ്ങളിൽ സ്വീകാര്യത നേടിക്കൊടുത്ത ഇന്ദിരയുടെ ഭർത്താവായ ഫിറോസ് ഗാന്ധി. കിഴക്കൻ യൂറോപ്യൻ രാജ്യങ്ങളിൽ കമ്മ്യൂണിസ്റ്റ് വ്യവസ്ഥിതി നിലവിലുണ്ടായിരുന്ന കാലത്ത് പാർട്ടിയും ഭരണകൂടവും ചേർന്ന് അനഭിമതരായ രാഷ്ട്രീയനേതാക്കന്മാരുടേയും എഴുത്തുകാരുടേയും ഓർമ്മയെ 'എയർബ്രഷ്' ചെയ്തതിനെക്കുറിച്ച് മിലൻ കുന്ദേര അദ്ദേഹത്തിന്റെ ഒരു നോവലിൽ പരാമർശിക്കുന്നുണ്ട്. ഇതിനോട് സാദൃശ്യം വഹിക്കുന്ന രീതിയിൽ, ഫിറോസ് ഗാന്ധിയുടെ ഓർമ്മ കോൺഗ്രസ് പാർട്ടിയുടെ ചരിത്രത്തിൽനിന്നും ജനാധിപത്യഭാരതത്തിന്റെ ഏടുകളിൽ നിന്നും തുടച്ചുനീക്കപ്പെടുകയാണ് ചെയ്തത് എന്നു പറഞ്ഞാൽ അതിൽ അതിശയോക്തിയില്ല. ഇന്ദിരാഗാന്ധിയെക്കുറിച്ച് വിലപ്പെട്ടൊരു ജീവചരിത്രഗ്രന്ഥമെഴുതിയ പൂപുൽ ജയ്കർ ഫിറോസും ഇന്ദിരയും തമ്മിലുള്ള ദാമ്പത്യബന്ധത്തിന്റെ സങ്കീർണ്ണതകളിലേക്കു വെളിച്ചം വീശുന്ന ചില നിരീക്ഷണങ്ങൾ നടത്തുന്നുണ്ട് (*Pupul Jayakar, Indira Gandhi : A Biography. Viking, Penguin Books Ltd, 1992*). ഇന്ദിര തന്റെ പിൽക്കാല ജീവിതത്തിലൊരിക്കലും അകാലത്തിൽ അന്തരിച്ച തന്റെ ഭർത്താവിനെ

കുറിച്ചു സംസാരിക്കാൻ താത്പര്യം കാട്ടിയിരുന്നില്ല എന്ന് ജയ്കർ സാക്ഷ്യപ്പെടുത്തുന്നു. ഇന്ദിരയുടെ പഠനമുറിയിലോ കിടപ്പറയിലോ ഫിറോസിന്റെ ഫോട്ടോ ഇല്ലായിരുന്നു. രാജാവിനേക്കാൾ രാജഭക്തി കാണിക്കുന്നതിൽ വിശ്വസിക്കുന്ന കോൺഗ്രസ്സുകാർ ഇതിൽനിന്ന് സൂചന ഉൾക്കൊണ്ടുകൊണ്ടാവണം നെഹ്റു-ഗാന്ധികുടുംബത്തിന്റെ വംശാവലിയിൽനിന്ന് ഫിറോസിനെ പുറത്താക്കിയത്.

യഥാർത്ഥത്തിൽ ആരായിരുന്നു ഫിറോസ്? ജീവിതം വെച്ചുനീട്ടിയ കൊതികളെ രണ്ടുകൈയും നീട്ടി വാരിപ്പുണർന്ന തരളഹൃദയനായ ഒരു പാഴ്സി ബുദ്ധിജീവി? തന്റെ അമ്മായിഅച്ഛന്റെ ഭീമാകാരമായ നിഴലിൽ നിന്ന് പുറത്തുകടക്കാൻ വെമ്പൽകൊണ്ട അസംതൃപ്തനായ ഒരു ചെറുപ്പക്കാരൻ? ഭാര്യയോട് വിശ്വസ്തത പുലർത്താൻ കഴിയാതെ പോയ ഒരു ഭർത്താവും ഒപ്പം സ്നേഹസമ്പന്നനായ ഒരച്ഛനും? (ദാമ്പത്യത്തിലെ വിശ്വസ്തതയെന്നത് ഇരുതലമൂർച്ചയുള്ള ഒരു വാളാണെന്ന കാര്യം നാം ചിലപ്പോൾ സൗകര്യപൂർവ്വം മറക്കാറുണ്ട്). ഫിറോസ് ഇതെല്ലാമായിരുന്നു. എന്നാൽ ഇതിനെ കവിഞ്ഞുനിൽക്കുന്ന ഗൗരവം മുറ്റിയ, ഒരു പക്ഷേ ദുരന്തച്ഛായ കലർന്ന ഒരംശം ഫിറോസിന്റെ വ്യക്തിത്വത്തിലുണ്ടായിരുന്നു. സ്വാതന്ത്ര്യാനന്തര ഭാരതത്തിലെ ജനാധിപത്യാവബോധത്തിന്റെ വളർച്ചയ്ക്കിടയിൽ രൂപപ്പെട്ട എതിർപ്പിന്റെ മാതൃകയില്ലേ (oppositional paradigm), അതിന്റെ സവിശേഷമായൊരു രൂപത്തിന് പ്രാതിനിധ്യം വഹിച്ച ഒരാളായിരുന്നു ഫിറോസ്.

ഫിറോസും ഇന്ദിരയും തമ്മിലുള്ള അടുപ്പം വിവാഹത്തിലേക്ക് നീങ്ങുകയാണെന്നറിഞ്ഞ് അസ്വസ്ഥനായിത്തീർന്ന ജവഹർലാൽ നെഹ്റു ജയിലിൽ നിന്നയച്ച കത്തുകളിൽ തന്റെ മകളെ വിടാതെ ഓർമ്മിപ്പിച്ചുകൊണ്ടിരുന്ന ഒരു കാര്യമുണ്ട്: അവരിരുവരുടേയും കുടുംബപാരമ്പര്യം തമ്മിലും സാമൂഹികപശ്ചാത്തലം തമ്മിലുമുള്ള നികത്താനാവാത്ത വിടവ്. ഒരിടത്തരം പാഴ്സികുടുംബത്തിൽ ജനിച്ച് സ്വന്തം കഴിവുകൊണ്ട് പഠിപ്പും ലോകപരിചയവും നേടിയ ഫിറോസ്, ഒട്ടേറെ പ്രതിബന്ധങ്ങളെ അതിജീവിച്ചുകൊണ്ടു നടന്ന തന്റെ വിവാഹം തന്നെ കൊണ്ടുചെന്നെത്തിച്ച ആഭിജാത്യം മുറ്റിയ കാഷ്മീരി ബ്രാഹ്മണകുടുംബത്തിൽ താൻ എന്നും ഒരപരിചിതനായിരിക്കുമെന്ന സത്യം അധികം വൈകാതെ കണ്ടെത്തി. ആ പൊരുളിന്റെ നിർദ്ദയമായ വെളിച്ചത്തിൽ അദ്ദേഹം തനിക്കു ചുറ്റുമുള്ള വ്യക്തികളേയും അവരിൽ ഉറങ്ങിക്കിടക്കുന്ന പ്രേരണകളേയും മറ നീക്കി കണ്ടു. ഫിറോസ് ഒരിക്കൽ ഇന്ദിരയോട് തുറന്നടിച്ച് പറഞ്ഞ ഒരുകാര്യം ചില ജീവചരിത്രകാരന്മാർ ഉദ്ധരിച്ചു കണ്ടിട്ടുണ്ട്: “ഇന്ദൂ, യൂ ആർ എ ഫാഷിസ്റ്റ്.” ഈ നിരീക്ഷണത്തിന്റെ മർമ്മം മനസ്സിലാക്കാൻ ഫിറോസിന്റെ മരണശേഷം ഒന്നരപതിറ്റാണ്ടുകൂടി ഇന്ത്യക്കാർക്ക് കാത്തിരിക്കേണ്ടിവന്നു. ഏകാധിപത്യവാസനയുടെ നേരിയൊരു

സൂചന കണ്ടാൽ അതിനെതിരായി പ്രതികരിക്കാനുള്ള സഹജപ്രേരണ ഫിറോസിൽ കുടികൊണ്ടിരുന്നതായി തോന്നുന്നു. ഒരുപക്ഷേ ഫിറോസിന്റെ അടങ്ങാത്ത ഈ സ്വാതന്ത്ര്യദാഹമാണ് തന്റെ ഭാര്യയും അമ്മായിയച്ഛനുമായുള്ള അദ്ദേഹത്തിന്റെ ബന്ധങ്ങളിൽ വിള്ളലുണ്ടാക്കിയ ഘടകങ്ങളിലൊന്ന്. മറ്റുപലരിൽ നിന്നും തന്നെ വ്യത്യസ്തനാക്കിയ ഈ വഴക്കമില്ലായ്മയിൽ നിന്നു പകർന്നു കിട്ടിയ ഊർജ്ജം കൊണ്ടാവാം, ഫിറോസിന്റെ സ്പർശിനികൾ രാഷ്ട്രീയനിർമ്മാണത്തിന്റെ പ്രാരംഭവേളയിൽ ഭരണത്തിന്റെ സിരാകേന്ദ്രങ്ങളിൽ പ്രത്യക്ഷപ്പെട്ട പുഴുക്കുത്തുകളേയും അവയിൽ മറഞ്ഞുകിടക്കുന്ന വരുംകാലത്തിന്റെ ഭീഷണികളേയും സൂക്ഷ്മമായി തൊട്ടറിഞ്ഞു.

1952ൽ നയ്ബെറേലി നിയോജകമണ്ഡലത്തിൽനിന്ന് ലോക്സഭയിലേക്കു തിരഞ്ഞെടുക്കപ്പെട്ട ഫിറോസ് പതുക്കെയാണ് പാർലമെന്റേറിയൻ എന്ന നിലയിൽ പേരെടുത്തത്. അദ്ദേഹത്തിന്റെ അടുത്ത സുഹൃത്തുക്കളിലൊരാൾ കമ്മ്യൂണിസ്റ്റ് നേതാവും ബുദ്ധിജീവിയുമായ ഭൂപേഷ്ഗുപ്തയായിരുന്നു. തന്റെ ഗുരുവായി ഫിറോസ് കണ്ടെത്തിയത് വി.കെ.കൃഷ്ണമേനോനോട് ഒപ്പം കോൺഗ്രസ്സിലെ സോഷ്യലിസ്റ്റ് ചേരിയുടെ വക്താക്കളിലൊരാളായി മാറിയ കേശവ്ദേവ് മാളവ്യയെയായിരുന്നു. ഇവരുമായുള്ള സഹവാസത്തിന്റെ ഫലമായി ഫിറോസ് പാർലമെന്റിലെ നടപടിക്രമങ്ങൾ മനസ്സിലാക്കുകയും പാർലമെന്റിൽ ഫലപ്രദമായി പ്രവർത്തിക്കുന്നതിനാവശ്യമായ തയ്യാറെടുപ്പ് നടത്തുകയും ചെയ്തു. തന്റെ തുറന്ന പ്രകൃതം കാരണം ഫിറോസിന് കോൺഗ്രസ്സിലെ ചെറുപ്പക്കാരായ പല എം.പി. മാരേയും തന്നിലേക്ക് ആകർഷിക്കാൻ കഴിഞ്ഞു. ഇവർ ചേർന്ന് പാർട്ടിക്കുള്ളിൽ പുരോഗമനസ്വഭാവമുള്ള ഒരു ‘ജിഞ്ചർ ഗ്രൂപ്പി’ന് രൂപം നൽകി. ഫിറോസ് താൻ താമസിച്ചിരുന്ന വീട്ടിൽവെച്ച് കാലത്തും വൈകുന്നേരവും ദർബാറുകൾ നടത്തുമായിരുന്നു. ഈ സദസ്സുകളിൽ വെച്ചാണ് അദ്ദേഹം നാട്ടുകാർ സർക്കാരിലർപ്പിച്ച പ്രതീക്ഷയും യാഥാർത്ഥ്യവും തമ്മിലുള്ള വർദ്ധിച്ചുവരുന്ന അകൽച്ചയെപ്പറ്റി മനസ്സിലാക്കുകയും അതിനുള്ള പരിഹാരമാർഗ്ഗങ്ങളെക്കുറിച്ച് ചിന്തിച്ചു തുടങ്ങുകയും ചെയ്തത്.

നാട്ടിലെ ഇൻഷൂറൻസ് കമ്പനികളും വൻകിടവ്യവസായികളും തമ്മിൽ രൂപപ്പെട്ടുവരുന്ന അവിഹിതബന്ധം ഫിറോസിന്റെ ശ്രദ്ധയിൽപ്പെട്ടു. 1954ൽ അദ്ദേഹം ലോക്സഭയിൽ നടത്തിയ കന്നിപ്രസംഗം ഇതിലേക്കു വിരൽചൂണ്ടുന്ന ഒന്നായിരുന്നു. അനിഷേധ്യമായ തെളിവുകളുടെ സഹായത്തോടുകൂടി ഫിറോസ് നടത്തിയ ഈ കടന്നാക്രമണം പ്രധാനമന്ത്രിയടക്കമുള്ളവർക്ക് അവഗണിക്കാനാവാത്തവണ്ണം ശക്തമായ ഒന്നായിരുന്നു. ഇതിന്റെ അനന്തരഫലമായി രാമകൃഷ്ണ ഡാൽമിയ

എന്ന വ്യവസായി അറസ്റ്റ് ചെയ്യപ്പെടുകയും തുടർന്ന് തുറുങ്കിലടയ്ക്കപ്പെടുകയും ചെയ്തു. ഫിറോസ് അടുത്തതായി ലക്ഷ്യമിട്ടത് പ്രധാനമന്ത്രിയുടെ വിശ്വസ്താനുയായിയും നെഹ്റു മന്ത്രിസഭയിലെ സമർത്ഥനും ക്രാന്തദർശിയുമായ ഒരംഗവുമായിരുന്ന ടി.ടി. കൃഷ്ണമാചാരിയെയായിരുന്നു. കൃഷ്ണമാചാരിക്കു ബന്ധമുള്ള 'മുന്ദ്ര ഇടപാട് ' എന്ന പേരിൽ അറിയപ്പെട്ട സ്വതന്ത്രഭാരതത്തിലെ ആദ്യത്തെ കുംഭകോണം വെളിച്ചത്തു കൊണ്ടുവന്നത് ഫിറോസായിരുന്നു. മന്ത്രിക്ക് പരോക്ഷമായി പങ്കുള്ള ഈ അഴിമതിയുടെ കഥ വസ്തുതകളുടെ പൂർണ്ണമായ സഹായത്തോടുകൂടി തുറന്നുകാട്ടിക്കൊണ്ട് ഫിറോസ് ചെയ്ത പ്രസംഗം പാർലമെന്റിനെ ഇളക്കിമറിച്ചു. ഇതിനെത്തുടർന്നുണ്ടായ പ്രക്ഷുബ്ധമായ ചർച്ചകളുടെ അവസാനത്തിൽ കൃഷ്ണമാചാരി രാജിവെയ്ക്കാൻ സന്നദ്ധത പ്രകടിപ്പിച്ചു. ഫിറോസിന്റെ പിന്നത്തെ ഇര നെഹ്റുവിന്റെ പ്രൈവറ്റ് സെക്രട്ടറിയായ എം.ഒ. മത്തായിയായിരുന്നു. അദ്ദേഹം കിണഞ്ഞ് പരിശ്രമിച്ച് മത്തായിയെ തളയ്ക്കുന്ന തരത്തിലുള്ള ആരോപണങ്ങൾ മെനഞ്ഞെടുക്കുകയും തന്റെ ഒരു സുഹൃത്ത് മുഖേന മത്തായിക്കെതിരായുള്ള കുറ്റപത്രംപോലെയൊന്ന് ദേശീയപത്രങ്ങൾക്കു കൈമാറുകയും ചെയ്തു. അതോടുകൂടി കേരളത്തിൽ നിന്നുള്ള അഹങ്കാരിയും വിടുവായനുമായ ഈ ഉദ്യോഗസ്ഥന് പിടിച്ചുനില്ക്കാൻ വയ്യാത്ത അവസ്ഥ വന്നു.

നെഹ്റുവിനെ ദുർബലനാക്കുക എന്ന ഉദ്ദേശ്യത്തോടുകൂടിയാണ് ഫിറോസ് ഈ ആക്രമണങ്ങൾ ആസൂത്രണം ചെയ്തത് എന്നു കരുതിയ പലരുമുണ്ടായിരുന്നു. ഇന്ദിരയും ഇങ്ങനെ വിശ്വസിച്ചിരുന്നതായി തോന്നുന്നു. വിവാഹജീവിതത്തിന്റെ ആദ്യവർഷങ്ങളിൽ തന്നോട് അകൽച്ച പുലർത്തുകയും പലപ്പോഴും അവജ്ഞയോടുകൂടി പെരുമാറുകയും ചെയ്ത തന്റെ ലോകപ്രശസ്തനായ അമ്മായിയച്ഛനോട് പകരം വീട്ടാനുള്ള ആഗ്രഹം ഫിറോസിന്റെ മനസ്സിന്റെ ഏതെങ്കിലും കോണിൽ ഉണ്ടായിരിക്കാനുള്ള സാധ്യത ആരും തള്ളിക്കളയുന്നില്ല. എന്നാൽ ഫിറോസിന്റെ പ്രേരണകൾ ചികഞ്ഞുനോക്കുന്നതിനേക്കാൾ പ്രധാനപ്പെട്ട കാര്യം, അദ്ദേഹം പാർലിമെന്റിൽ നടത്തിയ ഇടപെടലുകളുടെ ആത്യന്തികഫലം എന്തായിരുന്നുവെന്ന് പരിശോധിക്കുന്നതാണ്.

ഇന്ത്യൻ ജനാധിപത്യവ്യവസ്ഥിതിയുടെ ആരംഭദശയിൽ രൂപപ്പെട്ട ചില വ്യതിയാനങ്ങളേയും അപഭ്രംശങ്ങളേയും വെളിച്ചത്തുകൊണ്ടുവരികയും തിരുത്തുകയും ചെയ്യുക എന്ന ലക്ഷ്യത്തിലേക്കാണ് ഫിറോസിന്റെ തുറന്നടിച്ച വിമർശനം നീങ്ങിയത്. പില്ക്കാലത്ത് ഇന്ത്യൻ ജനാധിപത്യത്തെ കാർന്നു തിന്ന തിന്മകളെ അവയുടെ തുടക്കത്തിൽത്തന്നെ കണ്ടെത്താനും തന്റേതായ രീതിയിൽ ചെറുക്കാനും ഭരണകക്ഷിയിൽപ്പെട്ട ഈ കാതലുള്ള ധിക്കാരി നടത്തിയ ശ്രമത്തിന്റെ പിന്നിലുള്ള

ധാർമ്മികധീരത ഇപ്പോൾ തിരിഞ്ഞുനോക്കുമ്പോൾ ആരെയും അലോസരപ്പെടുത്തുന്ന വ്യക്തതയോടെ നമ്മുടെ മുമ്പിൽ തെളിഞ്ഞുവരുന്നു.

ഈ സന്ദർഭത്തിൽ ശ്രദ്ധിക്കേണ്ട വേറൊരു കാര്യം നെഹ്റു ഉദാരമായ സഹിഷ്ണുതയോടുകൂടിയാണ് ഫിറോസിന്റെ ഭാഗത്തുനിന്നുണ്ടായ എതിർപ്പിനെ നോക്കിക്കണ്ടത് എന്നതാണ്. തന്റെ മകളുടെ ജീവിതത്തിൽ അസന്തുഷ്ടി പരത്തിയ മരുമകനെ നെഹ്റു ഉള്ളുകൊണ്ട് വെറുത്തിരുന്നു എന്നത് നേരാണ്. അതേസമയം ഫിറോസിന്റെ നിശിതമായ ബുദ്ധിശക്തിയും അപഗ്രഥനപാടവവും അദ്ദേഹത്തിൽ മതിപ്പുളവാക്കി. പാർലമെന്റിൽ ഫിറോസ് പ്രസംഗിക്കുമ്പോൾ നെഹ്റു ശ്രദ്ധാപൂർവ്വം കേട്ടുകൊണ്ടിരിക്കുകയും കുറിപ്പുകൾ തയ്യാറാക്കുകയും ചെയ്യുമായിരുന്നു. തന്റെ പരമാധികാരത്തിനുനേരെ വെല്ലുവിളി ഉയർത്തിയ ഈ കുരുത്തംകെട്ട പാഴ്സിക്കെതിരായി അച്ചടക്ക നടപടി എടുക്കുന്നതിനെക്കുറിച്ചോ അയാളെ പാർട്ടിയിൽനിന്നു പുറത്താക്കുന്നതിനെക്കുറിച്ചോ നെഹ്റു ചിന്തിച്ചിരിക്കാൻ പോലുമിടയില്ല. അത്രയ്ക്കും ബഹുസ്വരമാർന്ന ഉൾപാർട്ടിജനാധിപത്യം കോൺഗ്രസ്സിൽ നിലനിന്നു കാണാനാണ് നെഹ്റു ആഗ്രഹിച്ചിരുന്നത്.

ദേശീയവും അന്തർദേശീയവുമായ പല പ്രശ്നങ്ങളിലും ഫിറോസിന് സ്വതന്ത്രമായ അഭിപ്രായങ്ങളുണ്ടായിരുന്നു. ഉദാഹരണത്തിന് തിബത്തിന്റെ മേലുള്ള ചൈനയുടെ മേൽക്കോയ്മ അംഗീകരിച്ച നെഹ്റുവിന്റെ നടപടിയോട് ഫിറോസ് പരസ്യമായി വിയോജിപ്പ് പ്രകടിപ്പിച്ചു. അതേസമയം അവിഭക്തകമ്മ്യൂണിസ്റ്റ് പാർട്ടിയിൽ ഭൂപേഷ്ഗുപ്തയുൾപ്പെടെ നിരവധി സുഹൃത്തുക്കളുണ്ടായിരുന്ന ഫിറോസ് കേരളത്തിലെ കമ്മ്യൂണിസ്റ്റ് ഭരണത്തിനെതിരായുള്ള വിമോചനസമരത്തിൽ പങ്കുചേരാനുള്ള കോൺഗ്രസ്സിന്റെ തീരുമാനത്തിൽ അസംതൃപ്തനായിരുന്നു. ഇ.എം.എസ്. സർക്കാറിനെ പിരിച്ചുവിടാൻ ഇന്ദിര മുൻകൈ എടുത്തു നടത്തിയ നീക്കത്തെ അദ്ദേഹം ശക്തിയായി എതിർത്തു. ഈ വിഷയം സംബന്ധിച്ച് ഫിറോസും ഇന്ദിരയും തമ്മിൽ കടുത്ത വാദപ്രതിവാദങ്ങൾ നടന്നതായും അവരുടെ ദാമ്പത്യബന്ധത്തെ കൂടുതൽ വഷളാക്കുന്ന രീതിയിൽ ഈ അഭിപ്രായഭിന്നത വളർന്നുമാറിയതായും ഇന്ദിരയെക്കുറിച്ചുള്ള തന്റെ ജീവചരിത്രത്തിൽ പൂപുൽ ജയ്കർ രേഖപ്പെടുത്തിയിട്ടുണ്ട്.

1960 സെപ്തംബറിൽ പെട്ടെന്നുണ്ടായ ഹൃദയാഘാതത്തെത്തുടർന്ന് ഫിറോസ് അന്തരിച്ചു. അദ്ദേഹത്തിന് അന്ത്യോപചാരമർപ്പിക്കാൻ ജീവിതത്തിന്റെ പല മേഖലകളിൽനിന്ന് വന്നെത്തിയ ആളുകളുടെ നിലയ്ക്കാത്ത പ്രവാഹം നെഹ്റുവിനെപ്പോലും ചെറുതായി വിസ്മയം കൊള്ളിച്ച ഒന്നായിരുന്നു. മരണത്തിനുമുമ്പുള്ള നാളുകളിൽ ഫിറോസിന്റെ വിവാഹജീവിതം തകർച്ചയുടെ വക്കിലേക്കു നീങ്ങിയിരുന്നു. കോൺഗ്രസ്സിനുള്ളിലെ പുരോഗമനസ്വഭാവമുള്ള, കാലത്തിനു മുമ്പേ

നടന്ന ഒരു വിഭാഗത്തിന്റെ പ്രതിനിധി എന്ന നിലയിൽ ഫിറോസിനു പകരം വയ്ക്കാൻ വേറൊരാളില്ലായിരുന്നു. തിളക്കമാർന്ന ആ രാഷ്ട്രീയ ജീവിതത്തിന് വിധി പെട്ടെന്ന് വിരാമം കുറിച്ചില്ലായിരുന്നുവെങ്കിൽ, എന്നും കൂട്ടംതെറ്റി നടക്കാനിഷ്ടപ്പെട്ടിരുന്ന ഈ മനുഷ്യൻ ഏതൊക്കെ രീതിയിൽ പരിണമിക്കുമായിരുന്നു എന്നിനെക്കുറിച്ച് ഊഹാപോഹങ്ങളിൽ ഏർപ്പെടാൻ മാത്രമേ ഇന്നു നമുക്കാവൂ. സംഭവങ്ങളുടെ യുക്തി വിരൽ ചൂണ്ടുന്നത്, നെഹ്റുവിന്റെ കാലശേഷം കോൺഗ്രസ്സിൽ തുടരാൻ അദ്ദേഹത്തിനു കഴിയുമായിരുന്നില്ല എന്ന നിഗമനത്തിലേക്കാണ്. ഇന്ദിര പാർട്ടിയിൽ ആധിപത്യമുറപ്പിച്ചതിനുശേഷം ഉടലെടുത്ത പുതിയ വ്യവസ്ഥിതിയുടെ ഒന്നാമത്തെ ഇരയായി അദ്ദേഹം മാറുമായിരുന്നു. ബ്രിട്ടീഷ് രീതിയിലുള്ള ജനാധിപത്യത്തിന്റെ അന്തഃസത്ത പൂർണ്ണമായി ഉൾക്കൊണ്ട നെഹ്റുവിനെപ്പോലെ ലിബറൽ ചിന്താഗതിക്കാരനായ ഒരു കുലപതിക്കു മാത്രമേ കിരീടം ചൂടിയ ശിരസ്സുകളുടെ സ്വാസ്ഥ്യം കെടുത്തുന്ന തർക്കങ്ങളുമായി മുമ്പോട്ടുവരാനുള്ള ഫിറോസിന്റെ അടങ്ങാത്ത പ്രേരണയെ അതിന്റെ ശരിയായ അർത്ഥത്തിൽ ഉൾക്കൊള്ളാൻ കഴിയുമായിരുന്നുള്ളൂ.

ഫിറോസിന്റെ വേർപാട് കോൺഗ്രസ് പാർലമെന്ററി പാർട്ടിയിലെ 'ജിഞ്ചർ ഗ്രൂപ്പി'ന്റെ പ്രവർത്തനത്തിന് അവസാനം കുറിച്ചു. എന്നാൽ ഫിറോസിന്റെ മരണത്തെത്തുടർന്നുള്ള പതിറ്റാണ്ടുകാലമുടനീളം –– കൃത്യമായി പറഞ്ഞാൽ 1960–70 കാലഘട്ടത്തിൽ – കോൺഗ്രസ്സിൽ സജീവമായ രീതിയിൽ ആഭ്യന്തരജനാധിപത്യം നിലനിന്നതായി തെളിവുണ്ട്. ഈ പാർട്ടിയിൽ ഗ്രൂപ്പുകളും വ്യത്യസ്തമായ അധികാരകേന്ദ്രങ്ങളുമുണ്ടായിരുന്നു എന്ന അർത്ഥത്തിൽ മാത്രമല്ല ഇങ്ങനെ പറയുന്നത്. നയപരിപാടികളെച്ചൊല്ലി പാർട്ടിക്കകത്ത് തീക്ഷ്ണമായ ചർച്ചകളും സംവാദങ്ങളും അരങ്ങേറിയിരുന്നു. ഔദ്യോഗികനേതൃത്വവുമായി പല കാര്യങ്ങളിലും വിയോജിപ്പു പുലർത്തുന്ന വ്യക്തികൾക്കു പാർട്ടിയിൽ ഇടമുണ്ടായിരുന്നു, അവരുടെ ശബ്ദം പലപ്പോഴും ഉയർന്നു കേട്ടിരുന്നു. കോൺഗ്രസ് വർക്കിംഗ് കമ്മിറ്റിയിലേക്ക് നടന്ന തിരഞ്ഞെടുപ്പുകൾ നൂറു ശതമാനം ജനാധിപത്യപരമായിരുന്നു എന്നു മാത്രമല്ല അവ ഏറെ ചൂടും വെളിച്ചവും നിറഞ്ഞവ കൂടിയായിരുന്നു. 1968ലായിരുന്നുവെന്നു തോന്നുന്നു, കോൺഗ്രസ് വർക്കിംഗ് കമ്മിറ്റിയിലേക്കു നടന്ന വാശിയേറിയ മത്സരത്തിൽ ഏറ്റവുമധികം വോട്ടുകൾ നേടി ഒന്നാംസ്ഥാനത്തെത്തിയത്, പിൽക്കാലത്ത് ഇന്ത്യൻ രാഷ്ട്രീയത്തിൽ നിർണ്ണായകമായ പങ്ക് വഹിച്ച, അന്നത്തെ യുവതാരമായിരുന്ന ചന്ദ്രശേഖർ ആയിരുന്നു. കോൺഗ്രസ്സിലെ ക്ഷോഭിക്കുന്ന തലമുറയുടെ വക്താവ് എന്ന നിലയിലാണ് ചന്ദ്രശേഖർ പാർട്ടിയുടെ നേതൃസ്ഥാനത്ത് കടന്നുവന്നത്. ചന്ദ്രശേഖറും മോഹൻ ധാരിയയും കൃഷ്ണകാന്തുമടങ്ങുന്ന 'യുവതുർക്കികൾ' എന്ന

പേരിൽ അറിയപ്പെട്ട മാമൂൽവിരുദ്ധരുടെ സംഘം, 'ജിഞ്ചർ ഗ്രൂപ്പി'നു ശേഷം പാർട്ടിയിൽ രൂപംകൊണ്ട ഏറ്റവും മൂല്യാധിഷ്ഠിതമായ കൂട്ടായ്മയ്ക്ക് പ്രാതിനിധ്യം വഹിച്ചു.

യുവതുർക്കികളെ ഇന്ദിരയുടെ 'ചെണ്ടക്കാരായ പിള്ളേർ' (*drummer boys*) എന്ന് ചില ദേശീയപത്രങ്ങൾ ഒരുകാലത്ത് വിശേഷിപ്പിക്കുകയുണ്ടായി. ഇന്ദിരയും പാർട്ടിയിലെ വൃദ്ധനേതൃത്വവും തമ്മിൽ നടന്ന കിടമത്സരത്തിൽ ചന്ദ്രശേഖറും മോഹൻ ധാരിയയും കൃഷ്ണകാന്തു മടങ്ങുന്ന സംഘം ഇന്ദിരയോടൊപ്പം അടി പതറാതെ നിലയുറപ്പിച്ചു എന്നത് ഒരു സത്യമാണ്. സിൻഡിക്കേറ്റുമായുള്ള നീണ്ടുനിന്ന യുദ്ധത്തിലുടനീളം ഇന്ദിര സമൂലമായ പരിവർത്തനത്തിന്റെ പ്രതീക്ഷയുണർത്തിക്കൊണ്ട് ഉപയോഗിച്ച ഉൽപതിഷ്ണസ്വഭാവമാർന്ന വായ്ത്താരി അവരുടെ ഭാവനയെ കീഴടക്കിയതിൽ ഒരുപക്ഷേ അസ്വാഭാവികമായിയാതൊന്നുമില്ല. ഏതോ ചരിത്രനിയോഗവുമായി മുന്നിലവതരിച്ച സാഹസിക വനിതയായാണ് ഇന്ദിരയെ അവർ നോക്കിക്കണ്ടത്.

സ്വന്തം അധികാരം നിലനിർത്താൻ വേണ്ടി ഇന്ദിര അവലംബിച്ച മാർഗ്ഗങ്ങളും അവർ പാർട്ടിയുടെ സംഘടനാപരമായ ചട്ടക്കൂട് തകർത്ത വിധവും 'തെരുവിന്റെ രാഷ്ട്രീയം' എന്നു വിവരിക്കാവുന്ന ആപൽക്കരമായ ഒരുതരം പ്രവർത്തനശൈലിയെ പ്രോത്സാഹിപ്പിച്ച വിധവും അവർ അന്ന് അർഹിക്കുന്ന ഗൗരവത്തോടെ കണ്ടില്ല. അതിനു അവരെ കുറ്റപ്പെടുത്തിയിട്ടു കാര്യമില്ല. ചൈനീസ് ആക്രമണവും നെഹ്റുവിന്റെ മരണവും കഴിഞ്ഞശേഷം ഭാരതം ദിശാബോധം നഷ്ടപ്പെട്ട്, അഗാധമായ ഒരുതരം വിശ്വാസപ്രതിസന്ധിയിലൂടെ കടന്നുപൊയ്ക്കൊണ്ടിരിക്കുകയായിരുന്നു. ഒരു കപടപ്രവാചകന് എളുപ്പത്തിൽ കടന്നുകൂടാൻ പറ്റിയ വലിയൊരു വിടവ് അന്ന് രാഷ്ട്രചേതനയിലുണ്ടായിരുന്നു. സോഷ്യലിസ്റ്റ് പുനർനിർമ്മാണത്തിന്റെ വാഗ്ദാനവുമായി ജനങ്ങളെ സമീപിച്ച ഇന്ദിരയ്ക്കൊപ്പം നിലയുറപ്പിക്കുന്നതിലൂടെ തങ്ങൾ നാളെയുടെ സ്വപ്നങ്ങൾക്ക് ചിറകു നൽകുകയാണ് ചെയ്യുന്നത് എന്ന വ്യാമോഹത്തിന് യുവതുർക്കികൾ അടിമപ്പെട്ടു.

1971ൽ പാക്കിസ്ഥാനുമായുള്ള യുദ്ധത്തിൽ കൈവരിച്ച വിജയം ഇന്ദിരയുടെ മനോഭാവത്തിൽ വരുത്തിയ മാറ്റങ്ങളെക്കുറിച്ച് പലരും എഴുതിക്കണ്ടിട്ടുണ്ട്. താൻ മറ്റൊരു ദുർഗ്ഗയാണെന്ന തോന്നൽ അവരിൽ വളർന്നുവന്നു. സ്വന്തം അപ്രമാദിത്വത്തിൽ അവർ ഉറച്ചു വിശ്വസിച്ചുതുടങ്ങി. തന്റെ പരമാധികാരത്തിന്റെ നേർക്കുള്ള നേരിയ എതിർപ്പു കൂടി അവർക്കു അസഹ്യമായി മാറി. മുമ്പുണ്ടായിരുന്ന സമർത്ഥരും നിഷ്പക്ഷമതികളുമായ ഉപദേശകരുടെ സ്ഥാനത്ത് ചിന്താശക്തി കുറഞ്ഞ സ്തുതിപാഠകന്മാരുടെ നീണ്ടൊരു നിര ഇന്ദിരയ്ക്കു ചുറ്റും രൂപം കൊണ്ടു. ഇന്ദിരയെ

സംബന്ധിച്ചിടത്തോളം ഒരു നല്ല കോൺഗ്രസ്സുകാരന്റെ ആത്യന്തികമായ യോഗ്യത നെഹ്റു- ഗാന്ധി കുടുംബത്തോടുള്ള സുപരീക്ഷിതമായ കൂറാണ് എന്ന നിലവന്നു. ഇതോടൊപ്പം സഞ്ജയ്ഗാന്ധിയുടെ കാർ നിർമ്മാണ പദ്ധതിയെ ചുറ്റിപ്പറ്റിയുള്ള അപവാദങ്ങളും ഭരണതലത്തിലെ വർദ്ധിച്ചു വരുന്ന അഴിമതിയുടെ കഥകളും ബംഗ്ലാദേശ് യുദ്ധം വരുത്തി വച്ച ദീർഘകാല കെടുതികളുടെ ഫലമായി ആടിയുലഞ്ഞ ഇന്ത്യൻ സമ്പദ്വ്യവസ്ഥയുടെ ചിത്രവും ചേർന്ന് ഇന്ദിരാഭരണകൂടത്തിന്റെ പ്രതിച്ഛായ വികൃതമാക്കി. ഈ സന്ദർഭത്തിലാണ് കോൺഗ്രസ് ഭരിക്കുന്ന ചില സംസ്ഥാനങ്ങളിലെ അഴിമതിക്കും കെടുകാര്യസ്ഥതയ്ക്കുമെതിരായുള്ള തുറന്ന യുദ്ധപ്രഖ്യാപനവുമായി ജയപ്രകാശ് നാരായൺ മുമ്പോട്ടു വന്നത്.

സോഷ്യലിസ്റ്റ് ആചാര്യനായ ആചാര്യ നരേന്ദ്രദേവിന്റെ ശിഷ്യനായി രാഷ്ട്രീയ ജീവിതമാരംഭിച്ച ചന്ദ്രശേഖർ, ജെ. പി. ഉയർത്തിപ്പിടിച്ച 'സമഗ്ര വിപ്ലവ'ത്തിന്റെ സന്ദേശത്തിലേക്ക് ആകർഷിക്കപ്പെട്ടതിൽ അദ്ഭുതമില്ല. 1974-75 കാലഘട്ടത്തിൽ യുവതുർക്കികൾക്കും ഇന്ദിരയ്ക്കുമിടയിലുള്ള വിശ്വാസക്കുറവ് കുത്തനെ ഉയർന്നു. ഇന്ദിരയുടെ പല ചെയ്തികളും പ്രതിപക്ഷത്തെ ഉന്നംവെച്ചുകൊണ്ടുള്ള താക്കീതുകളും ഒരേകാധിപതിയുടെ തിരപ്പുറപ്പാട് വിളിച്ചറിയിക്കുന്നതായി ചന്ദ്രശേഖറിനും മോഹൻ ധാരിയയ്ക്കും തോന്നിത്തുടങ്ങി. പ്രധാനമന്ത്രിയെ ചുറ്റിപ്പറ്റിനില്ക്കുന്ന ഏറാൻമൂളികളായ പാർട്ടി നേതാക്കന്മാരും സഞ്ജയിന്റെ നേതൃത്വത്തിൽ രൂപംകൊണ്ട ഗൂഢസംഘവും കോൺഗ്രസ്സിനെ ഏതു ദിശയിലേക്കാണ് നയിക്കുന്നതെന്ന് മനസ്സിലാക്കാനുള്ള രാഷ്ട്രീയ വിവേകം യുവതുർക്കികൾക്കുണ്ടായിരുന്നു. അപ്പോഴാണ് അലഹബാദ് കോടതിവിധിയും അടിയന്തരാവസ്ഥ പ്രഖ്യാപനവുമുണ്ടായത്.

ജവഹർലാൽ നെഹ്റു തന്റെ തേജോമയമായ ശൈലിയിൽ 'വിധിയുമായുള്ള ഇന്ത്യയുടെ കൂടിക്കാഴ്ച' എന്ന് അടയാളപ്പെടുത്തിയ ഒരു പാതിരാവേളയിൽ നാടിനു കൈവന്ന സ്വാതന്ത്ര്യം മറ്റൊരു അർദ്ധരാത്രിയിൽ ഭീരുവായൊരു രാഷ്ട്രപതിയുടെ കൈയൊപ്പു വഹിച്ച പ്രഖ്യാപനത്തിലൂടെ തിരിച്ചെടുത്തതിന്റെ ഭാഗമായി ഇന്ദിര തുറുങ്കിലടച്ച രാഷ്ട്രീയ നേതാക്കന്മാരുടെ കൂട്ടത്തിൽ ചന്ദ്രശേഖറും മോഹൻ ധാരിയയുമുണ്ടായിരുന്നു. അലഹാബാദ് കോടതിവിധിയെത്തുടർന്നുണ്ടായ സാഹചര്യങ്ങളിൽ ഇന്ദിര അധികാരമൊഴിയണം എന്ന് പരസ്യമായി ആവശ്യപ്പെട്ടതൊഴിച്ചാൽ എന്തു കുറ്റമാണ് അവർ ചെയ്തത്? വ്യക്തമല്ല. 1975 ജൂൺ 27-ാം തീയതി പുറത്തുവന്ന പത്രത്തിൽ ചെറിയൊരു വാർത്തയുണ്ടായിരുന്നു: "ചന്ദ്രശേഖറിനേയും മോഹൻധാരിയയേയും കോൺഗ്രസ്സിൽ നിന്നും പുറത്താക്കി." അവരിരുവരും ഈ വിവരം ജയിലിൽവെച്ചായിരിക്കും അറിഞ്ഞത്. യുവതുർക്കികൾ പാർട്ടിക്കുള്ളിൽ ഉയർത്തിയ കലാപത്തിന്റെ കഥ ഇവിടെവെച്ചവസാനിക്കുന്നു.

കാലം നല്കുന്ന അകലം നമ്മെ ബോധ്യപ്പെടുത്തുന്ന ഒരു വസ്തുത യുവതുർക്കികൾ താരതമ്യേന തത്ത്വദീക്ഷയുള്ളവരായിരുന്നു എന്നതാണ്. അവർ കോൺഗ്രസ് പാർട്ടിയിലെ പിളർപ്പിന്റെ കാലത്ത് ഇന്ദിരയെ ആവേശത്തോടെ പിന്തുണച്ചതിനു പിന്നിലും പിന്നീട് ഇന്ദിരയുമായി തെറ്റിപ്പിരിഞ്ഞതിനു പിന്നിലും പ്രത്യയശാസ്ത്രപരമായ കാരണങ്ങളും സാധൂകരണവുമുണ്ടായിരുന്നു. ഇപ്പോൾ തോന്നുന്നു, സ്വാതന്ത്ര്യാനന്തര കാലഘട്ടത്തിൽ കോൺഗ്രസ് പാർട്ടിക്കിടയിൽ സമാനചിന്താഗതിക്കാരടങ്ങുന്ന ഒരു ബുദ്ധിജീവി സംഘം എന്ന നിലയിൽ, ഏറ്റവും ആരോഗ്യകരമായ ആശയസംവാദത്തിന് കളമൊരുക്കിയത് ഇക്കൂട്ടരായിരുന്നുവെന്ന്.

പുതിയ തലമുറയിൽപ്പെട്ട ഒരു കോൺഗ്രസ്സുകാരന് ഇതെല്ലാം ഒരു യക്ഷിക്കഥപോലെ തോന്നുമായിരിക്കും. അയാൾ കണ്ടു വളർന്നതും അയാളുടെ ചിന്തയേയും പ്രവൃത്തിയേയും നിയന്ത്രിക്കുന്നതുമായ രാഷ്ട്രീയ സംസ്കാരം ഇതിൽനിന്ന് എത്രയോ വ്യത്യസ്തമായ ഒന്നാണ്. 'ഹൈക്കമാൻഡ്' എന്ന പേരിലുള്ള ദിവ്യശക്തി ആവാഹിക്കുന്ന ഒരധികാര കേന്ദ്രത്തിന്റെ ആജ്ഞയ്ക്കൊപ്പം ചലിക്കുന്ന ഒരു ചട്ടക്കൂടാണ് കോൺഗ്രസ്സിന് ഇന്നുള്ളത്. പാർട്ടിയിൽ സമ്പൂർണ്ണമായ ആധിപത്യമുറപ്പിച്ചതിനുശേഷം ഇന്ദിര ആദ്യം ചെയ്ത കാര്യങ്ങളിലൊന്ന് ഗാന്ധിജിയുടേയും സുഭാഷ് ചന്ദ്രബോസിന്റേയും കാലംതൊട്ട് കോൺഗ്രസ്സിലുണ്ടായിരുന്ന ചൈതന്യപൂർണ്ണമായ ബഹുസ്വരപാരമ്പര്യത്തെ ഏതാണ്ട് ഒറ്റയടിക്ക് ഇല്ലായ്മ ചെയ്യുകയും തിരഞ്ഞെടുപ്പിന്റെ സ്ഥാനത്ത് നോമിനേഷന്റെ രീതി കൊണ്ടുവരികയും ചെയ്തതാണ്.

സംസ്ഥാനങ്ങളിലെ മുഖ്യമന്ത്രിമാരേയും പാർട്ടിഭാരവാഹികളേയും ഇച്ഛാനുസരണം കുടിയിരുത്തുകയും ഇളക്കിമാറ്റുകയും ചെയ്യുക എന്നത് ഇന്ദിരയുടെ ഇഷ്ടവിനോദങ്ങളിൽപ്പെട്ടിരുന്നു. തനിക്കും തന്റെ കുടുംബത്തിനും നേർക്കു വിദൂരമായ ഭീഷണിയെങ്കിലും ഉയർത്താൻ പോന്ന ഒറ്റനേതാവും പ്രാദേശിക തലത്തിൽ വളർന്നു വരരുത് എന്ന ഗൂഢലക്ഷ്യം ഇതിനു പിന്നിൽ ഉണ്ടായിരുന്നതായി പറയപ്പെടുന്നു. അങ്ങനെ ഇന്ദിര, കാമരാജിനേയും ചവാനേയും പോലുള്ള ജനപിന്തുണയും ആർജ്ജവവുമുള്ള നേതാക്കന്മാരുടെ സ്ഥാനത്ത് തന്നോട് കൂറും വിധേയത്വവും പുലർത്തുന്ന, അഴിമതിയുടെ കറപുരണ്ട രണ്ടാംകിടക്കാരായ അനുയായികളെ തിരഞ്ഞുപിടിച്ച് തന്റെ സാമ്രാജ്യത്തിന്റെ അകത്തളങ്ങളിൽ പ്രതിഷ്ഠിച്ചു. ജഗന്നാഥ് മിശ്രയും ഏ. ആർ ആന്തുലെയും കെ. കരുണാകരനും ഇന്ദിര സൃഷ്ടിച്ചെടുത്ത ഈ പുതിയ രാഷ്ട്രീയ സദാചാരത്തിന്റെ പ്രതിനിധികളായിരുന്നു. ഇന്നാട്ടിലെ ഉദ്യോഗസ്ഥസംവിധാനവും നീതിന്യായവ്യവസ്ഥയും പത്രലോകമുൾപ്പെടെയുള്ള ജനാധിപത്യത്തിന്റെ പ്രധാനപ്പെട്ട ഉപകരണങ്ങൾ ഇന്ദിരയുടെ കാലഘട്ടത്തിൽ എന്തൊക്കെ തരം സമ്മർദ്ദങ്ങൾക്കു വിധേയമായെന്നും ഏതൊക്കെ

രീതിയിൽ ദുർബ്ബലമായിത്തീർന്നു എന്നതിനെക്കുറിച്ചും പല പഠനങ്ങളും പുറത്തുവന്നിട്ടുണ്ട്. ഏതാണ്ട് ഇതേ രീതിയിൽ കോൺഗ്രസ്സിൽ അര നൂറ്റാണ്ടു കാലം നിലവിലുണ്ടായിരുന്ന സത്യസന്ധമായ അഭിപ്രായ സംഘട്ടനങ്ങളുടേയും ആരോഗ്യകരമായ ആശയചർച്ചകളുടേയും അന്ത രീക്ഷത്തെ അമ്പരപ്പിക്കുന്ന വേഗതയിൽ തുടച്ചുനീക്കിയതിന്റെ ബഹു മതിയും ഇന്ദിരയ്ക്കുള്ളതാണ്.

തന്റെ അമ്മായിയമ്മയിൽനിന്ന് പകർന്നുകിട്ടിയ അതേ ശീലങ്ങളാണ് സോണിയ പിന്തുടർന്നുപോന്നിട്ടുള്ളതെന്ന് കാണാൻ പ്രയാസമില്ല. പാർട്ടി പ്രസിഡണ്ട്, കോൺഗ്രസ് പാർലിമെന്ററി പാർട്ടി നേതാവ്, യു.പി. എയുടെ ചെയർപേഴ്സൺ - ഈ നിലകളിൽ കഴിഞ്ഞ വർഷങ്ങളിൽ സോണിയയുടെ മേലുണ്ടായിട്ടുള്ള അധികാരകേന്ദ്രീകരണം ഇവിടെ ആരോഗ്യകരമായ ജനാധിപത്യ കീഴ്‌വഴക്കങ്ങൾ നിലനിന്നുകാണാൻ ആഗ്രഹിക്കുന്നൊരാളിൽ ആശങ്കയുണർത്താൻപോന്ന രീതിയിൽ ഭീമമായ ഒന്നാണ്. ഈ അധികാരം സോണിയ എന്തിനുവേണ്ടി, എങ്ങനെ ഉപയോഗിച്ചു എന്നാരായുമ്പോൾ നാം അസുഖകരമായ ചില യാഥാർത്ഥ്യങ്ങളിൽ ചെന്നു തടയാനിടയുണ്ട്. ഇന്ദിരയുടേയും സോണിയ യുടേയും പ്രവർത്തനശൈലികൾ തമ്മിലുള്ള പ്രധാനപ്പെട്ട ഒരു വ്യത്യാസം ഈ സന്ദർഭത്തിൽ കാണാതിരുന്നുകൂടാ. ദേശീയ സ്വാതന്ത്ര്യ സമരത്തിൽ രാഷ്ടീയജ്ഞാനസ്നാനം നേടിയ ഇന്ദിര തന്റെ രാഷ്ട്രീയ ജീവിതത്തിന്റെ ഒരു ഘട്ടത്തിലും ജനങ്ങളെ അഭിമുഖീകരിക്കാൻ മടി കാണിച്ചിരുന്നില്ല. തന്നെ കാണാനെത്തുന്ന ജനസമൂഹത്തിന് പാഠങ്ങൾ പകർന്നുകൊടുക്കുകയും അവരെ ഉപദേശിക്കുകയും ശാസിക്കുകയു മൊക്കെ ചെയ്ത് അവരുടെ ബോധനിലവാരം ഉയർത്തിയതിലൂടെ ഭാരത ത്തിലെ നിരക്ഷരലക്ഷങ്ങളുമായി അർത്ഥവത്തായ ഒരു സംവാദം സാധിച്ചെടുത്ത നെഹ്റുവിന്റെ രീതിയല്ലായിരുന്നു ഇന്ദിരയ്ക്ക് മാതൃക യായിത്തീർന്നത്. എങ്കിൽക്കൂടി, തന്റെ നിലപാടുകൾ വിശദീകരിക്കുവാൻ ആൾക്കൂട്ടത്തിലേക്കു നേരിട്ട് ഇറങ്ങിച്ചെല്ലാനും പത്രമാധ്യമങ്ങളുടെ മുമ്പിൽ പ്രത്യക്ഷപ്പെടാനും ഇന്ദിര എപ്പോഴും തയ്യാറായിരുന്നു. മറ്റാരെ ങ്കിലും ഇംഗ്ലീഷിലോ ഹിന്ദിയിലോ എഴുതിത്തയ്യാറാക്കിയ പ്രസംഗം സ്റ്റേജിൽ കയറിനിന്ന് വായിക്കുന്ന ശീലമുള്ള ഇറ്റലിക്കാരി സോണിയ യ്ക്ക് സങ്കല്പിക്കാൻ വയ്യാത്ത ഒരു കാര്യമാണിത്.

സോണിയയ്ക്ക് ഏറ്റവും വലിയ മറയായിത്തീർന്നത്, താൻ അപ്രാപ്യ യാണ് എന്ന പ്രതീതി വിജയകരമായി വളർത്തിയെടുക്കാൻ കഴിഞ്ഞ താണ്. ഒരുതരം രഹസ്യാത്മകസ്വഭാവം എന്നും അവരെ ചൂഴ്ന്നുനിന്നി രുന്നു. ആൾക്കൂട്ടത്തിന്റെയോ പത്രമാധ്യമങ്ങളുടെയോ മുമ്പിൽ മനസ്സു തുറക്കാൻ സോണിയ എന്നെങ്കിലും തയ്യാറായതായി തെളിവില്ല. കാഫ്ക യുടെ ദുർഗ്ഗത്തിൽ എത്തിച്ചേരുന്നതിനേക്കാൾ പ്രയാസമുള്ള കാര്യമാണ്

സോണിയയുടെ അന്തഃപുരത്തിൽ പ്രവേശനം ലഭിക്കുന്നത് എന്ന് ഒരു പത്രലേഖകൻ നടത്തിയ നിരീക്ഷണം ഓർമ്മയിലെത്തുന്നു. ജോർജ്ജിനെപ്പോലെ സംശയാസ്പദമായ സ്വഭാവശുദ്ധിയുള്ള ഉദ്യോഗസ്ഥന്മാരുടേയും സിൽബന്തികളുടേയും സഹായത്തോടുകൂടിയാണ് സോണിയ പാർട്ടി കാര്യങ്ങൾ നിയന്ത്രിച്ചുപോന്നിട്ടുള്ളത്. തന്നെ കലവറ കൂടാതെ സ്വീകരിക്കുകയും ഉന്നതങ്ങളിൽ വാഴിക്കുകയും ചെയ്ത, തന്നെ ദത്തെടുത്ത, രാജ്യത്തെ സേവിക്കുന്നതിനാണോ, അതോ തന്റെയും കുടുംബത്തിന്റെയും സ്വകാര്യസാമ്രാജ്യം വിപുലമാക്കുന്നതിനാണോ സോണിയ കൂടുതൽ പ്രാധാന്യം കൊടുത്തിട്ടുള്ളത് എന്നു ചോദിച്ചാൽ ഉത്തരം സ്പഷ്ടമാണ്. തന്റെ സ്വാർത്ഥതാത്പര്യങ്ങൾ നിലനിർത്താൻവേണ്ടി സോണിയ ഏതതിർത്തിവരെയും പോകുമെന്നതിന്റെ ഒന്നാമത്തെ തെളിവായിരുന്നു, ബോഫോഴ്സ് ഇടപാടിൽ പങ്കുകാരനും തന്റെ ബന്ധുവുമായ ക്വത്വറോച്ചിക്ക് ഇന്ത്യയിൽനിന്നു രക്ഷപ്പെടാൻവേണ്ടി അവർ ഒത്താശ ചെയ്ത വിധം.

പോയ നൂറ്റാണ്ടിൽ കോളനിവാഴ്ചയ്ക്കെതിരായി ഉടലെടുത്ത സമാനതയില്ലാത്ത ബഹുജനപ്രക്ഷോഭത്തിന് നേതൃത്വം നൽകിയ ഏഷ്യയിലെ ഏറ്റവും വലിയ ജനാധിപത്യപ്രസ്ഥാനത്തിനു വന്നുപെട്ട വിപരിണാമത്തിന്റെ കഥ ഒരർത്ഥത്തിൽ ഇന്ത്യൻ രാഷ്ട്രീയ യാഥാർത്ഥ്യത്തെ സംബന്ധിക്കുന്ന ചില അടിസ്ഥാന സമസ്യകളിലേക്കുള്ള ചൂണ്ടുപലക കൂടിയാണ്. നാം പലപ്പോഴും അഭിമാനത്തോടെ വിളംബരം ചെയ്യാറുള്ള ഒരു കാര്യമാണ്, ലോകത്തിലെ ഏറ്റവും വലിയ ജനാധിപത്യരാഷ്ട്രമാണ് നമ്മുടേതെന്ന്. എന്നാൽ നമ്മുടെ ജനാധിപത്യസംവേദനങ്ങൾക്കു ആഴത്തിൽ വേരിറക്കം കിട്ടിയിട്ടുണ്ടോ എന്നു പരിശോധിക്കുമ്പോൾ നാം കണ്ടെത്താനിടയുള്ള ഒരു സത്യം, ഫ്യൂഡൽസ്വഭാവം വിട്ടൊഴിയാതെ നിൽക്കുന്ന, മൂന്നാം ലോകത്തിന്റെ തനതുരീതിയിലുള്ള വംശാധിഷ്ഠിത ജനാധിപത്യമാണ് (*dynastic democracy*) നാം പ്രയോഗരൂപത്തിൽ കൊണ്ടുവന്നിട്ടുള്ളത് എന്നതാണ്.

ഇനി ഇന്ത്യയിലെ ചില പ്രമുഖരാഷ്ട്രീയകക്ഷികൾ അധികാര വ്യവസ്ഥയെക്കുറിച്ച് വച്ചു പുലർത്തുന്ന സങ്കല്പങ്ങളിലേക്ക് ചെറുതായൊന്നു കണ്ണോടിക്കാം. പണ്ടത്തെ സോവിയറ്റ് യൂണിയനിൽ വളർച്ച പ്രാപിച്ച സ്വേച്ഛാധിപത്യഭീകരതയുടെ ഉറവിടമായ 'കേന്ദ്രീകൃത ജനാധിപത്യ' മെന്ന വികലമായ ആശയത്തെ മുറുകെ പിടിക്കുന്ന മാർക്സിസ്റ്റ് പാർട്ടിയുടെ കഥയെടുക്കുക. സ്റ്റാലിനേയും മാവോയേയും പോൾ പോട്ടിനേയും ആരാധിക്കുന്ന ഈ രാഷ്ട്രീയകക്ഷി ഉയർത്തിക്കാട്ടുന്ന സോഷ്യലിസ്റ്റ് യാഥാർത്ഥ്യത്തിന്റെ അന്തിമരൂപം എന്താണെന്നതിനെക്കുറിച്ച് സംശയം വേണ്ട: കോൺസൻട്രേഷൻ ക്യാമ്പ്. രാഷ്ട്രീയ സ്വയം

സേവക്സംഘിന്റെ ശ്രേണീബദ്ധമായ അധികാരഘടന വലിയൊരളവിൽ സ്വാംശീകരിച്ച ഭാരതീയ ജനതാപാർട്ടിയാണെങ്കിൽ, വൈവിധ്യത്തേയും വൈജാത്യത്തേയും തുറന്നംഗീകരിക്കുന്ന ഒരു ജീവിതരീതിയല്ല നേരെ മറിച്ച് 'സാംസ്കാരിക ദേശീയത'യെ അടിസ്ഥാനമാക്കിയുള്ള, അയ വില്ലാത്ത ഐകരൂപം ലക്ഷ്യമിടുന്ന ഒരു രാഷ്ട്രീയമാതൃകയാണ് മുന്നിൽ കാണുന്നത്.

നമ്മുടെ പൊതുമണ്ഡലത്തിൽ, പ്രത്യേകിച്ചും നാട്ടിലെ ഏറ്റവും പഴക്കംചെന്ന രാഷ്ട്രീയകക്ഷിക്കുള്ളിൽ, കാര്യങ്ങൾ മറ്റൊരു രീതിയിൽ നീങ്ങിയിരുന്ന ഒരു കാലഘട്ടത്തിലേക്കു തിരിഞ്ഞുനോക്കുന്നതു വഴി നാം എന്താണുദ്ദേശിക്കുന്നത്? നഷ്ടഭൂതകാലത്തിന്റെ ഓർമ്മ എത്തി പ്പിടിക്കുന്നത് വർത്തമാനയാഥാർത്ഥ്യത്തെ സംബന്ധിച്ച നമ്മുടെ ബോധത്തെ കൂടുതൽ നിശിതമാക്കാനിടയുണ്ട്. മറവിക്കെതിരായി ഓർമ്മ നിരന്തരം കലഹിച്ചുകൊണ്ടിരിക്കണം. അങ്ങനെ സംഭവിച്ചില്ലെങ്കിൽ നാം എടുത്തെറിയപ്പെടുന്നത് പേടിപ്പെടുത്തുന്ന വിടവുകളുള്ള ഒരു പേരില്ലാ രാജ്യത്തിലായിരിക്കും.

ഈ ബാക്കിപത്രം ആർക്കുവേണ്ടി

"തരിശുനില"ത്തിൽ കവി, ഒന്നാം ലോകമഹായുദ്ധത്തിന്റെ ഓർമ്മ പശ്ചാത്തലത്തിൽ നിർത്തിക്കൊണ്ട്, ദുഃഖവും വെല്ലുവിളിയും കലർന്ന സ്വരത്തിൽ "ഞാൻ നിങ്ങൾക്ക് ഒരുപിടി ചാരത്തിൽ പേടി എന്താണെന്ന് കാട്ടിത്തരാം" എന്നു വായനക്കാരോടു പറയുന്ന ഒരു മുഹൂർത്തമുണ്ട്. എന്റെ തലമുറ - സ്വാതന്ത്ര്യലബ്ധിക്കു തൊട്ടുമുമ്പുള്ള വർഷങ്ങളിൽ ജനിച്ച് ആയിരത്തിത്തൊള്ളായിരത്തി എഴുപതുകളുടെ ആദ്യപകുതിയിൽ ബുദ്ധിപരമായ മുതിർച്ച പ്രാപിച്ചവരുടെ തലമുറ - കൂട്ടായ ഭീതി എന്താണെന്ന് അനുഭവിച്ചറിഞ്ഞത് അടിയന്തരാവസ്ഥക്കാലത്തായിരുന്നു. തന്റെ വ്യക്തിത്വത്തിന്റെ ആഴങ്ങളിൽ ഉൽക്കണ്ഠ നിറഞ്ഞ അരക്ഷിതാവസ്ഥ ഒളിച്ചുവെച്ച മധ്യവയസ്സു പിന്നിട്ട ഒരു സ്ത്രീയുടെ നിവർത്തിപ്പിടിച്ച കൈപ്പത്തിയിൽ ഞങ്ങൾ ഒരുനാൾ അളവില്ലാത്ത അധികാരക്കൊതിയിൽ നിന്നു രൂപമെടുത്ത സമഗ്രാധിപത്യഭീഷണിയുടെ മുദ്രകൾ കണ്ടറിഞ്ഞു. അതുവരെ അനുഭവിച്ചുപോന്ന സ്വാതന്ത്ര്യം ഒരു മിഥ്യയായിരുന്നുവെന്നും ജീവിതത്തിന്റെ അവിഭാജ്യാംശമെന്നു കരുതിപ്പോന്ന അവകാശങ്ങൾ പലതും ഞങ്ങളുടെ തന്നെ സൃഷ്ടിയായ ഭരണകൂടത്തിന് യാതൊരു മുന്നറിയിപ്പും കൂടാതെ തട്ടിപ്പറിക്കാൻ കഴിയുന്ന വിധത്തിൽ താൽക്കാലികമാണെന്നും തെളിയിക്കപ്പെട്ടു. വിയോജിപ്പിന്റെയും അസംതൃപ്തിയുടെയും പ്രതിഷേധത്തിന്റെയും ശബ്ദങ്ങൾ നേതാവിനുവേണ്ടിയുള്ള ജയ് വിളികൾക്കൊപ്പം കലമ്പൽ കൂട്ടിയിരുന്ന ബഹുകക്ഷി ജനാധിപത്യ സമ്പ്രദായത്തിനു മുകളിൽ, ഒരർദ്ധരാത്രിയിൽ അരങ്ങേറിയ രാഷ്ട്രീയ നാടകത്തിന്റെ ഫലമായി കനത്ത നിശ്ശബ്ദത പരന്നു.

പേടി നിറഞ്ഞ ആ മൗനം വാക്കിനെ ശിഥിലമാക്കി, തലച്ചോറും കൈയുമുപയോഗിച്ചുകൊണ്ടുള്ള അർത്ഥവത്തായ എല്ലാ പ്രവർത്തനത്തേയും മരവിപ്പിച്ചു. ഭരണകൂടം പൊലീസിന്റെയും പട്ടാളത്തിന്റെയും സഹായത്തോടെ നടപ്പിലാക്കിയ ആസൂത്രിതപദ്ധതിയുടെ ഫലമായി ഭാരതം ഒരു തുറന്ന ജയിലായി മാറി. ചില അപവാദങ്ങൾ ഒഴിച്ചുനിർത്തിയാൽ, ജനാധിപത്യത്തിന്റെ അവലംബങ്ങളായ സ്ഥാപനങ്ങൾ - കോടതി,

ഉദ്യോഗസ്ഥസംവിധാനം, പത്രങ്ങൾ - അതിവേഗത്തിൽ അനുസരണയുടേയും വിധേയത്വത്തിന്റേയും ചാലുകളിലമർന്നു. ഭരണഘടനയുടെ ചട്ടക്കൂടിനുള്ളിൽ നിന്നുകൊണ്ട് എങ്ങനെ ഭരണഘടനയെ അട്ടിമറിക്കാമെന്നും ജനാധിപത്യത്തിന്റെ പുറംമോടികൾ നിലനിർത്തികൊണ്ട് എങ്ങനെ ഒരു രാജ്യത്തിൽ ഏകാധിപത്യം സ്ഥാപിക്കാമെന്നും ലോകത്തിനു കാട്ടിക്കൊടുത്ത പുതുമയുള്ള ഈ രാഷ്ട്രീയപരീക്ഷണത്തിന്റെ വിജയത്തിന്, സ്ഥാപനങ്ങളുടെയും നടപടിക്രമങ്ങളുടെയും തകർച്ച ആഴം കൂട്ടി. സർക്കാർ മാധ്യമങ്ങൾ മുറതെറ്റാതെ പ്രചരിപ്പിച്ച അസത്യത്തിന്റേയും നുണകളുടേതുമായ പ്രത്യേക ലോകത്തിൽ കഴിയാൻ വിധിക്കപ്പെട്ട സാധാരണ പൗരനെ സംബന്ധിച്ചിടത്തോളം തനിക്കു യഥാർത്ഥത്തിൽ നഷ്ടപ്പെട്ടതെന്താണെന്നും തന്നെ കാത്തിരിക്കുന്ന ഭാവി ഏതു രൂപത്തിലുള്ളതാണെന്നും മനസ്സിലാക്കാൻ മാർഗ്ഗങ്ങളില്ലായിരുന്നു. സ്വേച്ഛാധിപത്യം സൃഷ്ടിക്കുന്ന ആഭിചാരത്തിന് ജനങ്ങളുടെ ഓർമ്മകളെ മയക്കിക്കെടുത്താനും, ചിന്താശക്തിയെ സ്തംഭിപ്പിക്കാനുമുള്ള കഴിവ് ഇന്ദിരാഗാന്ധിയും അവരെ ചുറ്റിപ്പറ്റിയുള്ള ഉപജാപകവൃന്ദവും ഇക്കാലത്ത് ഫലപ്രദമായി പരീക്ഷിച്ചറിഞ്ഞു.

ലാറ്റിൻ അമേരിക്കൻനാടുകളിൽ നിലവിലുള്ള സ്വേച്ഛാധിപത്യക്രമങ്ങളെക്കുറിച്ചെഴുതുമ്പോൾ അസ്ടൂരിയാസിനേയും മാർകേസിനെയും പോലുള്ള എഴുത്തുകാർ പ്രകൃതിയിൽനിന്നു കടംകൊണ്ട രൂപകങ്ങൾ ഉപയോഗിച്ചു കണ്ടിട്ടുണ്ട്. ഭൂമികുലുക്കംപോലെയോ അത്യുഷ്ണം പോലെയോ ഒക്കെ ആ നാടുകളിലെ ഭൂപ്രകൃതിയുടെ പ്രത്യേകതകളുമായി ബന്ധപ്പെട്ട ഒരുതരം അത്യാഹിതമായാണ് (telluric disaster) ഈ എഴുത്തുകാർ സ്വന്തം രാജ്യങ്ങളിൽ നൂറ്റാണ്ടുകളായി നിലനിന്നുപോരുന്ന ഏകാധിപത്യവ്യവസ്ഥിതിയെ നോക്കിക്കാണുന്നത്. അവരെ സംബന്ധിച്ചിടത്തോളം പട്ടാളമേധാവികൾ നയിക്കുന്ന ഏകാധിപത്യഭരണകൂടങ്ങൾ അഴിച്ചുവിടുന്ന ക്രൂരതയുടെ അനുഷ്ഠാനമുറകൾ തെക്കേ അമേരിക്കയിലെ പരിസരമായും ജീവിതാന്തരീക്ഷമായും ജൈവബന്ധം പുലർത്തുന്ന ഒരുതരം നിത്യപ്രതിഭാസങ്ങളാണ്.

ഇത്തരത്തിലുള്ള ഒരു വീക്ഷണം 1975-77 വർഷങ്ങളിൽ ഇവിടെ നിലവിലുണ്ടായിരുന്ന അടിയന്തരാവസ്ഥയെ സംബന്ധിച്ചിടത്തോളം സാധ്യമാണോ എന്ന് ഉത്തരേന്ത്യയിലെ കാലാവസ്ഥയുടേയും ഭൂപ്രകൃതിയുടെയും രാഷ്ട്രീയപാരമ്പര്യത്തിന്റേയും ചില പ്രത്യേകതകൾ മനസ്സിൽ നിർത്തികൊണ്ട് ഞാനാലോചിച്ചു പോയിട്ടുണ്ട്. പ്രജകൾക്കു വിവരിക്കാനാവാത്ത കഷ്ടപ്പാടും ദുരിതവും സമ്മാനിച്ചുകൊണ്ട് ഗംഗാസമതലങ്ങളെ ചവിട്ടിമെതിച്ചു കടന്നുപോയ ഏകാധിപതികളുടെ നീണ്ടനിരയിലെ ഒരു കണ്ണിയായി ഇന്ദിരയെ കണ്ടുകൂടെ? അധികാരിവർഗത്തിന്റെ കണ്ണിൽ ച്ചോരയില്ലായ്മയേയും നീതിയുടെ വ്യഭിചാരത്തേയും വിധിയുടെ

ഭാഗമായി കാണാൻ ശീലിച്ച, ആണ്ടുതോറും ആയിരങ്ങളുടെ ജീവന പഹരിക്കുന്ന വേനൽച്ചൂടിന്റേയും വർഷക്കൊടുങ്കാറ്റിന്റേയും പ്രളയ ത്തിന്റേയും ചാക്രികാവർത്തനങ്ങളുമായി പൊരുത്തപ്പെട്ടു കഴിയുന്ന, അതേ മനോഭാവത്തോടെ ചരിത്രത്തിന്റേയും രാഷ്ട്രീയപ്രക്രിയക ളുടെയും ക്രൂരവൈകൃതങ്ങളെ ഏറ്റുവാങ്ങാൻ ശീലിച്ച ഒരു ജനതയെ സംബന്ധിച്ചിടത്തോളം അടിയന്തിരാവസ്ഥക്കാലത്തു നടന്ന അതിക്രമ ങ്ങൾ സ്ഥിരപരിചിതമായൊരു അനുഭവക്രമത്തിന്റെ തുടർച്ച മാത്രമായി രുന്നില്ലേ? ഇത്തിരി സാഹിത്യഭാവന കൈമുതലായുള്ള ഒരാൾ അടിയ ന്തരാവസ്ഥയെ ഈ രീതിയിൽ നിഗൂഢവൽക്കരിക്കാൻ പ്രലോഭിതനാ യെന്നിരിക്കും.

നാം മറക്കരുതാത്ത ഒരു വസ്തുത അടിയന്തരാവസ്ഥ ചെറിയൊരു ഇടവേളയായിരുന്നു എന്നതാണ്. സ്വാതന്ത്ര്യലബ്ധിക്കുശേഷമുള്ള ഇന്ത്യ യുടെ ചരിത്രത്തിൽ അടിയന്തരാവസ്ഥ നിലനിന്ന പത്തൊമ്പതുമാസം താരതമ്യേന ഹ്രസ്വമായൊരു കാലഘട്ടമായിരുന്നു. അടിയന്തരാവസ്ഥയെ സംബന്ധിച്ച ഏറ്റവും വസ്തുനിഷ്ഠമായ രാഷ്ട്രീയവീക്ഷണം, നെഹ്റു യുഗത്തിന്റെ അറുതിയോടുകൂടി നമ്മുടെ ലിബറൽ ജനാധിപത്യവ്യവ സ്ഥിതിയെ ഗ്രസിച്ചുതുടങ്ങിയ പ്രതിസന്ധിയുടെ മൂപ്പെത്തിയ രൂപമായി രുന്നു അത് എന്നതാണ്. എന്നാൽ നമ്മുടെ രാഷ്ട്രീയവ്യവസ്ഥിതി ഈ പ്രതിസന്ധിയെ അതിജീവിച്ചു. അടിയന്തരാവസ്ഥയെ തുടർന്നുവന്ന പൊതുതെരഞ്ഞെടുപ്പിൽ വോട്ടർമാർ ആ അപഭ്രംശത്തിനു കാരണ ക്കാരായ വ്യക്തികളെ ശിക്ഷിക്കുകയും അടിയന്തരാവസ്ഥ കൊണ്ടർത്ഥ മാക്കിയ പരിഹാരമാർഗ്ഗങ്ങളെ അസന്ദിഗ്ദ്ധമായ രീതിയിൽ നിരാകരി ക്കുകയും ചെയ്തു. ഉറപ്പും ഭദ്രതയും വാഗ്ദാനം ചെയ്ത ഏകാധിപതി യുടെ വ്യക്തിനിഷ്ഠവും കുടുംബാധിഷ്ഠിതവുമായ ഭരണത്തേക്കാൾ തങ്ങൾ ജനാധിപത്യത്തെ, അതിന്റെ സകല ദൗർബല്യങ്ങളോടും പരാധീനതകളോടുംകൂടി, വിലമതിക്കുന്നുവെന്ന് നമ്മുടെ ആളുകൾ തെളിയിച്ചു. 1977ൽ ജയപ്രകാശ്നാരായണൻ നേതൃത്വം നൽകിയ രണ്ടാം സ്വാതന്ത്ര്യസമരത്തിന്, ആദ്യത്തേതിനേക്കാൾ ഒട്ടും കുറയാത്ത പ്രസക്തിയും ഗൗരവവുമുണ്ടായിരുന്നു.

ഇന്ത്യയിലെ വ്യത്യസ്ത ജനവിഭാഗങ്ങൾ ഒരേ രീതിയിലായിരുന്നില്ല അടിയന്തരാവസ്ഥയെ അനുഭവിച്ചറിഞ്ഞത്. ഉദാഹരണത്തിന്, കേരള ത്തിലെ ഒരു വെള്ളക്കോളർ ജീവനക്കാരനെ സംബന്ധിച്ചിടത്തോളം അടിയന്തിരാവസ്ഥയുടെ അർത്ഥം പ്രധാനമായും തീവണ്ടികൾ കൃത്യ സമയത്ത് ഓടുന്നതിലും വിദ്യാലയങ്ങൾ മുറയ്ക്ക് പ്രവർത്തിക്കുന്നതിലും ഒതുങ്ങിനിന്നു. അങ്ങനെ അയാൾ വരുംതലമുറകൾക്ക് നാണക്കേടു വരുത്തിവെച്ചുകൊണ്ട് 1977-ലെ പൊതുതെരഞ്ഞെടുപ്പിൽ അടിയന്തരാ വസ്ഥയ്ക്കു ചുക്കാൻപിടിച്ച രാഷ്ട്രീയകക്ഷികളെ മഹാഭൂരിപക്ഷത്തോടെ അധികാരത്തിൽ തിരിച്ചുകൊണ്ടുവന്നു. നേരേമറിച്ച് ബീഹാറിലെ ഒരു

തൊഴിലാളിയെ സംബന്ധിച്ചിടത്തോളം ജയപ്രകാശ്നാരായണനെ ഇന്ദിരാഗാന്ധി തടവിൽ പാർപ്പിച്ചിരിക്കുകയാണ് എന്ന ഒറ്റ വസ്തുത മതിയായിരുന്നു അയാളുടെ സ്വൈരം കെടുത്താൻ. ജെ.പി പ്രസ്ഥാനം ഉണർത്തിവിട്ട ആദർശബോധത്തിന്റെ അലകൾ കെട്ടടങ്ങാത്ത ബീഹാർ സംസ്ഥാനം ഒറ്റക്കെട്ടായി തെരഞ്ഞെടുപ്പിൽ കോൺഗ്രസ്സിനെതിരായി വിധിയെഴുതി. നിർബന്ധിത വന്ധ്യംകരണത്തിനായി ആടുമാടുകളെപ്പോലെ ആളുകളെ വാനിൽ കയറ്റിക്കൊണ്ടുപോകുന്ന അല്പബുദ്ധികളായ ജില്ലാ അധികൃതരാണ് ഉത്തർപ്രദേശിലെ ഗ്രാമീണരുടെ മുമ്പിൽ ഇന്ദിരയുടെ ഭീകരവാഴ്ചയുടെ മൂർത്തരൂപമായി അവതരിച്ചത്. യു.പിയിലെ നിരക്ഷരലക്ഷങ്ങൾ ഇന്ദിരയിൽനിന്ന് ദേശത്തെ രക്ഷിക്കാൻ വേണ്ടി മാത്രമല്ല, തങ്ങളുടെ ജനനേന്ദ്രിയത്തെ രക്ഷിക്കാൻകൂടിവേണ്ടിയാണ് തെരഞ്ഞെടുപ്പിൽ വോട്ടുചെയ്തത്. ഇന്ത്യയുടെ വടക്കുകിഴക്കൻ സംസ്ഥാനങ്ങളിലാണെങ്കിൽ അടിയന്തരാവസ്ഥയുടെ ആഘാതം അത്ര രൂക്ഷമല്ലായിരുന്നു.

വേറൊരു രീതിയിൽ പറഞ്ഞാൽ അടിയന്തരാവസ്ഥയെക്കുറിച്ചുള്ള ഇന്ത്യൻജനതയുടെ ഓർമ്മകൾക്ക് ഏകതാനമായ സ്വഭാവമല്ല ഉള്ളത്. ഈ മഹാരാജ്യത്തിന്റെ ഭൂഖണ്ഡസമാനമായ വിസ്തൃതിയും രാഷ്ട്രീയ വൈവിധ്യവും പല പ്രവിശ്യകളിലുള്ളവർ 1975 ജൂൺ 26-ാംതീയതി ഇന്ദിര ഉദ്ഘാടനംചെയ്ത പ്രത്യേക ഭരണക്രമത്തിന്റെ ദോഷഫലങ്ങളും കെടുതികളും ചില്ലറ അനുഗ്രഹങ്ങളും ഏറ്റുവാങ്ങിയ രീതിയെ നിർണ്ണയിച്ചതായി കാണാൻ കഴിയും.

അടിയന്തരാവസ്ഥ ദിനങ്ങളെക്കുറിച്ച് എന്റെ ഉള്ളിൽ ഇന്നും ആളിപ്പിടിച്ചുനില്ക്കുന്ന ഒരോർമ്മയുണ്ട്. അടിയന്തരാവസ്ഥ നിലവിൽ വന്ന് ഏതാനും മാസം കഴിഞ്ഞപ്പോൾ ഒരു സർവ്വോദയപ്രവർത്തകൻ പ്രതിഷേധസൂചകമായി പൊതുസ്ഥലത്തുവെച്ച് ശരീരത്തിൽ പെട്രോളൊഴിച്ച് ജീവനൊടുക്കി. ആ സർവ്വോദയപ്രവർത്തകന്റെ ആത്മബലി ഗാന്ധിജി ഇന്ത്യാക്കാരെ പഠിപ്പിച്ച അഹിംസാപൂർണ്ണമായ ചെറുത്തുനില്പിന്റെ പരമമായ രൂപമായിരുന്നു. അയാളുടെ ഉള്ളിൽ നിന്ന് ഉയർന്നു പൊങ്ങിയ നിലവിളി അന്ന് ഇന്ത്യയിലാകെ വിങ്ങിപ്പൊട്ടി നിന്നിരുന്ന ഭയാനകമായ നിശ്ശബ്ദതയെ കീറിമുറിച്ചുകൊണ്ടു കടന്നു പോയി. അജ്ഞാതനായ ആ സർവ്വോദയപ്രവർത്തകന് നാടാകെ സ്മാരകങ്ങൾ തീർക്കണമെന്ന് ഇന്ത്യയിൽ നടന്ന സ്വാതന്ത്ര്യധ്വംസനത്തിന്റെ കഥകൾ ആവേശപൂർവ്വം വെളിച്ചത്തുകൊണ്ടുവന്നിരുന്ന ചില വിദേശപത്രങ്ങൾ അക്കാലത്തെഴുതുകയുണ്ടായി. ആ മനുഷ്യന്റെ ഓർമ്മയ്ക്കായി ഒരു കല്ലു പോലും നാട്ടാൻ ആരും മുന്നോട്ട് വന്നില്ല. സ്മാരകങ്ങൾ ഉയർന്നത് അയാൾക്കും അയാളെപ്പോലെയുള്ള ആയിരക്കണക്കിനാളുകൾക്കും കൈവിലങ്ങും വെടിയുണ്ടകളും സമ്മാനിച്ച അഹങ്കാരം നിറഞ്ഞ ചക്രവർത്തിനിക്കായിരുന്നു.(അശോക്മേത്തയുടെ കുറിക്കുകൊള്ളുന്ന വിശേഷണം-

'മാഡം മുസ്സോളിനി'.) ദുരന്തസാഹചര്യങ്ങളിൽ സംഭവിച്ച മരണം ഇന്ദിരയെ അവരുടെ കരിപുരണ്ട ഭൂതകാലത്തിൽനിന്നടർത്തിമാറ്റി, ധീരരക്തസാക്ഷികളുടെ നിരയിലേക്കുയർത്തി.അല്ലെങ്കിൽത്തന്നെ ചരിത്രം അക്രമിയുടേയും ജേതാവിന്റേയും കഥകൾ നിറഞ്ഞ ഒന്നാണ്. പരാജിതന്റെ മൂകദുഃഖം ചരിത്രത്തിന്റെ വെളിമ്പ്രദേശങ്ങളിൽ നേരിയൊരു മാറ്റൊലിയായി തങ്ങിനിൽക്കുന്നു.

രണ്ട്

രണ്ടു പതിറ്റാണ്ടുകളുടെ ചെറുതല്ലാത്ത അകലം സമ്മാനിക്കുന്ന പരിപ്രേക്ഷ്യമുപയോഗിച്ചുകൊണ്ട്, ഈ ചരിത്രസന്ധിയിൽ ഇന്ത്യയിലെ എഴുത്തുകാരും ബുദ്ധിജീവികളും എന്തൊക്കെ ചെയ്തു, ചെയ്തില്ല എന്നതിനെപ്പറ്റി ഒരു വിലയിരുത്തൽ നടത്താൻ ഈയിടെ ചിലർ തയ്യാറായി വന്നിട്ടുണ്ട്. ഇത്തരമൊരു 'പോസ്റ്റ്മോർട്ട'ത്തിന്റെ ഏറ്റവും വലിയ സാധൂകരണം, അത് നമ്മുടെ സാംസ്കാരികജീവിതത്തിന്റെ അന്തഃസത്തയിലേക്കുള്ള ചൂണ്ടുപലകയായിത്തീരാമെന്നതാണ്. ഒരു യുദ്ധം ജയിച്ച് വളരെനാൾ കഴിഞ്ഞതിനു ശേഷം ആരെല്ലാം പിന്തിരിഞ്ഞോടി, ആരെല്ലാം മറുപക്ഷം ചേർന്നു, നിഷ്പക്ഷത പാലിച്ചു എന്നൊക്കെ കണക്കെടുക്കുന്ന മട്ടിലല്ല ഈ പ്രശ്നത്തെ നാം സമീപിക്കുന്നത്. അടിയന്തരാവസ്ഥയെ അതിജീവിച്ചവരും അതിന് ഇരയായിത്തീർന്നവരും ചില ചോദ്യങ്ങൾക്ക് ഉത്തരം നൽകാൻ ബാദ്ധ്യസ്ഥരാണ്. ജീവിതത്തിന് അർത്ഥവും ഉണ്മയും നല്കുന്ന ചില അടിസ്ഥാനമൂല്യങ്ങളെ സ്വന്തം വാക്കിലൂടെയും പ്രവൃത്തിയിലൂടെയും വഞ്ചിക്കുകയോ ഉയർത്തിപ്പിടിക്കുകയോ ചെയ്തവരാണവർ. ഇന്ദിരയുടെ സർവ്വാധിപത്യം ഇന്നാട്ടിലെ ഒരു വെറും പൗരൻതൊട്ട് ഭരണകക്ഷിയായ കോൺഗ്രസ്സിലെ വിമതന്മാർ വരെയുള്ളവരുടെ മുന്നിലവതരിപ്പിച്ചത്, ഒന്നുകിൽ സഹനവും കീഴടങ്ങലും, അതല്ലെങ്കിൽ എതിർപ്പും എതിർപ്പിനു നല്കേണ്ട കണ്ണീരിലും ചോരയിലും കുതിർന്ന വിലയും എന്ന തരത്തിലുള്ള ആത്യന്തികമായ തെരഞ്ഞെടുപ്പായിരുന്നു. ഈ തീവ്രസന്ദർഭത്തിൽ നാടിന്റെ മനസ്സാക്ഷി സൂക്ഷിപ്പുകാരെന്നഭിമാനിക്കുന്ന എഴുത്തുകാർ എങ്ങനെ പെരുമാറി എന്ന ചോദ്യത്തിന് വെറും അക്കാദമിക് മൂല്യം മാത്രമാണോ ഉള്ളത്?

മൂന്ന്

ഈ വിഷയം പിന്തുടരുന്നതിനു മുമ്പായി എന്റെ ചിന്തകളെ അല്പനേരത്തേക്ക് ഒരു വിരുദ്ധദിശയിൽ തിരിച്ചുവിടാൻ ഞാനാഗ്രഹിക്കുന്നു. ഈ നൂറ്റാണ്ടിലെ പ്രതിഭാശാലികളായ പല എഴുത്തുകാരും നാം

സാധാരണയായി കരുതുന്ന അർത്ഥത്തിലുള്ള ജനാധിപത്യവാദികളോ മാനവികതാവാദികളോ ആയിരുന്നില്ല. അല്ലെങ്കിൽ, നാം പ്രതീക്ഷിക്കുന്ന രീതിയിലുള്ള 'ശരിയായ' രാഷ്ട്രീയനിലപാടല്ല ചില ചരിത്രസന്ധികളിൽ അവർ കൈക്കൊണ്ടിട്ടുള്ളത്. ഇരുപതാംനൂറ്റാണ്ടിന്റെ തുടക്കത്തിലാവിർഭവിച്ച ആധുനികതാപ്രസ്ഥാനത്തിന്റെ പ്രധാന വക്താക്കൾ -എസ്രാപൗണ്ട്, ടി.എസ്.എലിയറ്റ്, ഡി.എച്ച്. ലോറൻസ്-ലിബറൽ ജനാധിപത്യമൂല്യങ്ങളെ നിരാകരിക്കുകയും ഏതെങ്കിലും രൂപത്തിലുള്ള സമഗ്രാധിപത്യജീവിതക്രമങ്ങളോട് പരസ്യാഭിമുഖ്യം പ്രകടിപ്പിക്കുകയും ചെയ്തവരാണെന്ന സംഗതി കുപ്രസിദ്ധമാണ്. പ്രത്യയശാസ്ത്രപരമായി നോക്കുമ്പോൾ അവരെല്ലാം 'പിന്തിരിപ്പ'ന്മാരായിരുന്നു. ഇക്കൂട്ടത്തിൽ എസ്രാപൗണ്ട് (Ezra Pound) തന്റെ ജൂതവിരോധത്തിന്റേയും മദ്ധ്യവർഗ്ഗമൂല്യങ്ങളോടുള്ള വെറുപ്പിന്റേയും പരിണതഫലമായി ഫാസിസത്തിന്റെ ആരാധകനായിത്തീർന്നു. യുദ്ധകാലത്ത് പൗണ്ട് ഇറ്റലിയിൽവെച്ച് മുസ്സോളിനിയെ വാഴ്ത്തിക്കൊണ്ട് വികാരഭ്രാന്തുനിറഞ്ഞ ഭാഷയിൽ നടത്തിയ റേഡിയോപ്രസംഗങ്ങൾ സാഹിത്യവൃത്തങ്ങളിൽ നടുക്കം സൃഷ്ടിച്ചു. ഫാസിസവുമായുള്ള ഈ തുറന്ന വേഴ്ച ഉണർത്തിവിട്ട വിവാദങ്ങൾ പൗണ്ടിനെ ജീവിതാവസാനം വരെ വേട്ടയാടുകയുണ്ടായി.

നാസിസം വളർച്ച പ്രാപിച്ച കാലത്ത് യൂറോപ്പിലും ജർമ്മനിയിലുമുള്ള പല എഴുത്തുകാരും ബുദ്ധിജീവികളും അതിനോട് ഒളിഞ്ഞും തെളിഞ്ഞും അനുഭാവം പ്രകടിപ്പിക്കുകയുണ്ടായി. സാഹിത്യത്തിനു നോബൽസമ്മാനം നേടിയ നോർവീജിയൻ നോവലിസ്റ്റായ നട്ട് ഹാംസൺ (Knut Hamsun) യുദ്ധകാലത്ത് മറയില്ലാത്ത നാസിപക്ഷപാതിയായി പ്രത്യക്ഷപ്പെട്ടു. അദ്ദേഹം തന്റെ ജന്മരാജ്യത്തെ ആക്രമിച്ചു കീഴടക്കിയ ഹിറ്റ്ലറെ സന്ദർശിക്കുകപോലും ചെയ്തു. ജർമ്മനിയിലെ പല സാംസ്കാരികനായകന്മാരും കലാകാരന്മാരും നാസിസത്തെ പിന്തുണയ്ക്കാനോ അതുമായി പൊരുത്തപ്പെട്ടു കഴിയാനോ ഉള്ള സന്നദ്ധത കാണിച്ചു. തത്ത്വചിന്തകനായ ഹൈദെഗറുടെ(Martin Heidegger) നാസിഭൂതകാലത്തെ ചുറ്റിപറ്റിയുള്ള വിവാദങ്ങൾ ഇനിയുമവസാനിച്ചിട്ടില്ല. ഹൈദെഗർ ഒരു പ്രത്യേകഘട്ടത്തിൽ നാസിസത്തിന്റെ പിന്നിലുള്ള തത്ത്വചിന്താപരമായ പ്രേരണകളോട് ആഭിമുഖ്യം കാട്ടുകയുണ്ടായി എന്നത് തെളിയിക്കപ്പെട്ടു കഴിഞ്ഞ കാര്യമാണ്. 'മാർബിൾ ക്ലിഫ്സ്'എന്ന വിചിത്രസൗന്ദര്യം കലർന്ന നോവലിന്റെ കർത്താവായ ഏണസ്റ്റ് യുംഗർ (Earnest Junger) നാസിസത്തോട് ചായ്‌വു കാണിച്ച ഒരെഴുത്തുകാരനായിരുന്നു. നാസിവാഴ്ചയുടെ കാലത്ത് പ്രവാസം സ്വീകരിക്കാതെ ജർമ്മനിയിൽത്തന്നെ തങ്ങിയ കവികളിൽ പലരും ഹിറ്റ്ലറോട് കൂറു പ്രഖ്യാപിക്കുകയുണ്ടായി. ഇക്കൂട്ടത്തിൽ ഓർമ്മിക്കേണ്ട

ഒരു പേര് ദുരന്തപൂർണമായ ജീവിതവീക്ഷണം വിളിച്ചോതുന്ന സ്ഫോടനാത്മകമായ കവിതകളിലൂടെ പ്രശസ്തിയിലേക്കുയർന്ന ഗോട്ഫ്രീഡ് ബെന്നിന്റേതാണ്(Gottfried Benn).

സ്വേച്ഛാധിപതികളെ എതിർക്കുമ്പോൾത്തന്നെ അവരുടെ നേർക്ക് വിചിത്രവും വ്യാഖ്യാനാതീതവുമായ കൗതുകമോ ആകർഷണമോ അനുഭവിച്ചറിഞ്ഞ എഴുത്തുകാർ നമ്മുടെ കാലഘട്ടത്തിലുണ്ടായിട്ടുണ്ട്. സ്വേച്ഛാധിപത്യം സൃഷ്ടിക്കുന്ന രഹസ്യമന്ത്രവാദം കലാഭാവനയെ സ്തബ്ധമാക്കിയിട്ടുള്ള സന്ദർഭങ്ങളുണ്ട്. ഉദാഹരണത്തിന് സോവിയറ്റ് യൂണിയനിൽ സ്റ്റാലിനോട് കടുത്ത വിപ്രതിപത്തി പുലർത്തിപ്പോന്ന ചില എഴുത്തുകാർക്കുകൂടി സ്റ്റാലിനിലൂടെ സാക്ഷാത്ക്കാരംകൊണ്ട പരമമായ അധികാരത്തിന്റെ ആകർഷണത്തിൽനിന്ന് കുതറിമാറാൻ കഴിയാതെ വന്നതായി സാഹിത്യചരിത്രകാരന്മാർ ചൂണ്ടിക്കാട്ടുന്നു. സ്റ്റാലിനെക്കുറിച്ച് അപകീർത്തികരമായൊരു കവിതയെഴുതിയതിന്റെ പേരിൽ കോൺസെൻട്രേഷൻ ക്യാമ്പിലേക്കു തള്ളിവിടപ്പെട്ട മാൻഡൽസ്റ്റാം (Ossip Mandelstam) സ്റ്റാലിന്റെ വ്യക്തിത്വത്തിന്റെ ചില അംശങ്ങളുടെ നേരെ വശീകരിക്കപ്പെട്ടതായി ജീവചരിത്രകാരന്മാർ അഭിപ്രായപ്പെട്ടിട്ടുണ്ട്. ആത്മരക്ഷയെക്കരുതിയാണെങ്കിൽക്കൂടി മാൻഡൽസ്റ്റാം സ്റ്റാലിന് സ്തുതി പാടിക്കൊണ്ട് ഒരു കവിത രചിക്കുകയുണ്ടായി. സ്വേച്ഛാധിപതിയെ ചൂഴ്ന്നുകൊണ്ടുള്ള പ്രഭാവലയമുണ്ടല്ലോ, അതിന്റെ മാസ്മരശക്തി എഴുത്തുകാരന്റെ ലോലമായ സംവേദനങ്ങളെ എങ്ങനെയൊക്കെ സ്പർശിക്കുമെന്ന് കൃത്യമായി പറയാനാവില്ല.

സ്റ്റാലിനിസ്റ്റ് കാലഘട്ടത്തിൽ വീർപ്പുമുട്ടൽ അനുഭവിക്കുകയും പ്രസിദ്ധീകരണാനുമതി നിഷേധിക്കപ്പെടുകയും ചെയ്ത ഒരെഴുത്തുകാരനായിരുന്നു മിഖായേൽ ബുൾഗാക്കോവ് (Michail Bulgakov). സ്റ്റാലിനുമായി വ്യക്തിബന്ധമുണ്ടായിട്ടുകൂടി അദ്ദേഹത്തിന് റഷ്യ വിടാൻ അനുമതി ലഭിച്ചില്ല. 'മാസ്റ്റർ ആന്റ് മാർഗരിറ്റ'എന്ന പ്രശസ്തമായ നോവലിൽ ബുൾഗാക്കോവ് തന്റെ സർഗ്ഗജീവിതത്തിലെ ഇച്ഛാഭംഗങ്ങളേയും വേദനകളേയും മോഹചിന്തകളേയും ആക്ഷേപഹാസ്യത്തിന്റേയും ഭ്രമകല്പനയുടേയും അംശങ്ങൾ ഉൾച്ചേർന്ന അലൗകികമായൊരു തലത്തിൽ വിന്യസിച്ചിരിക്കുന്നു. ഈ നോവലിലെ ചെകുത്താൻ (വോളണ്ട്) സ്റ്റാലിന്റെ വിദൂരച്ഛായ വഹിക്കുന്നു. മാസ്റ്ററും വോളണ്ടും തമ്മിലുള്ള സങ്കീർണമായ ബന്ധത്തിന്റെ ചിത്രീകരണത്തിലൂടെ, തനിക്കും സ്റ്റാലിനുമിടയിലുണ്ടായിരുന്ന സ്നേഹ-ദ്വേഷബന്ധത്തിന്റെ പ്രതിരൂപാത്മകമായ ആവിഷ്കരണമാണ് ബുൾഗാക്കോവ് സാധിച്ചെടുത്തിട്ടുള്ളതെന്നു കരുതുന്ന നിരൂപകന്മാരുണ്ട്.

നമ്മുടെ തൊട്ട് മുന്നിലുള്ള ഒരു ദൃഷ്ടാന്തത്തിലേക്ക് തിരിയുകയാണെങ്കിൽ, ഗബ്രിയേൽ ഗാർസിയ മാർകേസ് ക്യൂബൻ ഏകാധിപതിയായ

ഫിഡൽ കാസ്ട്രോവിന്റെ നേർക്കു പുലർത്തിപ്പോന്നിട്ടുള്ള വീരാരാധന കലർന്ന മനോഭാവം പലരുടേയും ശ്രദ്ധ പിടിച്ചു പറ്റിയിട്ടുണ്ട്. മുമ്പ് ആന്ദ്രെ മാൽറോയും ജനറൽ ഡിഗാളും തമ്മിലുണ്ടായിരുന്ന അടുപ്പവും സഹകരണവും ഇത്തരത്തിൽ വിമർശനം ക്ഷണിച്ചുവരുത്തുകയുണ്ടായി. സാഹസികതയോട് കമ്പം തോന്നുന്ന, അദ്ഭുതഭാവം തുടിച്ചു നില്ക്കുന്ന ഭാവനാരീതിക്കുടമകളായ ചില എഴുത്തുകാരുണ്ട്. അവരിൽ ജീവിതത്തേക്കാൾ വലിപ്പം വെച്ച, ഐതിഹ്യത്തിന്റെ മേഖലയെ തൊട്ടുനില്ക്കുന്ന ചിലതരം രാഷ്ട്രീയനേതാക്കൾ-ഇവർ സൈനികമേധാവികളാവാം, മൊണാർക്കുകളാവാം, ജനാധിപത്യപ്രേമം നടിക്കുന്ന ഏകാധിപതികളാവാം - ഒരുതരം സ്വാഭാവികാഭിനിവേശമുണർത്താറുണ്ട്.

നാല്

സേച്ഛാധിപത്യവുമായി സന്ധിചെയ്യുകയും ഏകാധിപതികളെ വിസ്മയംകൊണ്ട് വിടർന്ന കണ്ണുകളോടെ നോക്കിക്കാണുകയും ചെയ്തിട്ടുള്ള പാശ്ചാത്യസാഹിത്യകാരന്മാരെക്കുറിച്ച് പരാമർശിച്ചത് മാതൃകാപരമായ ഉദാഹരണമെന്ന നിലയ്ക്കല്ല. അടിയന്തരാവസ്ഥക്കാലത്ത് ഇന്ത്യയിലെ എഴുത്തുകാർ പൊതുവിൽ പ്രകടിപ്പിച്ച നിഷ്ക്രിയത്വത്തിന് താത്ത്വികമായ സാധൂകരണമൊരുക്കുകയുമായിരുന്നില്ല ഇവിടുത്തെ ലക്ഷ്യം. ഇന്ത്യൻ രാഷ്ട്രീയത്തിലെ 'ഇന്ദിരായുഗ'ത്തോടും ആ കാലഘട്ടത്തിന്റെ കരാളമായ വെളിപ്പെടൽ എന്നു വിവരിക്കാവുന്ന അടിയന്തരാവസ്ഥയോടുമുള്ള നമ്മുടെ എഴുത്തുകാരുടെ പ്രതികരണങ്ങൾ അപഗ്രഥിക്കുമ്പോൾ, പ്രത്യക്ഷത്തിൽ അയുക്തികമെന്ന തോന്നലുണ്ടാക്കുന്ന ഘടകങ്ങൾകൂടി കണക്കിലെടുക്കണം എന്ന് നിർദ്ദേശിക്കാൻ വേണ്ടിയാണ് ഇത്രയും പറഞ്ഞത്. അടിയന്തരാവസ്ഥക്കാലത്ത് പ്രശസ്ത കലാകാരനായ എം.എഫ്.ഹുസൈൻ ഇന്ദിരയെ അശോകവനത്തിലെ സീതയായും ശത്രുസംഹാരിണിയായ ദുർഗ്ഗയായുമൊക്കെ ഉൽപ്രേക്ഷിച്ചുകൊണ്ട് ചിത്രങ്ങൾ വരച്ചതിന് പിന്നിലെ പ്രേരണ വെറും അവസരവാദമായിരുന്നു എന്നു കരുതുന്നത് ശരിയാവില്ല. ഒരുപക്ഷേ, ഹുസൈന്റെ കലാഹൃദയത്തിൽ ഇന്ദിരയെപ്പറ്റി ഏറ്റവും ആഴത്തിൽ പതിഞ്ഞ പ്രതിബിംബങ്ങൾ ഇതൊക്കെയായിരിക്കാം.

1969-ൽ കോൺഗ്രസ്സിലുണ്ടായ പിളർപ്പിനെത്തുടർന്നുള്ള വർഷങ്ങളിൽ ഇന്ദിര കൈവരിച്ച അസാമാന്യമായ പൊതുജനപിന്തുണയുടേയും ജനഹൃദയത്തിൽ അവർ നേടിയെടുത്ത ചോദ്യം ചെയ്യാത്ത പദവിയുടേയും ഉറവിടം തേടിപ്പോയ ചില സാമൂഹ്യമനശ്ശാസ്ത്രജ്ഞന്മാർ ഇന്ദിര ഇന്ത്യക്കാരന്റെ അബോധമനസ്സിൽ ശക്തിയും പ്രഭാവവും

തികഞ്ഞ മാതൃബിംബത്തെയാണ് പ്രതിനിധാനം ചെയ്യുന്നത് എന്നഭിപ്രായപ്പെട്ടിട്ടുണ്ട്. ഈ മാതൃബിംബം വൈകാതെ പ്രതികാരവാസനയാൽ ജ്വലിച്ച്, ക്രൂരതയിൽ തിറയാടിയ ദുർഗ്ഗയുടെ ആദിരൂപവുമായി കൂടിപ്പിണഞ്ഞു. അടിയന്തരാവസ്ഥയുടെ നാളുകളിൽ ഇന്ദിര ഇന്ത്യക്കാർക്ക് മുമ്പിൽ വെളിപ്പെട്ടത് അടങ്ങാത്ത ക്രോധത്തോടെ ശത്രുസംഹാരത്തിലേർപ്പെട്ടിരിക്കുന്ന കാളിമാതാവിന്റെ വേഷത്തിലായിരുന്നു.

ഈയൊരു ആദിബിംബത്തിന്റെ മുമ്പിൽ എത്തിപ്പെട്ട നമ്മുടെ പല എഴുത്തുകാരും കലാകാരന്മാരും വൈകാരിക തലത്തിൽ ഒരുതരം സന്ദിഗ്ദ്ധഭാവമാണ് പ്രകടിപ്പിച്ചത്. നെഹ്റുകുടുംബത്തിലെതന്നെ ഒരംഗമായ നയൻതാര സാഗളിനെപ്പോലുള്ള ചുരുക്കം ചില എഴുത്തുകാർക്കു മാത്രമാണ്, സ്വന്തം രചനകളിൽ ഇന്ദിരയുടെ കുടിലമായ വശ്യശക്തിയെ മുഴുവനായി ആവാഹിച്ചു കളയാനും ആ സ്ത്രീയുടെ പ്രേരണകളേയും തീരുമാനങ്ങളേയും യുക്തിപൂർവ്വമായ സൂക്ഷ്മാപഗ്രഥനത്തിനു വിധേയമാക്കാനും സാധിച്ചത്. രാഷ്ട്രീയത്തിൽ മദ്ധ്യമാർഗ്ഗം ചേർന്നു നടക്കുന്ന മിക്കവാറും എഴുത്തുകാർക്കും അടിയന്തരാവസ്ഥയേയോ അതിനു പിന്നിൽ വർത്തിച്ച ശക്തികളെയോ വിമർശിക്കാനുള്ള പദാവലിപോലുമില്ലായിരുന്നു എന്നതാണ് വാസ്തവം. ഇന്ദിരയെപ്പോലൊരു നേതാവിന്റെ കാർമ്മികത്വത്തിലുള്ള 'ഉദാരസ്വേച്ഛാധിപത്യം'ഇന്ത്യയുടെ സുരക്ഷിതത്വത്തിന് ആവശ്യമാണെന്നുകൂടി അവരിൽ ചിലർ ധരിച്ചുവശായി. തീവ്രവാദപരമായ രാഷ്ട്രീയനിലപാടുകൾ സ്വീകരിച്ച ബുദ്ധിജീവികളും എഴുത്തുകാരുമാണ്-ഇവരിൽ ഹിന്ദുപുനരുജ്ജീവനവാദത്തിന്റെ വക്താക്കളും കമ്മ്യൂണിസ്റ്റ് അതിവിപ്ലവകാരികളുമുൾപ്പെടും-സന്ദേഹം കൂടാതെ ഇന്ദിരയെ വിമർശിക്കാനും എതിർക്കാനും തയ്യാറായത്.

അടിയന്തരാവസ്ഥാപ്രഖ്യാപനം സൃഷ്ടിച്ച നടുക്കത്തിൽ നിന്നുണരാൻ ഇന്ത്യയിലെ ജനങ്ങൾക്ക് കുറഞ്ഞൊരു സമയം വേണ്ടിവന്നു. കാൽനൂറ്റാണ്ടുകാലം പാർലമെന്ററി ജനാധിപത്യമര്യാദകൾ പുലർന്നുപോന്ന ഒരു സമൂഹത്തെ സംബന്ധിച്ചിടത്തോളം വ്യക്തിഗതമായ ഫാസിസത്തിന്റെ രീതികളുമായി പരിചയിക്കാൻ അല്പമൊരു തയ്യാറെടുപ്പ് ആവശ്യമായിത്തീർന്നതിൽ അതിശയിക്കാനില്ലല്ലോ? ഒരു കാഫ്കാനോവലിലെന്നപോലെ പേടിസ്വപ്നം സാധാരണവസ്തുതയായി മാറിയതോടുകൂടി പ്രതിരോധത്തിന്റെ മാർഗ്ഗങ്ങൾക്കുവേണ്ടിയുള്ള തിരച്ചിൽ നാടിന്റെ നാനാഭാഗത്തുനിന്നുമാരംഭിച്ചു. ഇന്ദിരയെ എല്ലാക്കാലത്തും എതിർത്തുപോന്ന വ്യക്തികളും സംഘടനകളും ഒളിവിൽ കരുത്താർജ്ജിക്കുകയായിരുന്നു. ആർ.എസ്.എസ്സുകാർ ഗ്രാമാന്തരങ്ങളിൽ ചിട്ടയോടെ നടത്തിയ നിശ്ശബ്ദപ്രചാരണംതൊട്ട് സോഷ്യലിസ്റ്റുകാർക്കും ജോർജ്ജ് ഫെർണാണ്ടസിനും പങ്കുണ്ടായിരുന്ന ബറോഡ ഡൈനാമിറ്റ് കേസ് വരെ,

ചെറുത്തുനിൽപിന്റെ വ്യത്യസ്തവും എന്നാൽ ഒരുപോലെ ഫലപ്രദവുമായ നിരവധി രൂപങ്ങൾക്ക് അന്ന് ഇന്ത്യ സാക്ഷ്യം വഹിച്ചു. ഇന്ത്യയിലെ ബുദ്ധിജീവി സമൂഹം ഈ സമയത്തൊക്കെ ഉറക്കം നടിച്ചു കഴിയാനാണിഷ്ടപ്പെട്ടത്. നമ്മുടെ മിക്ക കലാകാരന്മാരും തങ്ങളുടെ നിരുപദ്രവകരമായ കലാപ്രവർത്തനങ്ങളുമായി മുമ്പോട്ടു പോയി.തനിക്കും തന്റെ കുടുംബത്തിനും അലോസരം സൃഷ്ടിക്കാത്തിടത്തോളംകാലം കലാകാരന്മാരെ വെറുതെ വിടുകയും പ്രോത്സാഹിപ്പിക്കുകയും ചെയ്യുക എന്ന നയമാണ് ഇന്ദിര പൊതുവിൽ അവലംബിച്ചത്. അങ്ങനെ, ഏതെങ്കിലും തരത്തിലുള്ള അർപ്പണബോധമോ ത്യാഗസന്നദ്ധതയോ എഴുത്തുകാരുടേയും ബുദ്ധിജീവികളുടേയും ഭാഗത്തുനിന്നുണ്ടാകാത്ത സാഹചര്യത്തിൽ, ജയപ്രകാശ് നാരായണന്റെ സമ്പൂർണ്ണവിപ്ലവത്തെ മുഴുമിക്കാനുള്ള ചുമതല ഏതാണ്ട് പൂർണ്ണമായിത്തന്നെ പ്രതിപക്ഷത്തുള്ള രാഷ്ട്രീയകക്ഷികളുടേയും സംഘടനകളുടേയും മേൽ വന്നുവീണു.

അഞ്ച്

അടിയന്തരാവസ്ഥക്കാലത്ത് കേരളത്തിലെ സാംസ്കാരികനായകന്മാർ നടത്തിയ ലജ്ജാകരമായ പിൻവാങ്ങലിന്റെ കഥകൾ തെളിവുകൾ സഹിതം ഓരോന്നായി പുറത്തുവന്നുകൊണ്ടിരിക്കുകയാണിപ്പോൾ. ജനാധിപത്യാവകാശങ്ങളെക്കുറിച്ച് നാഴികയ്ക്കു നാല്പതുവട്ടം പുരമുകളിൽ നിന്ന് വിളിച്ചുകൂവിയിരുന്നവർ ഒരു പരീക്ഷണഘട്ടം വന്നപ്പോൾ 'തടിവെടക്കാക്കുന്ന'യാതൊന്നും ചെയ്യണ്ട എന്ന തീരുമാനത്തിലെത്തിച്ചേർന്നത് എത്ര വിവേകപൂർവ്വമായിട്ടായിരുന്നു! സ്വാതന്ത്ര്യത്തിന്റെ പക്ഷത്ത് നിലയുറപ്പിച്ചവരെന്ന് സ്വയം പ്രഖ്യാപിച്ച ബുദ്ധിജീവികൾ, അനീതി തീ മഴപോലെ പെയ്ത നാളുകളിൽ സ്വന്തം മാളങ്ങളിൽ പോയി ഒളിക്കാൻ കാട്ടിയ തിടുക്കത്തിന് എന്തു വിശേഷണമായിരിക്കും ചേരുക? വിപ്ലവപ്രസ്ഥാനങ്ങളിലൂടെ കടന്നുവന്ന ചില എഴുത്തുകാരും കറതീർന്ന ദേശീയവാദികളും ഗാന്ധിശിഷ്യന്മാരുമാണെന്ന നാട്യവുമായി നടന്ന വേറെ ചിലരും മനഃസാക്ഷിയുടെ യാതൊരു ശല്യവുമില്ലാതെ അടിയന്തിരാവസ്ഥയെ പരസ്യമായി അനുകൂലിച്ചതിന് രേഖകളുണ്ട്. 1977ലെ തെരഞ്ഞെടുപ്പിൽ പ്രകടിപ്പിക്കപ്പെട്ട ജനവിധിയെ ഇവിടത്തെ സാംസ്കാരികലോകമുൾപ്പെടെയുള്ള ജീവിതമേഖലകളിൽ ഈ വ്യവസ്ഥാപിത സ്വേച്ഛാധിപത്യത്തെക്കുറിച്ചുണ്ടായിരുന്ന മതിപ്പിന്റെ ശരിയായ പ്രതിഫലനമായി കാണുന്നതിൽ തെറ്റുണ്ടാവില്ല.

വിദ്യാസമ്പന്നതയിലോ രാഷ്ട്രീയപ്രബുദ്ധതയിലോ കേരളത്തിന്റെ ഒപ്പം നില്ക്കാൻ അർഹതയില്ലാത്ത അയൽസംസ്ഥാനമായ കർണ്ണാടകം

ഇക്കാര്യത്തിൽ കാണിച്ച സവിശേഷമായ മാതൃക മനസ്സിൽ കടന്നുവരികയാണ്. റാം മനോഹർലോഹ്യയുടെ ആശയാദർശങ്ങളിൽനിന്നു പ്രചോദനം ഉൾക്കൊണ്ട ഒരുസംഘം സാംസ്കാരിക പ്രവർത്തകർ അക്കാലത്ത് ബാംഗ്ളൂർ കേന്ദ്രമാക്കി പ്രവർത്തിച്ചിരുന്നു. എഴുത്തുകാരും ചലച്ചിത്രകാരന്മാരും അഭിനേതാക്കളുമടങ്ങിയ ഈ ഗ്രൂപ്പ് അടിയന്തരാവസ്ഥയ്ക്കെതിരായുള്ള ചെറുത്തുനില്പിന്റെ 'ന്യൂക്ലിയസാ'യി മാറി. ഇക്കൂട്ടത്തിൽപ്പെട്ട ഒരു കലാകാരിയായിരുന്ന സ്നേഹലതാറെഡ്ഡി, നീതിയും നിയമവും മരവിച്ചുനിന്ന ആ നാളുകളുടെ ദുരന്തപൂർണ്ണമായൊരു ഓർമ്മക്കുറിപ്പായി സുഹൃത്തുക്കളുടേയും ആരാധകരുടേയും ഹൃദയങ്ങളിൽ ഇന്നും ജീവിക്കുന്നു. അസാധാരണമായ സംവേദനതീവ്രതകൊണ്ടനുഗൃഹീതയായ ഈ നടിയുടെ ജയിൽവാസവും അവരനുഭവിച്ച ഉൽക്കടമായ മാനസികപീഡനവും അവരുടെ ഇഞ്ചിഞ്ചായുള്ള മരണവുമെല്ലാം വാസ്തവത്തിന്റെ മേഖല കവിഞ്ഞ് ശോകാർദ്രമായ ഒരൈതിഹ്യത്തിന്റെ തലത്തിലേക്ക് വളർന്നുമാറിയിരിക്കുകയാണല്ലോ. ശിവറാംകാരന്തിനേയും യു.ആർ.അനന്തമൂർത്തിയേയുംപോലുള്ള എഴുത്തുകാരടങ്ങിയ ഈ സംഘം തിരിച്ചടികൾ പലതുമുണ്ടായിട്ടും നിശ്ചയദാർഢ്യത്തോടെ പിടിച്ചുനിന്നു. ഇന്ദിരാഗാന്ധിയെ 'രക്തപ്പിശാച്' എന്ന് വിശേഷിപ്പിച്ച കാരന്ത് അടിയന്തരാവസ്ഥയോടുള്ള പ്രതിഷേധസൂചകമായി തനിക്ക് മുമ്പു കിട്ടിയ പത്മഭൂഷൻ ബഹുമതി ഇന്ത്യാഗവൺമെന്റിന് തിരിച്ചേല്പിക്കുകകൂടി ചെയ്തു. പിന്നീട് അടിയന്തരാവസ്ഥയെ ആസ്പദമാക്കി രചിക്കപ്പെട്ട ഭേദപ്പെട്ടൊരു സിനിമയുടെ ('ചണ്ഡമാരുത്') പിന്നിൽ പ്രവർത്തിച്ചതും ഇക്കൂട്ടത്തിൽപ്പെട്ട കലാകാരന്മാരായിരുന്നു.

ആറ്

ചരിത്രം സമ്മാനിക്കുന്ന പാഠങ്ങളിലൊന്ന് മനുഷ്യൻ അതിൽ നിന്ന് ഒന്നും പഠിക്കുന്നില്ല എന്നതാണ്. അതിനാലാണ് ചരിത്രം സ്വയം ആവർത്തിക്കുന്നതായി പറയപ്പെടുന്നത്. 'അനുശാസനപർവ്വം' എന്ന് വിനോബാഭാവെ ഓമനപ്പേരിട്ടു വിളിച്ച ഈ പീഡനകാലം രാജ്യത്തിനു നല്കിയ പാഠങ്ങൾ എന്തൊക്കെയായിരുന്നുവെന്ന് തിരിഞ്ഞുനിന്നാലോചിക്കുന്നത് ഇന്ത്യക്കാരുടെ ദേശീയസ്വഭാവത്തെക്കുറിച്ച് അസുഖകരമായ ചില നിഗമനങ്ങളിൽ എത്തിച്ചേരാൻ നമ്മെ പ്രേരിപ്പിച്ചേക്കാവുന്ന ഒരേർപ്പാടായിത്തീരാനാണിട. അടിയന്തരാവസ്ഥയുടെ താക്കീതുകൾ ഏറ്റവുമധികം ഉൾക്കൊള്ളുകയും, അതിലൂടെ സ്വയം തിരുത്താൻ തയ്യാറാവുകയും ചെയ്യേണ്ടിയിരുന്നത് കോൺഗ്രസ്സായിരുന്നു. അടിയന്തരാവസ്ഥയുടെ അനുഭവം ആ കക്ഷിയെ വിനയം പഠിപ്പിക്കേണ്ടതായിരുന്നു. എന്നാൽ അടിയന്തരാവസ്ഥക്കാലത്തു കാട്ടി കൂട്ടിയ പാതകങ്ങളുടെ

പേരിൽ ഇന്ത്യക്കാരോട് മാപ്പു പറയാൻ കൂടി കോൺഗ്രസ് ഇതുവരെ തയ്യാറായിട്ടില്ല. അടിയന്തരാവസ്ഥക്കാലത്തും അതിനെത്തുടർന്നുള്ള വർഷങ്ങളിലും സഞ്ജയ്ഗാന്ധിയുടെ നേതൃത്വത്തിൽ 'ലുംപെൻ' വിഭാഗങ്ങളുമായുള്ള വേഴ്ചയുടെ ഫലമായി കൈവരിച്ച ക്രിമിനൽ സ്വഭാവരീതികൾ ഇന്നും കോൺഗ്രസ്സിനെ പിന്തുടരുന്നു. നെഹ്റുകുടുംബ ത്തിന്റെ നേർക്കുള്ള വഴിവിട്ട ആരാധനയും ആശ്രിതമനോഭാവവും കോൺഗ്രസ്സിലെ ഒരു സാധാരണ പ്രവർത്തകൻ മുതൽ തലപ്പത്തുള്ളവർ വരെയുള്ളവരുടെ മനസ്സിൽ പണ്ടെന്നപോലെ ഇന്നും കുടികൊള്ളുന്നു. ഈ 'ഡൈനസ്റ്റി സിൻഡ്രോം' എത്ര അപഹാസ്യമായ രൂപം കൈ കൊള്ളാമെന്നതിന്റെ തെളിവാണ്, ഒരു വിദേശവനിതയായ, ഇന്നലെവരെ വെറും വീട്ടമ്മയായിരുന്ന, സോണിയയെ നേതൃസ്ഥാനത്തേക്കു കൊണ്ടു വരാൻ കോൺഗ്രസ്സുകാർ നടത്തിയ പരക്കംപാച്ചിൽ. ഇന്ദിരാഗാന്ധിയിൽ നിന്ന് സോണിയാഗാന്ധിയിലെത്തുമ്പോൾ സ്വാതന്ത്ര്യസമരകാലഘട്ട ത്തിന്റെ പൈതൃകമവകാശപ്പെടുന്ന ഈ ദേശീയകക്ഷിക്കു സംഭവി ച്ചിട്ടുള്ള പാപ്പരത്തം ഏതാണ്ട് പൂർണ്ണമായിത്തീരുകയാണ്. നെഹ്റുയിസ ത്തോട് വിടവാങ്ങിയതോടുകൂടി പ്രത്യയശാസ്ത്രപരമായ ശൂന്യതയിൽ എത്തിപ്പെട്ടിരിക്കുന്ന കോൺഗ്രസ്സിനെ സംബന്ധിച്ചിടത്തോളം സ്വന്തം നിലനില്പ് ഉറപ്പുവരുത്താനുള്ള ഒരു വഴി വംശവാഴ്ചയിലുള്ള വിശ്വാസം പുനരർപ്പിക്കുക എന്നായിത്തീർന്നിട്ടുണ്ട്.

ഇന്ത്യയിലെ പ്രതിപക്ഷകക്ഷികളാണെങ്കിൽ, ഒരു പ്രതിസന്ധിഘട്ട ത്തിൽ കാണിച്ച ഒരുമയും ത്യാഗസന്നദ്ധതയും സമാധാനകാലഘട്ടത്തിൽ തങ്ങൾക്കു നിലനിർത്താനാവില്ലെന്ന് അടിയന്തരാവസ്ഥയെ തുടർന്നുള്ള വർഷങ്ങളിലെ തങ്ങളുടെ പ്രവർത്തനരീതിയിലൂടെ തെളിയിക്കുക യുണ്ടായി. 1977ൽ രൂപംകൊണ്ട ഇന്ത്യയിലെ ഒന്നാമത്തെ കോൺഗ്ര സ്സിതര ജനാധിപത്യബദൽ അധികം വൈകാതെ ആന്തരവൈരുദ്ധ്യങ്ങൾ താങ്ങാനാവാതെ ചിതറിത്തെറിച്ച കാര്യം ആരും മറന്നിട്ടില്ല. രാജ്ഘട്ടിൽ പോയി ഐക്യത്തിന്റേയും അച്ചടക്കത്തിന്റേയും പേരിൽ പ്രതിജ്ഞ യെടുത്ത ജനതാപാർലമെന്ററി പാർട്ടിയംഗങ്ങൾ പാതി വഴിയെത്തുംമുമ്പ് ഒരുതരം ഗോത്രപ്പകയോടെ പരസ്പരം കലഹിച്ച് പിരിഞ്ഞ കഥ ഇന്ത്യൻ രാഷ്ട്രീയത്തിൽ വഞ്ചനയുടെ പുതിയൊരു അദ്ധ്യായം തന്നെ എഴുതി ച്ചേർക്കുകയുണ്ടായി. ചരിത്രം ആദ്യം ദുരന്തമായും പിന്നെ പ്രഹസന മായും ആവർത്തിക്കപ്പെടുന്നു എന്ന നിരീക്ഷണത്തെ ശരിവെച്ചുകൊണ്ട്, കോൺഗ്രസ്സിന്റെ കൊള്ളരുതായ്മകൾ കണ്ടുമടുത്ത വോട്ടർമാർ 'ജനതാ പരിവാറി'ന് ഇന്ത്യ ഭരിക്കാൻ നല്കിയ രണ്ടാമൂഴവും പാഴിൽ കലാശി ക്കുകയാണുണ്ടായത്. നഷ്ടപ്പെടുത്തിക്കളഞ്ഞ ദൗത്യങ്ങളുടേയും ഊഴങ്ങളുടേയും ശാപഭാരം പേറുന്ന, മദ്ധ്യത്തു നില്ക്കുന്ന പ്രതിപക്ഷ കക്ഷികൾക്ക് (centrist opposition) ഇന്ത്യൻ രാഷ്ട്രീയത്തിൽ സ്വന്തം

പങ്ക് ശരിയായയരീതിയിൽ നിർവ്വചിക്കാൻ ഇനിയും കഴിയേണ്ടിയിരിക്കുന്നു.

അപ്പോൾ, എന്തിനു വേണ്ടിയാണീ ഓർമ്മ പുതുക്കൽ? ഒരു വ്യവസ്ഥിതിയുടെ മൊത്തം പരാജയവും ശൈഥില്യവും വിളിച്ചറിയിച്ചുകൊണ്ട് അടിയന്തിരാവസ്ഥക്കാലത്ത് നടന്ന ക്രമക്കേടുകളും അധികാരദുർവിനിയോഗവും അക്കമിട്ടു വിവരിക്കുന്ന 'ഷാ കമ്മീഷൻ റിപ്പോർട്ട്' മാറാലപിടിച്ചു കിടക്കുന്ന ഇന്നാട്ടിൽ, ഇത്തരത്തിലുള്ള ഒരു തിരിഞ്ഞു നോട്ടം ആർക്കാണ് പ്രയോജനപ്പെടാൻ പോകുന്നത്? പ്രത്യക്ഷത്തിൽ വിഫലമെന്നു തോന്നുമെങ്കിൽക്കൂടി ഈ കൃത്യം സാർത്ഥകമായ ഒന്നാണെന്ന് എനിക്കഭിപ്രായമുണ്ട്. തലമുറ തോറും കൈമാറാനുള്ള ഏതോ തിരുശേഷിപ്പാണ് നാമിവിടെ കുറിച്ചിട്ട ബാക്കിപത്രം. കാലപ്പഴക്കംകൊണ്ട് അതിലെ വരകളും വർണ്ണങ്ങളും മാഞ്ഞു തുടങ്ങുമ്പോൾ, അത് വേറൊരു ആകൃതി കൈക്കൊള്ളാനിടയുണ്ട്. നൂറ്റാണ്ടുകൾക്കുശേഷം ഉത്തരേന്ത്യയിലെ ഒരു ഗ്രാമത്തിലൊരിടത്ത് അടിയന്തരാവസ്ഥയുടെ തിക്തഫലങ്ങൾ അനുഭവിച്ച കുടുംബത്തിന്റെ താവഴിയിലുള്ള ഒരു മുത്തശ്ശി തന്റെ പേരക്കിടാങ്ങളെ ചുറ്റിനുമിരുത്തി ഒരു പഴങ്കഥ പറഞ്ഞു കൊടുക്കുന്ന ഒരു രംഗം ഞാൻ മനസ്സിൽ കാണുകയാണ്. ആ കഥ ഇങ്ങനെയായിരിക്കും: "പണ്ടുപണ്ട് ഗർവ്വിഷ്ഠയും ദയയില്ലാത്തവളുമായ ഒരു രാജ്ഞിയുണ്ടായിരുന്നു. ആ രാജ്ഞിക്ക് ദുഷ്ടനായ ഒരു മകനും സ്തുതി പാടാൻ മാത്രം ശീലിച്ച കുറേ മന്ത്രിമാരുമുണ്ടായിരുന്നു. രാജ്യം മുഴുവൻ ചാരന്മാരെക്കൊണ്ടു നിറഞ്ഞിരിക്കുകയാണെന്നും അവരെ അമർച്ച ചെയ്തില്ലെങ്കിൽ അതാപത്തായിരിക്കുമെന്നും അവർ രാജ്ഞിയെ ധരിപ്പിച്ചു. ഒരു നാൾ രാജ്ഞി ദേഷ്യം മൂത്ത് തനിക്കെതിരായി ശബ്ദിക്കുന്ന നാവുകളെല്ലാം പിഴുതുകളയാൻ ആജ്ഞാപിച്ചു. അപ്പോൾ...."

വിഗ്രഹങ്ങൾ: ചില വെട്ടും തിരുത്തും

2007 ഒക്ടോബർ മാസത്തിൽ അമേരിക്കയിൽ നടന്ന ഒരു സംഭവമാണിത്. ഇതിനു പശ്ചാത്തലമായി നിലകൊള്ളുന്നത് പ്രസിഡന്റുപദത്തിലേക്കുള്ള ഡെമോക്രാറ്റിക് പാർട്ടി സ്ഥാനാർത്ഥിത്വത്തിനായി ഹിലാരി ക്ലിന്റനും ബരാക് ഒബാമയും തമ്മിൽ നടന്നുവന്ന മത്സരമാണ്. ആ പോരാട്ടത്തിൽ ഹിലാരി അപ്പോൾ ഒബാമയേക്കാൾ ഏറെ മുമ്പിലായിരുന്നു. ഒടുവിൽ ഹിലാരിക്ക് നറുക്കുവീഴുമെന്നാണ് മിക്കവരും കരുതിയിരുന്നത്. അക്കാലത്ത് ഫ്ളോറിഡ സ്റ്റേറ്റ് യൂണിവേഴ്സിറ്റിയിൽ സീനിയർ റിസർച്ച് ഫെല്ലോഷിപ്പുമായി കഴിഞ്ഞിരുന്ന ഞാൻ ഒരു ദിവസം രാവിലെ ന്യൂയോർക്ക് ടൈംസ് പത്രത്തിലൂടെ കണ്ണോടിച്ചപ്പോൾ കണ്ട ഒരു വാർത്താശകലം എന്നിൽ ആദ്യം ചിരിയുണർത്തി. ആറേഴുവർഷങ്ങൾക്കുമുമ്പ് ഹിലാരി ക്ലിന്റൻ അമേരിക്കയുടെ ഉൾഭാഗത്തുള്ള ഒരു റസ്റ്റോറന്റിൽ നിന്ന് ആഹാരം കഴിച്ചതിനുശേഷം പരിചാരികയ്ക്ക് 'ടിപ്പ്' കൊടുക്കാതെ സ്ഥലം വിട്ടു എന്നൊരു ആക്ഷേപം ഉയർന്നുവന്നിരിക്കുന്നുവത്രെ. ഈ വാർത്ത വന്നതിനു തൊട്ടു പിന്നാലെ പത്രലേഖകന്മാർ ആ ഭക്ഷണശാലയിൽ പാഞ്ഞുചെന്ന് പരിചാരികയോട് വിവരമാരാഞ്ഞു. കറുത്തവർഗ്ഗത്തിൽപ്പെട്ട ഒരുവളായിരുന്നു ആ പരിചാരിക. ഹിലാരി അന്നു തനിക്കു ബക്ഷീസ് തന്നോ ഇല്ലയോ എന്ന് ഓർമ്മയില്ല എന്നു പറഞ്ഞ് അവൾ ഒഴിഞ്ഞുമാറി. ഈ വാർത്ത തൊട്ടടുത്ത ദിവസത്തിലെ പത്രത്തിലുണ്ടായിരുന്നു.

അമേരിക്കൻ പ്രസിഡണ്ട് സ്ഥാനത്തേക്കു മത്സരിക്കാനാഗ്രഹിക്കുന്ന ഒരു രാഷ്ട്രീയനേതാവ് പണ്ടൊരു നാളിൽ ഒരു ഭക്ഷണശാല സന്ദർശിച്ച വേളയിൽ പാലിക്കാൻ മറന്നുപോയ ഒരു പൊതുമര്യാദയെച്ചൊല്ലിയുള്ള ഈ പുകിൽ എന്നെ ചെറുതായി അമ്പരപ്പിച്ചു. എന്നാൽ ഈ വഴിയിലൂടെയുള്ള എന്റെ അന്വേഷണം നീണ്ടപ്പോൾ ഞാൻ ചെന്നു തടഞ്ഞത് അമേരിക്കൻ ജനാധിപത്യവ്യവസ്ഥിതിയെ സംബന്ധിക്കുന്ന കൗതുകകരമായ ഒരു യാഥാർത്ഥ്യത്തിലാണ്. തങ്ങൾ പ്രസിഡണ്ടായി തിരഞ്ഞെടുക്കാൻ പോകുന്ന വ്യക്തിയുടെ ജീവിതത്തിന്റെ അകവും പുറവും

ചുരണ്ടിനോക്കുക എന്നത് അമേരിക്കക്കാർ നൂറ്റാണ്ടുകളായി വളർത്തിക്കൊണ്ടുവന്നിട്ടുള്ള ശീലങ്ങളിലൊന്നാണ്. സൂര്യനു കീഴിലുള്ള ഏറ്റവും ഉയർന്ന പദവിയിലേക്കു തങ്ങൾ കൈപിടിച്ചുയർത്താൻ പോകുന്ന ആളിന്റെ സ്വകാര്യവ്യക്തിത്വത്തെക്കുറിച്ചും പൊതുപ്രവർത്തനപാരമ്പര്യത്തെക്കുറിച്ചും സാദ്ധ്യമായ എല്ലാ വിവരവും തങ്ങൾക്കു ലഭിച്ചിരിക്കണം എന്ന നിർബ്ബന്ധബുദ്ധി അന്നാട്ടിലെ സാധാരണക്കാരിൽ സാധാരണക്കാരായ മനുഷ്യർ തൊട്ട് സമൂഹത്തിന്റെ മേൽത്തട്ടിലുള്ളവർക്കു വരെയുണ്ട് എന്നു പറയുന്നതായിരിക്കും ശരി. ഇക്കാര്യത്തിലുള്ള അവരുടെ ജിജ്ഞാസ ശമിപ്പിക്കാൻ തയ്യാറെടുത്തു നില്ക്കുന്ന അച്ചടി - ദൃശ്യമാധ്യമലോകത്തിലെ കുറ്റാന്വേഷണവിദഗ്ദ്ധന്മാർ സ്ഥാനാർത്ഥികൾ ഗോദയിലിറങ്ങുന്ന സമയംതൊട്ട് അവരുടെ നാൾവഴികൾ സൂക്ഷ്മദർശിനിയിലൂടെ നോക്കിക്കാണാനുള്ള ശ്രമമാരംഭിക്കുന്നു. പാർട്ടി ടിക്കറ്റിനുവേണ്ടിയും പ്രസിഡണ്ട് പദവിക്കുംവേണ്ടിയുമുള്ള മത്സരം മുറുകിത്തുടങ്ങുമ്പോഴാണ് പല വമ്പന്മാരുടേയും ഭൂതകാലത്തിൽനിന്നു ഉയിർത്തെഴുന്നേൽക്കുന്ന അസ്ഥിപഞ്ജരങ്ങൾ അവരെ വേട്ടയാടിത്തുടങ്ങുന്നത്. ചെറുപ്പകാലത്തെ ഒരു ലൈംഗികസാഹസത്തെ ചുറ്റിപ്പറ്റിയുള്ള അപവാദങ്ങൾ എതിരാളികൾ തക്കസമയത്തു കുത്തിപ്പൊക്കിയതിന്റെ ഫലമായി പാർട്ടിസ്ഥാനാർത്ഥിത്വം കിട്ടാതെപോയ, സമീപകാലത്ത് അന്തരിച്ച ടെഡ് കെന്നഡിയെ ഓർമ്മയില്ലേ? ചിലപ്പോൾ സ്ഥാനാർത്ഥികളുടെ സ്വകാര്യജീവിതത്തിലെ ഏതെങ്കിലും വെളിച്ചം കുറഞ്ഞ മൂലകളെ ചുറ്റിപ്പറ്റിയുള്ള വെളിപ്പെടുത്തലുകൾ അവരുടെ ജയാപചയങ്ങളെ ബാധിക്കുന്ന രീതിയിൽ പ്രത്യാഘാതങ്ങൾ വിളിച്ചുവരുത്താറുണ്ട്. രാഷ്ട്രീയകക്ഷികൾ എതിർചേരിയിൽപ്പെട്ട സ്ഥാനാർത്ഥിയുടെ ജീവിതപ്പാതയിലെ ചപ്പുചവറുകൾ അരിച്ചുപെറുക്കാനായി ലക്ഷക്കണക്കിനു ഡോളർ ചെലവുചെയ്ത് അന്വേഷണസംഘങ്ങളെ ഏർപ്പാടു ചെയ്യുന്ന സമ്പ്രദായത്തിലെത്തി നിൽക്കുകയാണ് അമേരിക്കയിൽ കാര്യങ്ങൾ. (ഈ മാതൃക പിന്തുടർന്നുകൊണ്ട് ഇന്ത്യയിലെ പ്രധാനപ്പെട്ട രണ്ടു രാഷ്ട്രീയകക്ഷികൾ 'ഡേർട്ടി ട്രിക്ക്സ് ഡിപ്പാർട്ടുമെന്റ്' എന്നറിയപ്പെടുന്ന ഒരു സെൽ തുടങ്ങിയതായി പറയപ്പെടുന്നു.)

ഹിലാരിയും ഒബാമയും തമ്മിൽ നടന്ന മത്സരത്തിന്റെ കഥയെടുക്കുക. ഒബാമയുടെ ഇസ്ലാമിക് പൈതൃകത്തെ വലംവെച്ച് ഉയർന്നുവന്ന അപവാദവ്യവസായത്തിന്റെ ഭാഗമായി അദ്ദേഹം കുട്ടിക്കാലത്തു പഠിച്ച ഇന്തോനേഷ്യയിലെ വിദ്യാലയങ്ങളിലേക്കും അദ്ദേഹത്തിന്റെ അച്ഛൻ ജീവിച്ചിരുന്ന കെനിയൻ ഗ്രാമത്തിലേക്കുമൊക്കെ വിചിത്രമായൊരു സാംസ്കാരിക സങ്കലനത്തിന്റെ ഉടമയായ ഈ മനുഷ്യന്റെ വേരുകൾ തേടി മാധ്യമപ്പട ചെന്നെത്തുകയുണ്ടായി. ഹിലാരിയുടെ

പണ്ടത്തെ ഒരു വിവാഹേതരബന്ധം മുൻനിർത്തിയുള്ള നിറം പിടിപ്പിച്ച കഥകളും ഈ സന്ദർഭത്തിൽ പ്രചരിച്ചുതുടങ്ങി.

ലോകത്തിലെ ഏറ്റവും പഴക്കമുള്ള ജനാധിപത്യരാജ്യത്തിന്റെ തലവനെക്കുറിച്ച് അവിടത്തെ ആളുകൾ പുലർത്തുന്ന പ്രതീക്ഷകളും അയാളെ തെരഞ്ഞെടുക്കുന്നതിന്റെ ഭാഗമായി അവർ അയാളുടെ ജീവിതത്തെ ഒരു തുറന്ന പുസ്തകം പോലെ വായിച്ചെടുക്കുന്ന രീതിയും മനസ്സിൽ നിർത്തിക്കൊണ്ട് ലോകത്തിലെ ഏറ്റവും വലിയ ജനാധിപത്യരാജ്യമായ ഇന്ത്യയിലെ സ്ഥിതിയിലേക്ക് എത്തിനോക്കിയാൽ കാണുന്നത് എന്തൊക്കെയായിരിക്കും? അടുത്തകാലത്ത് ഏറെ പറഞ്ഞുകേട്ടിട്ടുള്ള ഒരു ആവലാതിയാണ് നമ്മുടെ ഭരണാധികാരിവർഗ്ഗം ഇന്ത്യയെ അമ്പേ പരാജയപ്പെടുത്തിയെന്നും ഒരു രാഷ്ട്രമെന്ന നിലയിൽ ഇന്നു നാം അനുഭവിക്കുന്ന പല പരാധീനതകളുടേയും പിന്നിലുള്ളത് ഇക്കൂട്ടരുടെ കെടുകാര്യസ്ഥതയാണ് എന്നുമുള്ളത്. ഭരണത്തിന്റെ ഉന്നതതലങ്ങളിൽ പടർന്നേറിയിട്ടുള്ള അഴിമതിക്കെതിരായി അണ്ണാ ഹസാരെ നയിച്ച പ്രതിഷേധത്തിന് ഇവിടത്തെ മദ്ധ്യവർഗ്ഗത്തിനിടയിൽ നിന്നും ചിന്തിക്കുന്ന വലിയൊരു വിഭാഗത്തിൽ നിന്നും ലഭിച്ച ആവേശകരമായ പിന്തുണ ഇവിടത്തെ മുഖ്യധാരാരാഷ്ട്രീയത്തിന്റെ നേർക്കു പൊതുസമൂഹത്തിൽ ഉടലെടുത്തിട്ടുള്ള ആഴമേറിയ അസംതൃപ്തിയുടെ പ്രതിഫലനമാണെന്നുമൊക്കെ വിലയിരുത്തപ്പെട്ടിട്ടുണ്ട്. എന്നാൽ ഇതോടൊപ്പം ഉയർന്നുവരേണ്ട മറ്റു ചില ചോദ്യങ്ങളുണ്ട്. നാടിന്റെ ഭാവി നാം ആരുടെ കൈകളിലാണോ വിശ്വാസപൂർവ്വം അർപ്പിക്കുന്നത് അക്കൂട്ടരെ തെരഞ്ഞെടുക്കുന്നതിൽ നാം എത്രകണ്ട് ജാഗ്രത പാലിക്കാറുണ്ട്? അതല്ലെങ്കിൽ ഈ നേതാക്കന്മാരെ നിരീക്ഷിക്കുന്നതിലും അവരുടെ ചെയ്തികൾ വിലയിരുത്തുന്നതിലും നാം അവലംബിക്കുന്ന മാനദണ്ഡങ്ങൾ എത്രത്തോളം നിശിതവും ഭദ്രവുമാണ്? പെട്ടെന്ന് ആളിപ്പിടിക്കുന്ന ജാതിമത പരിഗണനകളിലും പ്രാകൃതരൂപത്തിലുള്ള ഗോത്രാധിഷ്ഠിതമായ കൂറുകളിലും പകകളിലും കുടുങ്ങിക്കിടക്കുന്നവയാണ് നമ്മുടെ ജനാധിപത്യാഭിലാഷങ്ങൾ എന്ന നേരിൽനിന്ന് ഒളിച്ചോടിയിട്ടു കാര്യമുണ്ടോ? ഒറ്റ വാക്കിൽ പറഞ്ഞാൽ വസ്തുനിഷ്ഠത എന്ന ഗുണം ദേശീയ നേതൃത്വത്തെ സംബന്ധിക്കുന്ന ഇന്ത്യക്കാരുടെ മൂല്യനിർണ്ണയരീതിയുടെ അടയാളമായിരുന്നിട്ടില്ല ഒരുകാലത്തും.

സമീപകാലത്ത് മഹാത്മാഗാന്ധിയെക്കുറിച്ച് ഒരു അമേരിക്കൻ പത്രപ്രവർത്തകൻ എഴുതിയ ജീവചരിത്രത്തിൽ കടന്നുകൂടിയ ചില പരാമർശങ്ങൾ നാട്ടിലുണ്ടാക്കിയ കോലാഹലത്തിന്റെ കഥയെടുക്കുക. ദീർഘകാലം ഗവേഷണം നടത്തിയതിന്റെ ഫലമായി കൈവന്ന രേഖാമൂലമായ തെളിവുകളുടെ അടിസ്ഥാനത്തിലാണ് ആ പത്രലേഖകൻ ഗാന്ധിജിയുടെ വ്യക്തിജീവിതത്തെ സംബന്ധിക്കുന്ന ചില കണ്ടെത്തലുകളുമായി

മുന്നോട്ടുവന്നിരിക്കുന്നത്. അദ്ദേഹം ജീവചരിത്രരചനയിൽ പിന്തുടർന്ന രീതിശാസ്ത്രത്തിൽ കാര്യമായ പിഴവുള്ളതായി ആരും ചൂണ്ടിക്കാണിച്ചിട്ടില്ല. നമുക്കു വേണമെങ്കിൽ അദ്ദേഹത്തിന്റെ നിഗമനങ്ങൾ തള്ളിക്കളയാം. എന്നാൽ ഗാന്ധിജിയുടെ സ്വകാര്യവ്യക്തിത്വത്തിന്റെ വെളിച്ചം കുറഞ്ഞ മൂലകളിലേക്കു ആരെങ്കിലും കണ്ണയയ്ക്കുമ്പോൾ അതിനോട് അസഹിഷ്ണുതയോടെ പ്രതികരിക്കുന്നത് പക്വതയുള്ള ഒരു ജനാധിപത്യസമൂഹത്തിനു നിരക്കുന്ന പ്രവൃത്തിയല്ല.

ഒന്നുരണ്ടു വർഷങ്ങൾക്കുമുമ്പ് ഒരു വിദേശപത്രലേഖകൻ ഛത്രപതി ശിവജിയുടെ കുടുംബജീവിതത്തിലെ ചില ഏടുകളെ തന്റേതായ രീതിയിൽ പുനഃസൃഷ്ടിച്ചുകൊണ്ട് ഒരു പുസ്തകമെഴുതിയപ്പോൾ ആ ചരിത്രപുരുഷന്റെ പേരിൽ ആണയിടുന്ന ഒരു രാഷ്ട്രീയകക്ഷി മഹാരാഷ്ട്ര സംസ്ഥാനത്തിലുടനീളം അഴിച്ചുവിട്ട പ്രതിഷേധം പലരും മറന്നിരിക്കാനിടയില്ല. ആ പാർട്ടിയുടെ ചില പ്രവർത്തകന്മാർ തങ്ങളുടെ പേക്കൂത്തിന്റെ ഭാഗമായി ശിവജിയുടെ ജീവചരിത്രകാരൻ തന്റെ പുസ്തകരചനയിൽ ആശ്രയിച്ച പൂനയിലെ പ്രസിദ്ധമായ ഒരു ലൈബ്രറി തീവെച്ചു നശിപ്പിക്കുകയുണ്ടായി. മൺമറഞ്ഞ ദേശീയനേതാക്കന്മാരിൽ ആരെയെങ്കിലും കുറിച്ച് ഏതെങ്കിലും തരത്തിലുള്ള പൊളിച്ചെഴുത്തോ പുനർമൂല്യനിർണ്ണയമോ അടങ്ങുന്ന ഒരു പുസ്തകമോ സിനിമയോ പുറത്തുവന്നാലുടൻ ആ വ്യക്തിയുടെ സൽപ്പേരു കാക്കുക എന്ന ദൗത്യം സ്വയം ഏറ്റെടുത്തിട്ടുള്ള സംഘടനകൾ ചന്ദ്രഹാസമിളക്കിക്കൊണ്ട് രംഗത്തുവരുന്ന കാഴ്ചയാണ് കുറേക്കാലമായി നാം കണ്ടുകൊണ്ടിരിക്കുന്നത്.

വേറൊരു ഉദാഹരണത്തിലേക്കു കടക്കുകയാണെങ്കിൽ, വല്ലഭായ് പട്ടേലിനെക്കുറിച്ച് വിമർശനാത്മകമായി ഒരു വാക്കുപോലും പറയാൻ പറ്റാത്ത നിലയാണിപ്പോൾ. കാരണം പട്ടേലിന്റെ ജന്മസ്ഥലമായ ഗുജറാത്ത് അദ്ദേഹത്തെ ഏറ്റെടുത്തുകഴിഞ്ഞു. പട്ടേലിനെപ്പറ്റിയുള്ള ഏതു വിപരീതാഭിപ്രായവും ഗുജറാത്തിന്റെ അഭിമാനത്തെ ചോദ്യംചെയ്യുന്ന നടപടിയായി വ്യാഖ്യാനിക്കപ്പെടുന്നു. അമേരിക്കൻ ജനതയുടെ ഓർമ്മകളിൽ ഇന്നും ഒരു ഐതിഹ്യമായി ജീവിക്കുന്ന പ്രസിഡണ്ട് തോമസ് ജെഫേഴ്സന് ഒരടിമപ്പെണ്ണിൽ ഒരു സന്തതിയുണ്ടായിരുന്നു എന്ന് അടുത്തകാലത്ത് ഒരു ജീവചരിത്രകാരൻ കണ്ടെത്തിയപ്പോൾ തികഞ്ഞ സമചിത്തതയോടുകൂടിയാണ് അവിടെ എല്ലാവരും ഈ സത്യമുൾക്കൊണ്ടത്. നമ്മുടെ നാട്ടിൽ ജവഹർലാൽ നെഹ്റുവും എഡ്വിന മൗണ്ട്ബാറ്റനും തമ്മിലുണ്ടായിരുന്ന പ്രണയബന്ധത്തെക്കുറിച്ചുള്ള ചില പുതിയ വസ്തുതകൾ പുറത്തുവന്നപ്പോൾ നെഹ്റുവിന്റെ അനുയായികളെന്നു അവകാശപ്പെടുന്ന കുറേപ്പേർ നടത്തിയ അമർഷപ്രകടനം ഓർമ്മയില്ലേ? നെഹ്റുവും എഡ്വിനയും തമ്മിലുള്ള അടുപ്പത്തിന്റെ

ചിത്രീകരണമടങ്ങുന്ന ഒരു സിനിമ വെളിച്ചം കാണുമോ എന്ന കാര്യത്തിൽ ഇപ്പോഴും സംശയം ബാക്കിനിൽക്കുന്നു. യുക്തിശൂന്യവും പലപ്പോഴും അന്ധവുമായ വീരാരാധനയുടെ അംശം ചോരയിൽ കലർന്ന ഒരു ജനതയാണ് ഭാരതീയർ എന്ന് വിദേശികളായ പല നിരീക്ഷകന്മാരും അഭിപ്രായപ്പെട്ടിട്ടുണ്ട്. അത് ശരിവെയ്ക്കുന്ന തരത്തിലുള്ള സംഭവങ്ങളാണ് നമുക്കു ചുറ്റും നിത്യമെന്നോണം അരങ്ങേറുന്നത്.

ഇതെല്ലാം പശ്ചാത്തലത്തിൽ നിർത്തിക്കൊണ്ട്, പൊതുജനമദ്ധ്യത്തിൽ ഏറെ അംഗീകാരവും ആദരവും നേടിയെടുത്ത ചില പഴയ നേതാക്കന്മാരെ അല്പം ചെരിഞ്ഞുള്ള ഒരു വീക്ഷണത്തിലൂടെ നോക്കിക്കാണാനാണ് ഇവിടെ ഞാൻ മുതിരുന്നത്. ഇങ്ങനെ താക്കോൽപ്പഴുതിലൂടെ ഞാൻ നോക്കിക്കാണുന്ന മൂവരും മലയാളികൾ ആണെന്നുള്ളത് ഒരു യാദൃച്ഛികതയായി പരിഗണിച്ചാൽ മതി. നിരീക്ഷണസൗകര്യമാണ് ഈ തെരഞ്ഞെടുപ്പിനെ സ്വാധീനിച്ച ഘടകങ്ങളിലൊന്ന്.

ഒന്ന്

കഴിഞ്ഞ നൂറ്റാണ്ടിൽ ജീവിച്ചിരുന്ന ഏറ്റവും തലപ്പൊക്കമുള്ള മലയാളി ആരായിരുന്നു എന്ന ചോദ്യത്തിന് ഒരുപക്ഷേ ഒറ്റ ഉത്തരമേ ഉണ്ടാകാനിടയുള്ളൂ: വി.കെ. കൃഷ്ണമേനോൻ. ചെറിയ സ്വപ്നങ്ങൾ മാത്രം കണ്ട് കരുതലോടെ ജീവിതം ജീവിച്ചു തീർക്കുന്ന മലയാളിക്ക് സ്വാഭാവികമായി കൈവന്നിട്ടുള്ള ഒരു വ്യക്തിത്വഘടനയുണ്ടല്ലോ, അതിന്റെ മൂശ തകർത്ത് പുറത്തുകടന്ന ഒരാളായിരുന്നു അദ്ദേഹം. വിശ്വപൗരൻ എന്ന വാക്കിന്റെ ശരിയായ അർത്ഥത്തിൽ ആ നിലയിലേക്കുയർന്ന ഒരാൾ. കൃഷ്ണമേനോന്റെ വിശ്വാസങ്ങൾക്കും പോരാട്ടങ്ങൾക്കും പ്രകടമായ ഒരന്തർദ്ദേശീയ സ്വഭാവമുണ്ടായിരുന്നു. കൃഷ്ണമേനോൻ ഐക്യരാഷ്ട്രസഭയിൽ ഇന്ത്യയെ പ്രതിനിധീകരിച്ചിരുന്ന - കൊറിയൻയുദ്ധവും കാശ്മീർ തർക്കവുമടക്കമുള്ള പ്രശ്നങ്ങൾ അവിടത്തെ ചർച്ചകളെ പ്രക്ഷുബ്ധമാക്കിയിരുന്ന സമയമായിരുന്നു ഇത് - കാലഘട്ടത്തിൽ അദ്ദേഹത്തെ ഉള്ളുകൊണ്ട് വെറുത്തിരുന്ന പാശ്ചാത്യരാജ്യങ്ങളിൽ നിന്നുള്ള നയതന്ത്രപ്രതിനിധികൾ കറുപ്പുനിറമുള്ള നീണ്ടുമെലിഞ്ഞ ഈ മനുഷ്യനു ചാർത്തിക്കൊടുത്ത വിശേഷണമെന്തായിരുന്നുവെന്നോ - 'അമ്പട വലിയ ഞാൻ'. ഒരുപക്ഷേ കൃഷ്ണമേനോന്റെ ഭീമാകാരംപൂണ്ട അഹംബോധത്തിൽ നൂറ്റാണ്ടുകാലത്തെ കൊളോണിയൽ മേൽക്കോയ്മ വലിച്ചെറിഞ്ഞ് ഉയിർത്തെഴുന്നേറ്റ 'മൂന്നാം ലോക'ത്തിന്റെ മനസ്സിൽ കെട്ടിനിർത്തിയിരുന്ന അമർഷത്തിന്റെ അംശങ്ങൾക്കൂടി അരഞ്ഞുചേർന്നിരുന്നു. തന്റെ നാവിന്റെ മൂർച്ചകൊണ്ടും ധിഷണയുടെ തിളക്കംകൊണ്ടും ഒട്ടുവളരെ ശത്രുക്കളേയും ആരാധകരേയും സൃഷ്ടിച്ച ഈ ഒറ്റയാൻ,

ഒരു പെരുംകൈ നോക്കാത്ത ജീവിതം എന്തിനുകൊള്ളാം എന്ന് ഉള്ളിൽ മന്ത്രിച്ച് പകിടകൾ നീക്കി കളിക്കുകയും ഈ കളിയിൽ ആത്യന്തിക മായി പരാജയം ഏറ്റുവാങ്ങുകയും ചെയ്ത ഒരാളായിരുന്നു.

വി.കെ. കൃഷ്ണമേനോന്റെ രാഷ്ട്രീയജീവിതത്തിലെ ഏറ്റവും വിളറിയ മുഹൂർത്തത്തിന്റെ മുമ്പിലാണ് ഞാനിവിടെ ഞെക്കുവിളക്കും പിടിച്ച് നില്ക്കുന്നത്. 1962-ലെ അതിർത്തിയുദ്ധത്തിന്റെ നാളുകൾ. ഇന്ത്യൻ സൈനികമേധാവികളെ അക്ഷരാർത്ഥത്തിൽ നടുക്കിയ ഒരു തന്ത്രം പയറ്റിക്കൊണ്ടാണ് ചൈനീസ് പട്ടാളം നീഫമേഖലയിൽ മുന്നേറ്റം നടത്തിയത്. തിരയ്ക്കു പിന്നാലെ തിര എന്ന മട്ടിൽ അവർ അതിർത്തി പ്രദേശങ്ങളിൽ ഇരച്ചുകയറി. ഇന്ത്യൻ പോസ്റ്റുകൾ ഓരോന്നായി നിലം പൊത്തി. ചൈനയിൽനിന്നുള്ള വൻതോതിലുള്ള ഈ ആക്രമണം നേരിടാൻ നമ്മുടെ പട്ടാളം ഒട്ടുംതന്നെ സജ്ജമായിരുന്നില്ല എന്ന സത്യം വൈകാതെ പുറത്തുവന്നു. ബൂട്ട്സ്പോലും ഇല്ലാതെയാണ് ഇന്ത്യൻ സൈനികരെ ഉയരംകൂടിയ പർവ്വതനിരകളിലേക്കു പറഞ്ഞയച്ചത് എന്നൊ രാക്ഷേപംകൂടി യുദ്ധം അവസാനിച്ചതിനുശേഷം ചില കോണുകളിൽ നിന്നു ഉയർന്നുകേട്ടു.*

ഇന്ത്യൻ സൈന്യം നേരിടുന്ന തിരിച്ചടികളുടെ കഥകളുമായാണ് 1962 ഒക്ടോബറിൽ ഓരോ ദിവസവും പുലർന്നത്. അന്നൊരുനാളിൽ കൃഷ്ണ മേനോൻ ഡൽഹിയിൽ ഒരു പൊതുസമ്മേളനത്തെ അഭിസംബോധന ചെയ്തു സംസാരിച്ചു. ഗാന്ധിതൊപ്പി ധരിച്ച കോൺഗ്രസ് പ്രവർത്തക രടങ്ങുന്ന ശുഷ്കമായ ഒരു സദസ്സാണ് അദ്ദേഹത്തിന്റെ മുൻപിലുണ്ടാ യിരുന്നത്. നമ്മുടെ പട്ടാളം നടത്തുന്ന ചെറുത്തുനില്പിന്റെ കഥകൾ വിവരിച്ചുകൊണ്ട് സ്വതസ്സിദ്ധമായ വാക്ചാതുരിയോടെ അദ്ദേഹം ആൾ ക്കൂട്ടത്തെ നോക്കി ഗർജ്ജിച്ചു: "ഇന്ത്യ യുദ്ധം ചെയ്യും... കരയിലും കട ലിലും ആകാശത്തും നാം യുദ്ധം ചെയ്യും." തൊട്ടടുത്ത ദിവസം അദ്ദേഹം ഒരു പത്രസമ്മേളനം വിളിച്ചുകൂട്ടി ഒരേറ്റുപറച്ചിൽ നടത്തി: "ആൾബല ത്തിലും ആയുധബലത്തിലും നമ്മുടെ സൈന്യം പിൻതള്ളപ്പെട്ടിരി ക്കുന്നു." യുദ്ധത്തിൽ സംഭവിച്ചുകൊണ്ടിരിക്കുന്ന തോൽവിയുടെ ആഘാതത്താൽ ഞെട്ടിത്തരിച്ചുനിൽക്കുകയായിരുന്നു രാജ്യമപ്പോൾ. പരാജയത്തിന്റെ ഉത്തരവാദിത്വമേറ്റെടുത്ത് പ്രതിരോധമന്ത്രി രാജി വെയ്ക്കണമെന്ന ആവശ്യം പലഭാഗത്തുനിന്നും ഉയർന്നുവന്നു. കോൺഗ്രസ് പാർട്ടിയിലെ നല്ലൊരു വിഭാഗത്തിന്റെ അഭിപ്രായവും ഇതു

---

* 1962: The War that was not എന്ന പുസ്തകത്തിൽ പത്രപ്രവർത്തകനും നോവലിസ്റ്റുമായ ശിവ് വെർമ (Shiv Verma) ഇന്ത്യയുടെ തോൽവിക്കു വഴി യൊരുക്കിയ സാഹചര്യങ്ങളെ പല തെളിവുകളും ചേർത്തുവെച്ചുകൊണ്ട് സൂക്ഷ്മമായും സമഗ്രമായും വിലയിരുത്തിയിട്ടുണ്ട്. പ്രതിക്കൂട്ടിൽ നില്ക്കുന്ന ഒരാൾ മേനോനാണ്.

തന്നെയായിരുന്നു. മേനോന് എതിരായുള്ള വികാരം ശക്തമായിത്തീരുന്നതുകണ്ട് നെഹ്റു അദ്ദേഹത്തെ പ്രതിരോധവകുപ്പിൽ നിന്ന് 'ഡിഫൻസ് പ്രൊഡക്ഷൻ' എന്ന പേരുള്ള മന്ത്രാലയത്തിലേക്കു മാറ്റി. ഇതിനടുത്ത ദിവസം തന്നെ കാണാൻ വന്ന പത്രലേഖകന്മാരോട് മേനോൻ തന്റെ പതിവുരീതിയിലുള്ള കൂസലില്ലായ്മയോടെ പറഞ്ഞു: "ഒന്നിനും മാറ്റമില്ല. ഞാനിപ്പോഴും മന്ത്രിസഭയിൽ തുടരുകയാണ്."

തങ്ങളുടെ ഉദ്ദേശ്യലക്ഷ്യങ്ങൾ ഏതാണ്ട് പൂർണ്ണമായി നേടിക്കഴിഞ്ഞപ്പോൾ ചൈനീസ് ഭരണാധികാരികൾ, എതിരാളിക്ക് ഓർക്കാപ്പുറത്ത് പ്രഹരമേല്പിച്ചതിലൂടെ തെളിയിച്ച അതേ പിഴയ്ക്കാത്ത സമയബോധത്തോടുകൂടി അതിർത്തിയിൽ വെടിനിർത്തൽ പ്രഖ്യാപിച്ചു. ഇതിനെ തുടർന്നുള്ള നാളുകളിൽ ഇന്ത്യയ്ക്കു സംഭവിച്ച അപമാനകരമായ തോൽവിയുടെ കാരണങ്ങളെക്കുറിച്ചും പരാജയത്തിനുത്തരവാദികളായ വ്യക്തികളെക്കുറിച്ചും സ്ഥാപനങ്ങളെക്കുറിച്ചും നാട്ടിൽ ചർച്ചകൾ പൊടിപൊടിച്ചു. തനിക്കെതിരായി ഉയർന്നുവന്ന വിമർശനങ്ങൾക്കൊന്നും കൃഷ്ണമേനോന് തൃപ്തികരമായ മറുപടി പറയാൻ കഴിഞ്ഞില്ല. അതിലുപരി അദ്ദേഹത്തിന്റെ സ്വരത്തിൽ ആത്മപരിശോധനയുടെയോ കുറ്റബോധത്തിന്റേയോ നേരിയൊരു അംശംപോലുമുണ്ടായിരുന്നില്ല. ഒരു കമ്മ്യൂണിസ്റ്റ് സഹയാത്രികനായി മുദ്രയടിക്കപ്പെട്ടിരുന്ന കൃഷ്ണമേനോൻ ചൈനയുടെ ഭാഗത്തുനിന്നും വർഷങ്ങളായി തുടർന്നുപോന്ന അതിർത്തിലംഘനത്തിന്റെ നേർക്കു മൃദുസമീപനം കൈക്കൊണ്ടതിന്റെ ഫലമായാണ് നാടിന്റെ രക്ഷ അവതാളത്തിലായത് എന്നു ചിലർ പരസ്യമായി പറഞ്ഞു തുടങ്ങി. ഈ ആരോപണം ഉച്ചത്തിൽ കേട്ടു തുടങ്ങിയപ്പോൾ അദ്ദേഹം പൊതുസമ്മേളനത്തിൽവെച്ച് വികാരാധീനനായി പ്രഖ്യാപിച്ചു: "എന്റെ കൂറ് എന്റെ രാജ്യത്തോടു മാത്രമാണ്." ഒരുപക്ഷേ, ലോകചരിത്രത്തിൽത്തന്നെ ഇതുപോലൊരു നിർണ്ണായകസന്ധിയിൽ സ്വന്തം രാജ്യത്തോടുള്ള കൂറ് പരസ്യമായി വിളംബരം ചെയ്യാൻ നിർബന്ധിതനായ മറ്റൊരു യുദ്ധകാര്യമന്ത്രിയെ കണ്ടെത്താൻ കഴിഞ്ഞില്ലെന്നു വരും. സ്വാതന്ത്ര്യാനന്തര കാലഘട്ടത്തിൽ ആദ്യമായി തന്റെ ധാർമ്മികാധികാരത്തിന് പോറലേല്പിച്ചുകൊണ്ട് തനിക്കും തന്റെ സർക്കാരിനുമെതിരായി പൊതുജനാഭിപ്രായം ഉരുണ്ടുകൂടുന്നത് നെഹ്റു കണ്ടു. ഒടുവിൽ, കോൺഗ്രസ് പാർലിമെന്ററി പാർട്ടിയിലെ വലതുപക്ഷക്കാർ എന്നറിയപ്പെട്ടിരുന്ന വലിയൊരു വിഭാഗം എം.പിമാർ രഹസ്യയോഗം ചേർന്ന് ഒരു തീരുമാനം കൈക്കൊണ്ടു. അവരുടെ പ്രതിനിധിയായി മഹാവീർത്യാഗി തൊട്ടടുത്ത ദിവസം നെഹ്റുവിനെ ചെന്നുകണ്ടു പറഞ്ഞു: "ഒന്നുകിൽ മേനോൻ, അതല്ലെങ്കിൽ അങ്ങ്, മാറിയേ തീരൂ." തുടർന്ന് നെഹ്റു മനസ്സില്ലാമനസ്സോടെ മേനോനെ വിളിച്ചു വരുത്തി രാജി ആവശ്യപ്പെട്ടു. വേറൊരു രീതിയിൽ പറയുകയാണെങ്കിൽ സ്വതന്ത്രഭാരതത്തിന്റെ

ആത്മാഭിമാനത്തെ ആഴത്തിൽ വ്രണപ്പെടുത്തുകയും ലോകരാഷ്ട്ര ങ്ങളുടെ മുമ്പിൽ ഇന്ത്യയുടെ അന്തസ്സു കെടുത്തുകയും ചെയ്ത ദയ നീയമായ സൈനിക പരാജയത്തിന്റെ ഉത്തരവാദിത്വം ഏറ്റെടുത്ത് സ്വയം ഒഴിഞ്ഞുപോകുന്നതിനു പകരം അവസാന നിമിഷംവരെ അധികാരത്തിൽ കടിച്ചു തൂങ്ങിക്കിടക്കുകയാണ് അന്നത്തെ പ്രതിരോധമന്ത്രിയായ വി.കെ. കൃഷ്ണമേനോൻ ചെയ്തത്.

തന്റെ വീഴ്ചകൾക്ക് രാജ്യം കനത്ത വില നല്കേണ്ടി വന്നത് കണ്ടിട്ടും കണ്ടില്ലെന്നു നടിച്ചുകൊണ്ട് 'വാക്കിംഗ് സ്റ്റിക്കും' ചുഴറ്റി മനോ വീര്യം നഷ്ടപ്പെട്ട ഇന്ത്യൻ സൈനികരെ അഭിസംബോധന ചെയ്യാൻ നടന്നുനീങ്ങുന്ന കൃഷ്ണമേനോന്റെ ചിത്രത്തിൽ നിങ്ങൾ ഒന്നുകൂടി സൂക്ഷിച്ചുനോക്കൂ. ഈ ദൃശ്യം മെല്ലെ മായുമ്പോൾ അതിന്റെ സ്ഥാനത്ത് പതിറ്റാണ്ടുകൾക്കിപ്പുറം ഇന്ത്യയുടെ ആഭ്യന്തരമന്ത്രിയായിരുന്ന മഹാ രാഷ്ടയിൽനിന്നുള്ള സുമുഖനായൊരു കോൺഗ്രസ് നേതാവിന്റെ ചിത്രം തെളിഞ്ഞുവരും. ശിവരാജ് പാട്ടീൽ ആഭ്യന്തര മന്ത്രിയായിരുന്ന നാലു വർഷങ്ങൾക്കിടയിൽ നാടിന്റെ നാനാഭാഗത്തും പടക്കംപൊട്ടുന്നതു പോലെ ബോംബ് സ്ഫോടനങ്ങൾ നടന്ന കഥ ആരും മറക്കാനിടയില്ല. ഒരിക്കൽ തലസ്ഥാനനഗരത്തിൽ നിരവധിപേരുടെ മരണത്തിനിടയാക്കിയ ഭീകരാക്രമണം നടന്ന നാളിൽ തന്റെ ചമയത്തിൽ എന്നും അതിരു കവിഞ്ഞ ശ്രദ്ധ പുലർത്തിയിരുന്ന ഈ മന്ത്രി വെവ്വേറെ വേഷം ധരിച്ചു കൊണ്ടാണ് മൂന്നുതവണ പത്രസമ്മേളനം നടത്തിയത് എന്നൊരു വാർത്ത പുറത്തുവന്നു. '10 ജൻപഥിൽ' നിന്നു ലഭിച്ച പിന്തുണ ഒന്നു കൊണ്ടു മാത്രമാണ് ശിവരാജ് പാട്ടീൽ നാലുവർഷക്കാലം മന്ത്രിയാ യിത്തുടർന്നത് എന്ന വസ്തുത പരക്കെ അറിയപ്പെടുന്ന ഒന്നാണ്. ഒടുവിൽ ഈ മനുഷ്യന്റെ പിടിപ്പുകേടിനെച്ചൊല്ലി ജനരോഷം ആളിക്കത്തി യപ്പോൾ മാത്രമാണ് സിഞ്ഞോറ അദ്ദേഹത്തെ കൈവിട്ടത്. നാട്ടിലെ 'ഒന്നാം രാജകുടുംബ'ത്തിന്റെ ചിറകിൻ കീഴിൽ കഴിയുന്ന വ്യക്തികൾക്ക് ഏതെല്ലാം ദുഃസ്വാതന്ത്ര്യം അനുവദിച്ചുകിട്ടിയിട്ടുണ്ട് എന്ന് നിരീക്ഷി ക്കാനിടയായ ഒരാളെ സംബന്ധിച്ചിടത്തോളം കൃഷ്ണമേനോനിൽനിന്ന് ശിവരാജ് പാട്ടീലിലേക്ക് നീണ്ടുചെല്ലുന്ന ഈ അദൃശ്യരേഖ പ്രയാസം കൂടാതെ തിരിച്ചറിയാൻ കഴിയും.

കൃഷ്ണമേനോന്റെ ആർക്കും വഴങ്ങാത്ത രാഷ്ട്രീയവ്യക്തിത്വത്തോട് ആദരവു വച്ചുപുലർത്തുന്നവർക്കുകൂടി നീഫയിലെ സൈനിക പരാജയ ത്തിന് അദ്ദേഹത്തിന്റെ പാളിപ്പോയ നയസമീപനങ്ങളും തെറ്റായ മുൻ ഗണനകളും എത്രമാത്രം കാരണമായിത്തീർന്നു എന്ന ചിന്ത ഒഴിവാക്കാ നാവില്ല. അതിർത്തി പ്രദേശങ്ങളിൽ ശത്രുപക്ഷത്തുനിന്നുള്ള നുഴഞ്ഞു കയറ്റം ആരംഭിച്ചകാലംതൊട്ട് ചൈനയുടെ തന്ത്രപരമായ ലക്ഷ്യങ്ങളെ പ്പറ്റി പട്ടാളമേധാവികൾ അദ്ദേഹത്തിനു മുന്നറിയിപ്പു നല്കിയിരുന്നു.

(രാഷ്ട്രീയവൃത്തങ്ങളിൽ ചെറിയ കൊടുങ്കാറ്റുണ്ടാക്കിയ മേനോൻ - തിമ്മയ്യ പോരിന്റെ കാരണങ്ങളിലൊന്ന് ഇതായിരുന്നു.) എന്നാൽ മേനോൻ ആ താക്കീതുകളൊക്കെ ഏതാണ്ട് അവഗണിക്കുകയാണുണ്ടായത്. മറ്റെല്ലാം മറന്നാലും ആവശ്യമായ യുദ്ധസജ്ജീകരണമില്ലാതെ നൂറുകണക്കിനു ജവാന്മാരെ മഞ്ഞുമലകളിൽ ശത്രുവിന്റെ വായിലേക്ക് എറിഞ്ഞുകൊടുത്തതിന്റെ പാപഭാരത്തിൽനിന്ന് മേനോന് ഒഴിയാൻ പറ്റുമായിരുന്നില്ല. ഇതിന് അദ്ദേഹം ചെയ്യേണ്ടിയിരുന്ന ഏറ്റവും കുറഞ്ഞ പ്രായശ്ചിത്തമായിരുന്നു സ്ഥാനത്യാഗമെന്നത്. നെഹ്റു കാലഘട്ടത്തിൽ ഇന്ത്യയിലെ പൊതുജീവിതത്തിൽ ഏറെക്കുറെ ഉടവുതട്ടാതെ നിലനിന്നിരുന്ന രാഷ്ട്രീയ സദാചാരം അദ്ദേഹത്തിൽനിന്ന് ആവശ്യപ്പെട്ടതും മറ്റൊന്നായിരുന്നില്ല. ഈ സംഭവം എന്തുതരം നിഗമനത്തിലാണ് നമ്മെക്കൊണ്ടെത്തിക്കുന്നത്? കാശ്മീർ തർക്കത്തിൽ ഇന്ത്യയ്ക്കുവേണ്ടി വക്കാലത്തുമായി ഐക്യരാഷ്ട്രസഭയിൽ പ്രത്യക്ഷപ്പെട്ട്, ഉയർന്ന ധാർമ്മികമൂല്യങ്ങളെപ്പിടിച്ചാണയിട്ടുകൊണ്ട് ലോകമനസ്സാക്ഷിയെ ഉണർത്താൻ പോന്ന ഘോരഗർജ്ജനം നടത്തിയ, പണ്ടത്തെ ലാസ്കി ശിഷ്യൻ കൂടിയായ ഈ നിത്യബ്രഹ്മചാരിയുടെ ഉള്ളിൽ അടങ്ങാത്ത അധികാരക്കൊതിയുള്ള ഒരു വെറും രാഷ്ട്രീയപ്രവർത്തകൻ ഉറങ്ങിക്കിടപ്പുണ്ടായിരുന്നു എന്നാണോ നാം അനുമാനിക്കേണ്ടത്? അതിർത്തി യുദ്ധത്തിൽ ഇന്ത്യയ്ക്കു സംഭവിച്ച പരാജയത്തിന്റെ കയ്പുനിറഞ്ഞ ഓർമ്മ തുടർന്നുള്ള വ്യാഴവട്ടക്കാലമത്രയും മേനോനെ ഒരു രൂപത്തിലല്ലെങ്കിൽ വേറൊരു രൂപത്തിൽ വേട്ടയാടുകയുണ്ടായി എന്ന സത്യംകൂടി ഇവിടെ ബാക്കി നില്ക്കുന്നു. അദ്ദേഹത്തിന്റെ രാഷ്ട്രീയ ജീവിതത്തിൽ വന്നുപെട്ട കുത്തനെയുള്ള പതനത്തിന്റെ തുടക്കം ഇവിടെനിന്നായിരുന്നു. 'വിവാദ പുരുഷ'നായി ദേശീയ രാഷ്ട്രീയത്തിൽ നിറഞ്ഞു നിന്നിരുന്ന കൃഷ്ണമേനോൻ അടുപ്പിച്ചുള്ള രണ്ടു ലോക്സഭാ തിരഞ്ഞെടുപ്പുകളിൽ പരാജയമേറ്റുവാങ്ങി, ശേഷിച്ച കാലം ചെറിയ വേഷങ്ങളിൽ ഒതുങ്ങിക്കൂടി. മേനോന്റെ രാജിക്കുശേഷം പ്രതിരോധവകുപ്പ് ഏറ്റെടുത്ത വൈ.ബി. ചവാൻ ചുരുങ്ങിയ കാലംകൊണ്ട് ചുറുചുറുക്കും കാര്യക്ഷമതയുമുള്ള മന്ത്രിയാണ് താൻ എന്നു തെളിയിച്ചു.

രണ്ട്

കേരളം കണ്ടിട്ടുള്ള ഏറ്റവും മികച്ച മുഖ്യമന്ത്രിയാര് എന്ന ചോദ്യത്തിന് മലയാളി സമൂഹത്തിലെ ചിന്തിക്കുന്ന നല്ലൊരു വിഭാഗം നൽകാനിടയുള്ള ഉത്തരം സി. അച്യുതമേനോൻ എന്നായിരിക്കും. അത്രയൊന്നും ഭദ്രമല്ലാത്ത ഒരു കൂട്ടുകക്ഷി സംവിധാനത്തിന്റെ അമരക്കാരനായി, വ്യക്തമായ ദിശാബോധത്തോടെ ഏഴുവർഷക്കാലം കേരളനാട് ഭരിച്ചു

എന്നതാണ് അച്യുതമേനോന്റെ പ്രധാനപ്പെട്ട നേട്ടമായി പലരും എടുത്തു കാണിക്കാറുള്ളത്. നാടിന്റെ വികസനം സംബന്ധിച്ച് സന്തുലിതമായൊരു കാഴ്ചപ്പാട് അദ്ദേഹത്തിനുണ്ടായിരുന്നു. പലതരം ക്ഷേമപരിപാടികൾക്കും വികസനോന്മുഖമായ പദ്ധതികൾക്കും തുടക്കമിട്ടുകൊണ്ട്, ഒരു ഭരണാധിപൻ എന്ന നിലയിൽ താൻ മുന്നിൽകണ്ട ലക്ഷ്യങ്ങൾ വലിയൊരളവിൽ സാക്ഷാത്ക്കരിക്കുവാൻ അച്യുതമേനോനു കഴിഞ്ഞു. സ്വകാര്യ ജീവിതത്തിൽ താൻ പുലർത്തിയ കർക്കശമായ സത്യസന്ധതയും ആരെയും വിസ്മയിപ്പിക്കുന്ന ലാളിത്യവും അദ്ദേഹത്തിനുചുറ്റും ഒരു പരിവേഷം സൃഷ്ടിക്കാൻ സഹായിച്ച ഘടകങ്ങളായി തീർന്നു.

അച്യുതമേനോന്റെ ജീവിത സായാഹ്നത്തിൽ നീളത്തിൽ നിഴലുകൾ വീഴ്ത്തിയ ഒരു കാലഘട്ടമായിരുന്നു അടിയന്തരാവസ്ഥയുടെ വർഷങ്ങൾ (1975-77). അച്ചടക്കമുള്ള ഒരു പാർട്ടി പ്രവർത്തകനെന്ന നിലയിൽ അച്യുതമേനോന് അക്കാലത്ത് സോവിയറ്റ് യൂണിയന്റെ അനുഗ്രഹാശിസ്സുകളോടുകൂടി ഇന്ത്യയിൽ രൂപംകൊണ്ട കോൺഗ്രസ് - സി.പി.ഐ. സഖ്യത്തിന്റെ ഭാഗമായി നിലനിന്നുകൊണ്ട് തന്റെ ഭരണകാലാവധി പൂർത്തിയാക്കുക എന്ന ചുമതലയിൽനിന്നു ഒഴിഞ്ഞു മാറുക അസാദ്ധ്യമായിരുന്നു. 'ഈ പാനപാത്രം എന്നിൽ നിന്നു അകറ്റണമേ' എന്ന് ഉള്ളാൽ ആശിച്ചിരുന്നുവെങ്കിൽക്കൂടി അതിനു കഴിയാത്ത സാഹചര്യങ്ങളിലാണ് അദ്ദേഹം അപ്പോൾ അകപ്പെട്ടിരുന്നത്. അതേ സമയം നാട്ടിൽ ഭരണഘടന കശാപ്പു ചെയ്യപ്പെടുന്നതും പൗരാവകാശങ്ങൾ ഒന്നൊന്നായി കാറ്റിൽ പറത്തപ്പെടുന്നതും നിസ്സംഗതയോടെ കണ്ടുനില്ക്കാൻ അച്യുതമേനോനെപ്പോലെ സ്വാതന്ത്ര്യസമരത്തിൽ പങ്കെടുത്തുകൊണ്ട് പൊതുജീവിതമാരംഭിക്കുകയും പിന്നീട് മനുഷ്യവിമോചനം ലക്ഷ്യമാക്കുന്ന ഒരു രാഷ്ട്രീയ പ്രത്യയശാസ്ത്രത്തിൽ ആകൃഷ്ടനാവുകയും ചെയ്ത ഒരു നേതാവിനു കഴിയുമായിരുന്നില്ല. ആയിരത്തിതൊള്ളായിരത്തി മുപ്പതുകളിൽ യൂറോപ്യൻ ചക്രവാളത്തിൽ സ്വസ്തിക ചിഹ്നമുയരുന്നതു കണ്ട് രോഷത്തോടെ പ്രതികരിച്ച ഒരു തലമുറയുടെ പ്രതിനിധി എന്ന നിലയിൽ, അടിയന്തരാവസ്ഥക്കാലത്ത് ഇന്ത്യയിലെ ഭരണകൂടം ആജ്ഞയുടെ രൂപത്തിൽ ഉയർത്തിയ 'നാവടക്കൂ പണിയെടുക്കൂ' എന്ന മുദ്രാവാക്യത്തിൽ ഉൾച്ചേർന്നിട്ടുള്ള ആപൽക്കരമായ ധ്വനി തിരിച്ചറിയുവാൻ ചേലാട്ട് അച്യുതമേനോന് കഴിഞ്ഞില്ല എന്ന് കരുതുന്നത് തെറ്റായിരിക്കും. സഞ്ജയ്ഗാന്ധിയുടെ കീഴിലുള്ള ഗൂഢസംഘത്തിന്റെ ഒത്താശയോടുകൂടി ഇന്ദിര ഇന്ത്യയിൽ അരക്കിട്ടുറപ്പിക്കാൻ ശ്രമിച്ച കുടുംബാധിപത്യം നാടിനെ ഏതു ദിശയിലേക്കാണ് നയിക്കുന്നതെന്നും പൗരസ്വാതന്ത്ര്യത്തിന്റേയും ജനാധിപത്യാവകാശങ്ങളുടെയും പരസ്യധ്വംസനം പൊതുജീവിതത്തിൽ എത്ര കനത്ത നിശ്ശബ്ദതയ്ക്കാണ് വഴിയൊരുക്കിയിരിക്കുന്നതെന്നും മനസ്സിലാക്കാനുള്ള ചരിത്രബോധം അദ്ദേഹത്തെ

കൈവെടിഞ്ഞിരിക്കാനിടയില്ല. അച്യുതമേനോനെ സംബന്ധിച്ചിടത്തോളം ഈ കാലഘട്ടം സമ്മാനിച്ച മറ്റൊരു വിഷമാവസ്ഥ, താൻ എല്ലാകാലത്തും സംശയത്തോടും ചെറിയൊരു പുച്ഛത്തോടുംകൂടി നോക്കിക്കണ്ടിരുന്ന ഒരാൾ തന്റെ മന്ത്രിസഭയിൽ ആഭ്യന്തരവകുപ്പിന്റെ ചുമതല വഹിച്ചുകൊണ്ട്, ഡൽഹിയിൽനിന്നു ലഭിച്ച പിന്തുണയുടെ ബലത്തിൽ, തന്റെ അധികാരങ്ങൾ കൗശലപൂർവ്വം കവർന്നെടുത്തതുമായി ബന്ധപ്പെട്ട ഒന്നാണ്. ആ വ്യക്തി ഭരണത്തിന്റെ സിരാകേന്ദ്രങ്ങളെ പടിപടിയായി തന്റെ നിയന്ത്രണത്തിലാക്കിയത് മുഖ്യമന്ത്രിയുടെ ക്ഷമയെ പരീക്ഷിക്കുന്ന തരത്തിലായിരുന്നു. ആഭ്യന്തരമന്ത്രി പൊലീസ് സേനയിൽ തന്നോടു വ്യക്തിപരമായി കൂറും വിധേയത്വവുമുള്ള ഒരു സംഘത്തെ സൃഷ്ടിച്ചുകൊണ്ട് മറയില്ലാത്ത സേച്ഛാധിപത്യശൈലിയിൽ നാട്ടിൽ ഭീതിയുടെ അന്തരീക്ഷം വളർത്തിയെടുക്കാൻ നടത്തിയ ശ്രമത്തിന് അദ്ദേഹം മൂകസാക്ഷിയായിരുന്നു എന്ന ആരോപണത്തിൽ നേരില്ലാതില്ല.

തന്റെ ഏകാന്തനിമിഷങ്ങളിൽ അച്യുതമേനോൻ ഇതിനോടൊക്കെ എങ്ങനെ പ്രതികരിച്ചുകാണും? ഒരു തുറന്ന ജയിലായി മാറിക്കഴിഞ്ഞ ഒരു സംസ്ഥാനത്തിന്റെ കിരീടം പൊയ്പ്പോയ രാജാവായി കഴിയുന്നതിൽ അടങ്ങിയിട്ടുള്ള വിമ്മിട്ടവും ലജ്ജയും അദ്ദേഹത്തിന്റെ ഉറക്കം കെടുത്തിയിരിക്കാനിടയില്ലേ? ഇത്തരം ചോദ്യങ്ങളുമായാണ് അടിയന്തരാവസ്ഥയുടെ നാളുകൾ ഉൾപ്പെട്ട നീണ്ടൊരു കാലഘട്ടത്തിന്റെ സ്മൃതിചിത്രങ്ങളടങ്ങുന്ന അച്യുതമേനോന്റെ ഡയറിക്കുറിപ്പുകൾ ഞാൻ വീണ്ടും വായിക്കാനെടുത്തത് (*സി. അച്യുതമേനോന്റെ ഡയറിക്കുറിപ്പുകൾ. തൃശൂർ കറന്റ് ബുക്സ് ഒന്നാം പതിപ്പ് -2002*). ഏതെങ്കിലും തരത്തിലുള്ള ആത്മസന്ദേഹത്തിന്റേയോ മൂല്യസംഘർഷത്തിന്റേയോ നേരിയൊരു അടയാളംപോലും അടിയന്തരാവസ്ഥയുടെ ദിനങ്ങളിൽ അദ്ദേഹം അനുഷ്ഠിച്ച കൃത്യങ്ങളുടേയും, ചിന്തിച്ചുറപ്പിച്ച കാര്യങ്ങളുടേയും കൃത്യമായ വിവരണങ്ങളടങ്ങുന്ന ഈ പുസ്തകത്തിൽ എനിക്കു കാണാൻ കഴിഞ്ഞില്ല. അനീതി തീമഴപോലെ പെയ്ത ഒരു കാലഘട്ടത്തിന് അദ്ധ്യക്ഷത വഹിച്ച ധർമ്മവ്യസനിയായ ഒരു ഭരണകർത്താവിന്റെ മൂകവേദനകൾക്കായി ഈ ഡയറിക്കുറിപ്പുകൾ പരതുന്നവർ നിരാശപ്പെടാനിടയുണ്ട്. നേരെമറിച്ച് അച്യുതമേനോന്റെ ഡയറി കാട്ടിത്തരുന്നത് തന്റെ ദിനചര്യയിൽ അതിസൂക്ഷ്മമായി മനസ്സിരുത്തുന്ന, സ്വന്തം ശരീരത്തെ അളവറ്റ് സ്നേഹിക്കുന്ന, തന്റെ ശബ്ദത്തിൽ അഭിരമിക്കുന്ന (താൻ നടത്തിയ പ്രസംഗങ്ങളെക്കുറിച്ച് പുസ്തകത്തിൽ വിട്ടൊഴിയാതെ കടന്നുവരുന്ന പരാമർശങ്ങൾ ശ്രദ്ധിക്കുക) ഒരാളിനെയാണ് എന്നാരെങ്കിലും പറഞ്ഞാൽ എതിർക്കാൻ പ്രയാസമായിരിക്കും. ആത്മാനുരക്തമായ ഒരു വ്യക്തിത്വഘടനയുടെ ഉടമയായിരുന്നു മേനോൻ എന്ന നിഗമനത്തിൽ ഒരു മനശ്ശാസ്ത്രജ്ഞനെ

കൊണ്ടെത്തിക്കാൻ പാകത്തിലുള്ള നിരവധി സൂചനകൾ ഈ ഓർമ്മ ക്കുറിപ്പുകളിലുണ്ട്.

അച്യുതമേനോന്റെ പ്രശസ്തമായ നീതിബോധത്തിൽ വിശ്വാസ മർപ്പിച്ചിട്ടുള്ള ഒരാളെ അമ്പരപ്പിക്കാൻ പോന്ന ചില കാര്യങ്ങൾക്കുകൂടി നാമിവിടെസാക്ഷ്യം വഹിക്കുന്നുണ്ട്.

ഡയറിയിലെ ഈ 'എൻട്രി' ശ്രദ്ധിക്കുക.

'15 മെയ് 1976'

"രാത്രി എം. എസ് നമ്പൂതിരിയും ടി.വി. ഈച്ചരവാരിയരുംകൂടി കാണാൻ വന്നിരുന്നു. വാരിയരുടെ മകനെ പൊലീസ് പിടിച്ചു കൊണ്ടു പോയതിനെപ്പറ്റി അന്വേഷിക്കുവാനാണ്." (പേജ് 49).

ഇതിന്റെ തുടർച്ചയെന്നോണം തൊട്ടടുത്തദിവസം ഡയറിയിൽ ഇങ്ങനെ കുറിച്ചിട്ടിരുന്നു:

"പടിക്കലിനെ കണ്ടു സംസാരിച്ചു. പി. രാജൻ ഒളിവിലാണെന്നും പൊലീസിനു പിടികിട്ടിയില്ലെന്നും തറപ്പിച്ചു പറഞ്ഞു." (പേജ് 50)

ഇതിനോടൊപ്പം വെച്ച് വായിക്കേണ്ട ഒന്നാണ് അച്യുതമേനോനു മായുള്ള തന്റെ കൂടിക്കാഴ്ചയെക്കുറിച്ച് ഈച്ചരവാരിയർ നല്കിയിട്ടുള്ള വിവരണം. മുഖ്യമന്ത്രിയുടെ ഭാഗത്തുനിന്നുണ്ടായ മനുഷ്യത്വരഹിതമായ പെരുമാറ്റത്തെപ്പറ്റി, അദ്ദേഹം പണ്ട് ഒളിവിലായിരുന്ന കാലത്ത് താൻ അദ്ദേഹത്തിന് സ്വന്തം വീട്ടിൽ അഭയം നല്കിയ കാര്യം അനുസ്മരിച്ചു കൊണ്ട്, വാരിയർ ചിലതെല്ലാം പറഞ്ഞുവെച്ചിട്ടുണ്ട്. മകനെ നഷ്ടപ്പെട്ട ഒരച്ഛന്റെ അടങ്ങാത്ത വേദന വാരിയരുടെ വിവരണത്തെ നിറംപിടിപ്പിച്ച തായി കരുതിയാൽകൂടി ഇവിടെ ഉയർന്നു വരുന്ന ഒരു ചോദ്യമുണ്ട്. രാജന്റെ തിരോധാനവുമായി ബന്ധപ്പെട്ട കാര്യങ്ങൾ അച്യുതമേനോൻ കൈകാര്യം ചെയ്ത രീതിയിൽ ധാർമ്മികമായ ഉദാസീനതയുടെ അംശ മടങ്ങിയിട്ടില്ലേ? ഈ വിഷയത്തിൽ പടിക്കലിന്റെ ഭാഷ്യം അപ്പാടെ വിഴുങ്ങി ക്കൊണ്ട്, അനങ്ങാപ്പാറയായി വർത്തിക്കാൻ അദ്ദേഹത്തിന് എങ്ങനെ സാധിച്ചു? പടിക്കൽ ഉൾപ്പെടെ അക്കാലത്ത് ആഭ്യന്തരമന്ത്രിയോട് നേരിട്ട് റിപ്പോർട്ട് ചെയ്തിരുന്ന ഉന്നതരായ ഒരു സംഘം പൊലീസ് ഉദ്യോഗസ്ഥ ന്മാർ നക്സൽ അനുഭാവികളെന്ന് മുദ്രകുത്തപ്പെട്ട ചെറുപ്പക്കാരെ അമർച്ച ചെയ്യുന്നതിന് അവലംബിച്ച നിഷ്ഠുരമായ മുറകളെപ്പറ്റി അച്യുത മേനോൻ തീർത്തും അജ്ഞനായിരുന്നു എന്നു കരുതുവാൻ ന്യായമില്ല. ഈ പൊലീസ് ഉദ്യോഗസ്ഥന്മാരെ കരുക്കളാക്കിക്കൊണ്ട് അന്നത്തെ ആഭ്യന്തരമന്ത്രി കേരളത്തിൽ രൂപപ്പെടുത്തിയ കിരാതമായ രാഷ്ട്രീയ സംവിധാനം അദ്ദേഹത്തിന്റെ മനസ്സിന്റെ അടിത്തട്ടിൽനിന്ന് നേരിയൊരു പ്രതിഷേധംപോലും ക്ഷണിച്ചു വരുത്തിയതായി നമ്മുടെ മുമ്പിലുള്ള

ഡയറിക്കുറിപ്പുകളിൽനിന്നു തെളിയുന്നില്ല. ഇനി 1976 ഫെബ്രുവരി 16ന് എഴുതിയ കുറിപ്പിൽ സി.പി.ഐയുടെ സെക്രട്ടറിയേറ്റ് യോഗം സംബന്ധിച്ചു നടത്തുന്ന പരാമർശം ശ്രദ്ധിക്കുക:

"അനൗദ്യോഗിക പ്രമേയങ്ങൾ വന്നു. രാഷ്ട്രീയത്തടവുകാരെ വിടണമെന്നുള്ള പ്രമേയം എതിർത്തു തോല്പിച്ചു." (പേജ് 30)

ഈ കുറിപ്പിൽ തങ്ങി നില്ക്കുന്ന ആഹ്ലാദസ്വരം നിങ്ങളെ ചെറുതായി അന്ധാളിപ്പിക്കുന്നില്ലേ? ഇന്ത്യയ്ക്കു പാതിരാവിൽ ലഭിച്ച സ്വാതന്ത്ര്യം മറ്റൊരു അർദ്ധരാത്രിയിൽ ദുർബ്ബലനായൊരു രാഷ്ട്രപതിയുടെ കൈയൊപ്പോടുകൂടി പുറത്തുവന്ന പ്രഖ്യാപനത്തിലൂടെ തിരിച്ചെടുത്തതിന്റെ ഭാഗമായി ഇന്ദിര കൈക്കൊണ്ട ആദ്യത്തെ നടപടി പ്രതിപക്ഷത്തുള്ള നേതാക്കന്മാരേയും പ്രധാനപ്രവർത്തകരേയും ഒറ്റയടിക്കു തുറുങ്കിലടയ്ക്കുക എന്നതായിരുന്നു. നാട്ടിൽ സാധാരണ ഗതിയിലുള്ള രാഷ്ട്രീയ പ്രക്രിയ പുനരാരംഭിക്കാൻ ആദ്യം ചെയ്യേണ്ട കാര്യം ജയിലിൽ കഴിയുന്ന രാഷ്ട്രീയത്തടവുകാരെ മോചിപ്പിക്കലാണ് എന്നുള്ളത് ഇന്ത്യൻ ഭരണഘടനയുടേയും നമ്മുടെ ജനാധിപത്യ വ്യവസ്ഥിതിയുടേയും അന്തഃസത്ത ഉൾക്കൊണ്ട ഏതൊരാൾക്കും തോന്നാനിടയുള്ള ഒരു കേവല സത്യമാണ്.

കോൺഗ്രസ്സിന്റെ സഖ്യകക്ഷിയായിരുന്ന തന്റെ പാർട്ടിക്കുള്ളിൽനിന്നു ഇത്തരം ഒരാവശ്യം ഉയർന്നുവന്നപ്പോൾ താനുൾപ്പെടെയുള്ളവർ അതു തള്ളിക്കളഞ്ഞുവെന്ന് അച്യുതമേനോൻ തികഞ്ഞ സംതൃപ്തിയോടെ രേഖപ്പെടുത്തിയിട്ടുള്ളത് വായിച്ചപ്പോൾ അദ്ദേഹത്തെപ്പറ്റി ഇക്കാലമത്രയും നാം ഉള്ളിൽകൊണ്ടുനടന്നിരുന്ന ചിത്രം മാറ്റി വരയ്ക്കാനുള്ള പ്രേരണയുണ്ടായി. എതിർശബ്ദങ്ങളും പ്രതിഷേധസമരങ്ങളും പൊടുന്നനെ അപ്രത്യക്ഷമായതിനെത്തുടർന്ന് ശ്മശാനത്തിന്റെ ശാന്തി പുലരുന്ന പുതിയ കേരളത്തിൽ ചെങ്കോലില്ലാത്ത രാജാവായി വാഴുന്നതിന്റെ സുഖാലസ്യം പണ്ടത്തെ ഈ വിപ്ലവനായകനെ കീഴ്പ്പെടുത്തിയെന്നാണോ അനുമാനിക്കേണ്ടത്?

അച്യുതമേനോൻ തന്റെ ഡയറിയിൽ കുറിച്ചിട്ട കാര്യങ്ങളിലൂടെയും അദ്ദേഹത്തിന്റെ വാക്കുകൾക്കിടയിലൂടെയും തെളിഞ്ഞുവന്ന സൂചനകളിലൂടെയും അല്പദൂരം സഞ്ചരിക്കുന്ന ഒരാൾ ഇത്തരമൊരു നിഗമനത്തിൽ എത്തിപ്പെടാനിടയുണ്ട്. അടിയന്തരാവസ്ഥയുടെ നാളുകളിൽ ഇന്ദിര ഉൾപ്പെടെയുള്ള കേന്ദ്രനേതാക്കന്മാരുമായി താൻ നടത്തിയ കൂടിക്കാഴ്ചകളെക്കുറിച്ചും തന്റെ മോസ്കോ സന്ദർശനത്തെക്കുറിച്ചും സോവിയറ്റ് യൂണിയനിൽവെച്ച് താൻ കമ്മ്യൂണിസ്റ്റ് പാർട്ടി നേതാക്കന്മാരുമായി ഇന്ത്യയിലെ സ്ഥിതിഗതികൾ ചർച്ച ചെയ്തതിനെക്കുറിച്ചുമെല്ലാം ഭാവിക്കുവേണ്ടി കരുതിവെച്ച ഒരു രേഖയായി കരുതപ്പെടേണ്ട

ഈ ഡയറിയിൽ അദ്ദേഹം പറയുന്നുണ്ട്. ഇന്ദിര ഇന്ത്യയിൽ നടപ്പിലാക്കാൻ ശ്രമിച്ച സോവിയറ്റ് മാതൃകയിലുള്ള രാഷ്ട്രീയ പരീക്ഷണത്തെ ഏതാണ്ട് പൂർണ്ണമായി അംഗീകരിച്ച ഒരാളുടെ സ്വരമാണ് ഇവിടെയെല്ലാം നാം കേൾക്കുന്നത്. പത്രമാധ്യമങ്ങളുടെ വായ്മൂടിക്കെട്ടിയതിന്റെ ഫലമായി ഇന്ദിര പൊതുജീവിതത്തിൽ സ്വതന്ത്രസംവാദത്തിനുള്ള സാധ്യത ഇല്ലായ്മ ചെയ്തതോ, ഒരു നോക്കുകുത്തിയായി മാറിയ ഇന്ത്യൻ പാർലിമെന്റിനെക്കൊണ്ട് 42-ാം ഭരണഘടനാ ഭേദഗതിപോലുള്ള കരിനിയമങ്ങൾ പാസ്സാക്കിയെടുത്തതോ, സഞ്ജയന്റെ പേക്കൂത്തുകളോ ഒന്നുംതന്നെ ഈ ആദർശധീരനെ അലോസരപ്പെടുത്തിയതായി കാണുന്നില്ല. ഇക്കാലത്ത് ഒരു ദിവസം വി.ആർ. കൃഷ്ണയ്യരെ കണ്ടതിനെപ്പറ്റി അദ്ദേഹം പറയുന്നുണ്ട്:

"29 ഏപ്രിൽ 1976 ...... ഉച്ചതിരിഞ്ഞ് കൃഷ്ണയ്യരെകണ്ടു. അദ്ദേഹം ഒരതിർത്തിവരെ പ്രതിപക്ഷവക്താവായി മാറിയിരിക്കുകയാണ്." (പേജ്46)

പല കാര്യങ്ങളിലും ഇന്ദിരയോടു ചേർന്നു നിന്നിരുന്ന കൃഷ്ണയ്യരുടെ ഭാഗത്തുനിന്നുണ്ടായ ചെറിയ വിപരീതാഭിപ്രായംകൂടി അസഹ്യമായി തോന്നുന്ന മട്ടിൽ, ഒരു തലമുറയ്ക്ക് ഇങ്കിലാബിന്റെ സന്ദേശം പകർന്നു കൊടുത്ത ഈ സഖാവ് അടിയന്തിരാവസ്ഥയുടെ തത്ത്വശാസ്ത്രം സ്വാംശീകരിക്കുകയുണ്ടായി എന്നല്ലേ ഇതിൽനിന്ന് ഊഹിക്കേണ്ടത്?

മൂന്ന്

ഒന്നിലേറെ വ്യാഖ്യാനത്തിനു വഴിയൊരുക്കുന്ന നിരീക്ഷണങ്ങളും പരസ്യപ്രസ്താവനകളും നടത്തുന്നതിൽ ഇ.എം.എസ് നമ്പൂതിരിപ്പാടിന് പ്രത്യേക വൈദഗ്ദ്ധ്യമുണ്ടായിരുന്നതായി അദ്ദേഹത്തിന്റെ രാഷ്ട്രീയ ജീവിതത്തിലൂടെ കടന്നുപോകുന്ന ഏതൊരാൾക്കും കാണാൻ കഴിയും. ഈ വിരുദ്ധ വ്യാഖ്യാനങ്ങൾ സൃഷ്ടിക്കുന്ന അർത്ഥശങ്കയും ആശയക്കുഴപ്പവും മാറി നിന്നു കണ്ടു രസിക്കുന്ന ശീലവും അദ്ദേഹത്തിനുണ്ടായിരുന്നു. അങ്ങനെ പലപ്പോഴും കേരളത്തിലെ രാഷ്ട്രീയ വ്യവഹാരത്തെ നിനച്ചിരിക്കാത്ത ദിശകളിലേക്കു നയിക്കുന്നതിനു വഴിയൊരുക്കിയ ഒരു തരം 'ഡയലെറ്റിക്സ്' രൂപപ്പെടുത്തിയെടുത്തതാണ് മാർക്സിയൻ സിദ്ധാന്തത്തിന്റെ പ്രയോഗത്തിന് അദ്ദേഹം നല്കിയ സംഭാവന എന്നുകൂടി ചിലപ്പോൾ എനിക്കു തോന്നിയിട്ടുണ്ട്. 1990-കളുടെ രണ്ടാം പകുതിയിലായിരുന്നു 'ബന്ദ്' എന്ന സമരമാർഗ്ഗം നിരോധിച്ചുകൊണ്ടുള്ള കേരള ഹൈക്കോടതിയുടെ വിധി വന്നത്. ഇ.എം.എസ്. ഇതിനോടു പ്രതികരിച്ചത് സഹജമായ ഔദ്ധത്യത്തോടുകൂടിയായിരുന്നു. ഇക്കാലത്ത് വിളിച്ചു കൂട്ടിയ ഒരു പത്രസമ്മേളനത്തിൽവെച്ച് കോടതി

തടഞ്ഞാലും തന്റെ പാർട്ടി 'ബന്ദ്' നടത്തുമെന്ന് അദ്ദേഹം തുറന്നടിച്ചു പറഞ്ഞു. 'ബന്ദി'ന്റെ ദിവസം സാധാരണ ജനങ്ങൾ കണക്കറ്റ ദുരിത മനുഭവിക്കാറുണ്ടെന്നും 'ബന്ദി'നിടയിലുണ്ടാകാറുള്ള അനിഷ്ട സംഭവ ങ്ങളിൽപ്പെട്ട് ആൾക്കാർക്കു ജീവഹാനി സംഭവിക്കുന്നതിന് കേരളം പലപ്പോഴും സാക്ഷ്യം വഹിച്ചിട്ടുണ്ടെന്നും ഒരു പത്രലേഖകൻ ചൂണ്ടി ക്കാണിക്കുകയുണ്ടായി. അതിനുള്ള വിപ്ലവാചാര്യന്റെ മറുപടി ഇതായി രുന്നു: "പിന്നെ 'ബന്ദ്' നടത്തുന്നത് പാൽപ്പായസം കുടിക്കാൻ വേണ്ടി യാണോ?" ഈ പത്രവാർത്ത വായിച്ചപ്പോൾ എന്റെ മനസ്സിൽ ഒരു ന്യായമായ സംശയം കടന്നുകൂടി. കോൺഗ്രസ് പാർട്ടി ആഹ്വാനം ചെയ്ത ഒരു ബന്ദിന്റെ ഭാഗമായി നടക്കുന്ന അക്രമസംഭവങ്ങളിൽപ്പെട്ട് തന്റെ ഇല്ലത്തിലെ ഇഷ്ടജനങ്ങളിലൊരാൾ മരിച്ചിരുന്നുവെങ്കിൽ നമ്പൂതിരിപ്പാട് ഇത്ര അനായാസമായി ഈ പായസകല്പന പ്രയോ ഗിക്കുമായിരുന്നോ? അതോ ബന്ദിന്റെ നാളിൽ സംഭവിക്കുന്ന അത്യാ ഹിതങ്ങൾ ഈ ഭൂമിയിൽനിന്നു തുടച്ചുനീക്കപ്പെടാൻ മാത്രം അർഹത യുള്ള പേരില്ലാത്ത ഏതാനും മനുഷ്യർക്കു വിധിച്ചിട്ടുള്ള ശിക്ഷയാണെന്ന് അദ്ദേഹം കരുതിയിരിക്കാനിടയുണ്ടോ? അജ്ഞാതമായൊരു നാളേക്കുവേണ്ടി 'ഇന്നി'നെ ബലികഴിക്കാൻ ആവശ്യപ്പെടുന്ന ഒരു രാഷ്ട്രീയ പ്രത്യയശാസ്ത്രത്തിന്റെ യുക്തി ഇ.എം.എസ്. ഏതളവിൽ ഉൾക്കൊണ്ടിരുന്നു എന്നതിന്റെ തെളിവുകൂടിയല്ലേ പ്രത്യക്ഷത്തിൽ മനുഷ്യത്വരഹിതമായ ഈ പ്രസ്താവന? ഇളവില്ലാത്ത ചില നിയമ ങ്ങൾക്കൊപ്പിച്ചു ചലിക്കുന്ന ചരിത്രത്തിന്റെ മുന്നോട്ടുള്ള പ്രയാണത്തി നിടയിൽ അനിവാര്യമായി സംഭവിക്കുന്ന ഒരു നിസ്സാരകാര്യമായി 'ബന്ദ്' ദിവസം ആളുകൾ കൊല്ലപ്പെടുന്നതിനെ നോക്കിക്കാണാൻ ഇ.എം. എസ്സിനെ പ്രേരിപ്പിച്ചത് അദ്ദേഹത്തിന്റെ കാഴ്ചപ്പാടുകളെ രൂപപ്പെടുത്തിയ സ്റ്റാലിനിസ്റ്റ് രാഷ്ട്രീയവിദ്യാഭ്യാസത്തിന്റെ വികൃതസ്വാധീനമല്ലാതെ പിന്നെ മറ്റെന്താണ്?

നാല്

നാടിന്റെ ഭാഗധേയം കൈയാളുന്ന ഒരു വർഗ്ഗത്തിന്റെ അല്ലെങ്കിൽ വ്യക്തി കളുടെ ചെയ്തികളും തീരുമാനങ്ങളും സൂക്ഷ്മമായി നിരീക്ഷിക്കുക എന്നത് ഒരു ജനസമൂഹം പുലർത്തേണ്ട രാഷ്ട്രീയ ജാഗ്രതയുടെ അടി സ്ഥാനാംശങ്ങളിലൊന്നാണ്. പാശ്ചാത്യജനാധിപത്യ രാജ്യങ്ങളിൽ, അവിട ങ്ങളിലെ ഓജസ്സു നിറഞ്ഞ രാഷ്ട്രീയ സംസ്കാരത്തിന്റെ ഭാഗമെന്ന നിലയിൽ, ഈ പണി ഏറ്റെടുത്തിട്ടുള്ള മുഴുവൻസമയ രാഷ്ടീയ നിരീക്ഷകന്മാരും വിദഗ്ദ്ധസംഘങ്ങളും ഗവേഷകരുമുണ്ട്. എന്നാൽ ഇന്ത്യയെ സംബന്ധിച്ചിടത്തോളം നമ്മുടെ പത്രപ്രവർത്തനപാരമ്പര്യം

സാമാന്യം ശക്തമായ ഒന്നാണെങ്കിൽകൂടി നാടിന്റെ വിധി നിർണ്ണയിക്കുന്ന തീരുമാനങ്ങൾ കൈക്കൊള്ളാനുള്ള അധികാരം നിക്ഷിപ്തമായിട്ടുള്ള സ്ഥാനങ്ങളിലിരിക്കുന്നവരുടെ പ്രവർത്തന സമ്പ്രദായത്തെ വിടാതെ പിന്തുടരാനും നിശിതമായ പരിശോധനയ്ക്കു വിധേയമാക്കുവാനുമുള്ള ഉപകരണങ്ങൾ വേണ്ടത്ര വികസിച്ചിട്ടില്ല.

മൺമറഞ്ഞ ചില ദേശീയ നേതാക്കന്മാരെക്കുറിച്ചു എഴുതപ്പെട്ടിട്ടുള്ള, ജീവചരിത്രത്തിന്റെ സ്വഭാവം പുലർത്തുന്ന കൃതികൾ വായിച്ചാൽ കണ്ടെത്താൻ കഴിയുന്ന ഒരു കാര്യം, അവയിൽ ഏറിയപങ്കും സ്തുതിഗീതങ്ങളാണ് എന്നതാണ്. നിഷ്പക്ഷതയുടെ നാട്യംപോലും അവയെ അനുഗ്രഹിച്ചിട്ടില്ല. (ഗാന്ധിജിയും നെഹ്റുവും ഉൾപ്പെടെയുള്ള ഇന്ത്യൻ സ്വാതന്ത്ര്യസമരത്തിന്റെ ഒന്നാം നിരയിലെ ചില നേതാക്കന്മാരെക്കുറിച്ചുണ്ടായിട്ടുള്ള ഏറ്റവും സത്യസന്ധവും വസ്തുനിഷ്ഠവുമായ ജീവചരിത്രങ്ങൾ രചിച്ചത് വിദേശികളായ പണ്ഡിതന്മാരാണ് എന്ന സത്യം ഓർമ്മിക്കുക). ആധികാരിക സ്വഭാവമുള്ള ഒരു രാഷ്ട്രീയ ജീവചരിത്രത്തിന്റെ നിർമ്മാണത്തിനിടയിൽ ഒരു യഥാർത്ഥ ഗവേഷകൻ അഭിമുഖീകരിക്കാനിടയുള്ള പ്രശ്നമാണ് ഞാനിവിടെ തൊട്ടുകാണിച്ചത്. സങ്കീർണ്ണ വ്യക്തിത്വമുള്ള ഒരു പൊതുപ്രവർത്തകന്റെ വാഴ്‌വിന്റെ അരികിലും മൂലയിലും തെന്നിമാറുന്ന വിടവുകളും, നമ്മുടെ സാമാന്യബുദ്ധിയെക്കൂടി പരിഹസിക്കുന്ന തരത്തിലുള്ള മൗനങ്ങളും തങ്ങിനിന്നെന്നിരിക്കും. ഈ പഴുതുകൾ തുരന്നു ചെല്ലുമ്പോൾ 'അറിയപ്പെടാത്ത മിസ്റ്റർ എക്സ്' എന്ന പേരിൽ മറ്റൊരു പുസ്തകം എഴുതേണ്ടതിന്റെ ആവശ്യകതയിലേക്ക് ഒരു ഗവേഷകന്റെ ചിന്തകൾ നീളാനിടയുണ്ട്.

ആത്മഹത്യയുടെ രാഷ്ട്രീയം

പെഡ്രോ പരാമൊ എന്ന നോവലിന്റെ രചനയിലൂടെ വിശ്വപ്രശസ്ത നായിത്തീർന്ന മെക്സിക്കൻ സാഹിത്യകാരനായ ജുവാൻ റുൽഫൊ തന്റെ ചെറുകഥാസമാഹാരത്തിനു നൽകിയിട്ടുള്ള തലക്കെട്ട് 'കത്തുന്ന താഴ്വര' (*The Burning Plain*) എന്നാണ്. നിരപ്പായ ഒരു പ്രദേശത്ത്, ഭൂമി യുടെ മേലുള്ള അവകാശം നഷ്ടപ്പെട്ട് വരണ്ട പ്രകൃതിയോടും കാരുണ്യ രഹിതമായ ചുറ്റുപാടുകളോടും മല്ലടിച്ചു കഴിയുന്ന നിസ്സഹായരായ ഏതാനും മനുഷ്യജീവികളുടെ നിശ്ശബ്ദവേദനയാണ് റുൽഫൊ ഈ കൃതിയിൽ ആവിഷ്കരിക്കുന്നത്. 'കത്തുന്ന താഴ്വര' എന്ന പ്രയോഗം ഇന്നത്തെ തിബത്തിനെക്കുറിച്ച് ചിന്തിക്കുമ്പോൾ പുതിയൊരു അർത്ഥ സാന്ദ്രതയോടെ മനസ്സിൽ കടന്നുവരികയാണ്. കഴിഞ്ഞ ഒരു വർഷക്കാല മായി നമ്മുടെ സ്വാസ്ഥ്യം കെടുത്താൻപോന്ന വാർത്തകളാണ് തിബത്തിൽ നിന്ന് വന്നുകൊണ്ടിരിക്കുന്നത്. അവിടെ ബുദ്ധഭിക്ഷുക്കൾ സ്വയം ചിതയൊരുക്കി ജീവനൊടുക്കുന്നു. ഇങ്ങനെ ആത്മാഹുതി ചെയ്ത ബുദ്ധസന്ന്യാസികളുടെ എണ്ണം നൂറിനടുപ്പിച്ചു വരുമെന്ന് കരുത പ്പെടുന്നു. വാർത്തകൾക്കുമേൽ കർക്കശമായ നിയന്ത്രണമേർപ്പെടുത്തി യിട്ടുള്ള ചൈനീസ് ഭരണകൂടം തടയാൻ ശ്രമിച്ചിട്ടും പുറംലോകത്തി ലേക്കു ചോർന്നിറങ്ങിയതാണ് ഈ വിവരം. ഒരു വശത്ത് ചൈനീസ് ഭരണാധികാരികൾ, അവരുടെ ഭാഷയിൽ, തിബത്തിനെ ആധുനീകരി ക്കാനും 'മെയിൻലാൻഡു'മായി കൂട്ടിയിണക്കാനും നടത്തുന്ന ശ്രമങ്ങൾ ക്കിടയിലാണ് പ്രതിവിപ്ലവകാരികൾ എന്നു മുദ്രകുത്തപ്പെട്ടിട്ടുള്ള ബുദ്ധ ഭിക്ഷുക്കളുടെ ഭാഗത്തുനിന്നുള്ള ഈ കടുംകൈ. മനസ്സിന്റെ ആഴങ്ങളിൽ നിന്നുയരുന്ന പ്രതിഷേധം പുറംലോകത്തെ വിളിച്ചറിയിക്കാനുള്ള മാർഗ്ഗം എന്ന നിലയ്ക്കാണ് ഇവർ ആത്മബലിക്കൊരുങ്ങിയത്.

ചൈനീസ് ഭരണകൂടത്തിന്റെ ആസൂത്രിതമായ നടപടികളുടെ ഫല മായി തങ്ങളുടെ ജന്മരാജ്യത്തിന് തനതായുള്ള മതാത്മകപാരമ്പര്യവും സാംസ്കാരികപൈതൃകവും കൈമോശം വരുന്ന കാഴ്ച കഴിഞ്ഞ കുറേക്കാലമായി തിബത്തൻ ജനത കണ്ടു നിൽക്കുകയായിരുന്നു.

തിബത്തൻ ബുദ്ധിസം എന്ന പല അടരുകളുള്ള സങ്കീർണ്ണമായ വിശ്വാസ പ്രമാണത്തെ, അവിടത്തെ ജനസമൂഹത്തിന്റെമേൽ കമ്മ്യൂണിസ്റ്റ് പ്രത്യയ ശാസ്ത്രവും പാർട്ടി അച്ചടക്കവും അടിച്ചേല്പ്പിക്കാനുള്ള തങ്ങളുടെ ശ്രമ ങ്ങൾക്കു മുമ്പിലുള്ള പ്രധാനതടസ്സങ്ങളിൽ ഒന്നായിട്ടാണ് ചൈനീസ് അധികൃതർ എന്നും കണക്കാക്കിപ്പോന്നിട്ടുള്ളത്. ഇന്ത്യയിൽ പ്രവാസി യായി കഴിയുന്ന ദലൈലാമയുമായി ഏതെങ്കിലും രീതിയിൽ അനു രഞ്ജനത്തിലേർപ്പെടാനുള്ള അവസരങ്ങളെല്ലാം അവർ ബോധപൂർവ്വം പാഴാക്കുകയായിരുന്നു. അരനൂറ്റാണ്ടുകാലത്തെ കമ്മ്യൂണിസ്റ്റ് പുനർ വിദ്യാഭ്യാസത്തിനുശേഷവും തിബത്തിൽ നിന്ന് ദലൈലാമയുടെ സ്വാധീനശക്തി പിഴുതെറിയാൻ മാൻഡറിൻ ഭരണകൂടത്തിനു കഴി ഞ്ഞിട്ടില്ല. തിബത്തിലെ വലിയൊരു വിഭാഗം ആളുകളെ സംബന്ധിച്ചിട ത്തോളം ദലായ്ലാമയിലുള്ള വിശ്വാസം ഇന്നും ഭദ്രമായി ബാക്കി നില്പാണ്. അവിടത്തെ ബുദ്ധവിഹാരങ്ങളുടെ അന്തരീക്ഷത്തിൽ തങ്ങി നിൽക്കുന്ന മൂകപ്രാർത്ഥനകളിലൊന്ന്, തിബത്തിലേക്കുള്ള ലാമയുടെ മടങ്ങിവരവുമായി ബന്ധപ്പെട്ടതാണ്.

തിബത്തുകാരെ സംബന്ധിച്ചിടത്തോളം ദലൈലാമ മതാചാര്യനും രാഷ്ട്രീയഗുരുവും മാത്രമല്ല, നൂറ്റാണ്ടുകളായി തങ്ങൾ അവലംബിച്ചു പോന്നിട്ടുള്ള ഒരു ജീവിതചര്യയുടെ പ്രതിരൂപം കൂടിയാണ്. പലവട്ടം കഠിനമായി പരീക്ഷിക്കപ്പെട്ടിട്ടും അഭയാർത്ഥിയായി ഭാരതത്തിൽ കഴി യുന്ന മതനേതാവിനോടുള്ള അവരുടെ കൂറിന് ഇളക്കം തട്ടിയതായി തെളിഞ്ഞിട്ടില്ല. തിബത്തൻ താഴ്വരയിൽ ഹാൻ വംശജരായ ചൈന ക്കാരെ വലിയ തോതിൽ കുടിപാർപ്പിക്കാൻ ചൈനീസ് അധികൃതർ നടത്തിവരുന്ന തീവ്രയത്നമാണ് തദ്ദേശവാസികളിൽ ആശങ്കയുണർത്തി യിട്ടുള്ള മറ്റൊരു കാര്യം. ഹാൻ വംശത്തിൽപ്പെട്ട ചൈനക്കാരുടെ പടി പടിയായുള്ള തള്ളിക്കയറ്റത്തിന്റെ ഫലമായി തിബത്തിലെ ജനസംഖ്യാ നുപാതം മാറിമറിയുന്ന നിലയാണിന്ന്. തിബത്തിലെ അകന്നു നില്ക്കുന്ന പൗരസമൂഹത്തെ കമ്മ്യൂണിസ്റ്റ് വ്യവസ്ഥിതിയിൻ കീഴിലുള്ള മുഖ്യധാര യിൽപ്പെട്ട ജീവിതസമ്പ്രദായങ്ങളുമായി ബന്ധിപ്പിക്കാൻ ബെയ്ജിങ്ങിലെ ഭരണനേതൃത്വം കണ്ടുവെച്ചിട്ടുള്ള ഏറ്റവും സമർത്ഥമായ ഉപായമാണ്, പുറത്തുള്ളവരെ അങ്ങോട്ട് കയറ്റുമതി ചെയ്യൽ. ലോകത്തിന്റെ മോന്തായം എന്നു വിളിക്കപ്പെടുന്ന മനോജ്ഞമായ തിബത്തൻ താഴ്വര, സർ ക്കാരിന്റെ ചാരസംഘടനകളുടെയും രഹസ്യാന്വേഷണവിഭാഗത്തിന്റെയും ഇമവെട്ടാത്ത നോട്ടത്തിൻ കീഴിൽ, അധിനിവേശത്തിലകപ്പെട്ട ഒരു ഭൂപ്രദേശമായി മാറിക്കഴിഞ്ഞിരിക്കുന്നു.

ആസുരമായൊരു അധികാരകേന്ദ്രവുമായാണ് തങ്ങൾ ഏറ്റുമുട്ടുന്നത് എന്ന ബോധം, ഒപ്പം തങ്ങളുടെ ചെറുത്തുനില്പ് വിഫലമാണെന്നും തങ്ങൾ ആത്യന്തികമായി തോൽക്കാൻ വിധിക്കപ്പെട്ടവരാണ് എന്നുമുള്ള

തിരിച്ചറിവ് - ഇതിൽ നിന്നെല്ലാം ഉടലെടുത്ത ഒന്നാവില്ലേ പരസ്യമായി കത്തിയൊടുങ്ങാൻ ബുദ്ധസന്ന്യാസികൾക്കുണ്ടായ പ്രേരണ? ഇവിടെ ആത്മഹത്യ ഭീരുത്വത്തിന്റെ അടയാളമല്ല, നേരെമറിച്ച് തുടർന്നു ജീവിക്കുന്നതിൽ അടങ്ങിയിട്ടുള്ള നാണംകെട്ട കീഴടങ്ങലിന് എതിരായുള്ള കലാപത്തിന്റെ അന്തിമരൂപമാണ്. തർക്കമില്ല, ഇതൊരു ഹതാശമായ നടപടിയാണ്. എന്നാൽ ഇതിൽ ലോകമനഃസ്സാക്ഷിയെ ലക്ഷ്യമാക്കിക്കൊണ്ടുള്ള ഒരു താക്കീത് ഒളിഞ്ഞുകിടപ്പുണ്ട്. ചൈന ഒരു വൻശക്തിയായി മാറിക്കൊണ്ടിരിക്കുന്ന ഇന്നത്തെ ലോകക്രമത്തിൽ ഈ രീതിയിലുള്ള ദാർശനികകലാപം കാര്യമായി ഒരു ചലനവും സൃഷ്ടിക്കാൻ പോകുന്നില്ല എന്ന യാഥാർത്ഥ്യം സ്വന്തം ചിതയൊരുക്കുമ്പോൾ ബുദ്ധഭിക്ഷുക്കൾ കാണാതെ പോയിരുന്നതായി ഞാൻ കരുതുന്നില്ല. അതേസമയം, സ്വയം വെളിച്ചമായിത്തീരാൻ ബുദ്ധഭഗവാൻ അനുയായികൾക്കു നൽകിയ ഉപദേശത്തെ ഈ മട്ടിൽ വ്യാഖ്യാനിച്ചതു വഴി ഇവർ സൈനികബലത്തിന്റെയും വളർച്ചാനിരക്കിന്റെയും അടിസ്ഥാനത്തിൽ ഒരു രാജ്യത്തിന്റെ വലിപ്പം അടയാളപ്പെടുത്തുന്ന ഇന്നത്തെ ലോകത്തിന്റെ രീതിക്കു മുമ്പിൽ ചെറിയൊരു വെല്ലുവിളി ഉയർത്തിയിരിക്കുന്നു.

ചരിത്രത്തിന്റെ പേക്കിനാവിലേക്ക് ഒരു ജനത ഞെട്ടിയുണരുന്ന സന്ദർഭങ്ങളിൽ ഒരു വംശത്തിന്റെ സ്പർശിനി എന്നു വിശേഷിപ്പിക്കാവുന്ന വിഭാഗത്തിൽപ്പെട്ട സാഹസികരായ ചില വ്യക്തികൾ സ്വയം ഒരുക്കൂട്ടുന്ന ചിതയുടെ വെളിച്ചം ചുറ്റുമുള്ള ഇരുട്ടിനെ കീറിമുറിച്ചുകൊണ്ട് മിന്നിപ്പൊലിയുന്ന മുഹൂർത്തങ്ങൾ സമീപകാലത്ത് ഇന്ത്യയിലുണ്ടായിട്ടുണ്ട്. 1975-77 കാലഘട്ടത്തിൽ, ദേശീയ അടിയന്തരാവസ്ഥയുടെ നിഴലുകൾക്കു കനംവെച്ചുതുടങ്ങിയ നാളുകളിൽ, പ്രഭാകരശർമ്മ എന്ന സർവ്വോദയപ്രവർത്തകൻ ഇത്തരത്തിൽ പ്രതീകാത്മകമായ പ്രതിഷേധപ്രകടനത്തിലൂടെ തന്റെ നാടിന് നഷ്ടമായ അന്തസ്സ് വീണ്ടെടുക്കാനുള്ള പോരാട്ടത്തിന് പുതിയൊരു മാനം നൽകി. സ്വാതന്ത്ര്യസമരഭടനായിരുന്ന പ്രഭാകരശർമ്മ തുടർന്ന് സർവ്വോദയപ്രസ്ഥാനത്തിന്റെ ഭാഗമായിത്തീരുകയും മഹാരാഷ്ട്രയിലെ ദരിദ്രരായ ഗ്രാമീണർക്കിടയിൽ നടത്തിയ നിശ്ശബ്ദസേവനത്തിലൂടെ ഗാന്ധിജിയുടെ സന്ദേശം പ്രവൃത്തിപഥത്തിൽ കൊണ്ടുവരികയും ചെയ്ത ഒരാളായിരുന്നു. ഈ എളിയ മനുഷ്യന്റെ അർപ്പണബുദ്ധിയുടെ ആഴം കണ്ടറിഞ്ഞ വിനോബഭാവെ അദ്ദേഹത്തിനു ചാർത്തിയ വിശേഷണമായിരുന്നു 'പുണ്യാത്മ' എന്നത്. തന്റെ തലമുറ അനുഷ്ഠിച്ച സഹനത്തിന്റെയും ത്യാഗത്തിന്റെയും ഫലമായി ഇന്ത്യയ്ക്ക് ഒരർദ്ധരാത്രിയിൽ ലഭിച്ച സ്വാതന്ത്ര്യം തന്റെ അധികാരം നിലനിർത്താനുള്ള വ്യഗ്രതയിൽ ഒരു ഭരണാധികാരി മറ്റൊരു അർദ്ധരാത്രിയിൽ തിരിച്ചെടുത്തതിനെതുടർന്ന് നാട്ടിൽ ഉടലെടുത്ത സ്ഥിതിവിശേഷം അദ്ദേഹത്തെ കുറച്ചൊന്നുമല്ല വേദനിപ്പിച്ചത്. 'അനുശാസനപർവ്വം' എന്ന

വിശേഷണം നൽകി അടിയന്തരാവസ്ഥയെ പരോക്ഷമായി സാധൂകരിച്ച വിനോബഭാവെയുടെ നടപടി അദ്ദേഹത്തിൽ അമർഷമുളവാക്കി.

1976 സെപ്തംബറിൽ പ്രഭാകർശർമ്മ ഒരു മാസത്തിനുള്ളിൽ അടിയന്തരാവസ്ഥ പിൻവലിക്കണം എന്ന അന്ത്യശാസനവുമായി ഇന്ദിരാഗാന്ധിക്ക് ഒരു കത്തെഴുതി. അതിനു മറുപടിയൊന്നും ലഭിച്ചില്ല. ഇതിനെ തുടർന്ന്, ഏതാനും സുഹൃത്തുക്കളെ മുൻകൂട്ടി അറിയിച്ചതിനുശേഷം, അദ്ദേഹം ഒക്ടോബർ 11-ാം തീയതി പൊതുസ്ഥലത്തുവെച്ച് തന്റെ അവസാനത്തെ സത്യാഗ്രഹപരീക്ഷണത്തിനൊരുമ്പെട്ടു. തീയിൽ വെന്തു നീറുന്ന വേളയിലും അദ്ദേഹത്തിന്റെ മുഖത്ത് വേദനയുടെ ചെറിയൊരു ലാഞ്ഛന പോലുമുണ്ടായിരുന്നില്ല എന്നാണ് കണ്ടുനിന്നവർ സാക്ഷ്യപ്പെടുത്തിയത്. തിളക്കമുള്ള ഒരു പുഞ്ചിരിയോടുകൂടിയാണ് അദ്ദേഹം മരണത്തെ ഏറ്റുവാങ്ങിയത്. ‘നാവടക്കൂ, പണിയെടുക്കൂ’ എന്നാജ്ഞാപിച്ച സ്വേച്ഛാധിപതിയുടെ ദുഃസ്സ്വപ്നസാമ്രാജ്യത്തിന്റെ അരികിലും മൂലയിലും ഈ ഗാന്ധിയൻ ആദർശവാദിയുടെ ഹൃദയാന്തരാളത്തിൽനിന്ന് ഉയർന്നുവന്ന അവസാനത്തെ നിലവിളി മാറ്റൊലിക്കൊണ്ടിരിക്കാൻ ഇടയുണ്ട്. വിദേശപത്രങ്ങൾ പലതും ഈ ആത്മാഹുതിയുടെ കഥ റിപ്പോർട്ട് ചെയ്തു.

പ്രഭാകരശർമ്മയ്ക്ക് നാടുനീളെ സ്മാരകങ്ങൾ പണിയണമെന്നു പറഞ്ഞുകൊണ്ട് അമേരിക്കയിലെ ‘ന്യൂയോർക്ക് ടൈംസ്’ പത്രം മുഖപ്രസംഗമെഴുതി. എന്നാൽ സംഭവിച്ചത് വേറൊന്നായിരുന്നു. പ്രഭാകരശർമ്മയെപ്പോലുള്ള സ്വാതന്ത്ര്യസമരസേനാനികളുടെ പ്രതീക്ഷകളെ കശക്കിയെറിഞ്ഞുകൊണ്ട് ഒന്നരവർഷക്കാലം ഇന്ത്യയെ ഒരു തടങ്കൽപ്പാളയമാക്കി മാറ്റിയ ഏകാധിപതിയുടെ പേരിൽ, ഒരുപക്ഷേ ആ സ്ത്രീ കൊല്ലപ്പെട്ട സാഹചര്യങ്ങളുടെ സവിശേഷത കാരണമാവാം, എല്ലായിടത്തും സ്മാരകങ്ങൾ ഉയർന്നുവന്നു. ഇത്തരം ചില ദുരന്തവൈപരീത്യങ്ങൾ ചേർന്നല്ലേ ചരിത്രത്തിന്റെ നിർദ്ദയമായ യുക്തി രൂപപ്പെടുന്നത്? 1977-ൽ ഇന്ദിരയുടെ തിരഞ്ഞെടുപ്പ് പരാജയത്തിനുശേഷം നാട്ടിൽ നിലവിൽ വന്ന രാഷ്ട്രീയപരീക്ഷണം ചിതറിത്തെറിച്ചതോടുകൂടി, അടിയന്തരാവസ്ഥയുടെ നാളുകളിൽ രാജ്യത്തിന്റെ പലയിടത്തായി രൂപംകൊണ്ട ചെറുത്തുനില്പിന്റെ പിൻനിരയിൽ നിലയുറപ്പിച്ച് ദുരിതമേറ്റുവാങ്ങിയ നൂറുകണക്കിനാളുകളുടെ അനുഭവകഥകൾ നാടിന്റെ സ്മൃതിശേഖരത്തിൽനിന്ന് പയ്യെ മാഞ്ഞുപോയി.

രണ്ടാം ലോകമഹായുദ്ധത്തെത്തുടർന്നുള്ള വർഷങ്ങളിൽ കിഴക്കൻ യൂറോപ്യൻ രാജ്യങ്ങൾ സോവിയറ്റ് യൂണിയന്റെ ഉപഗ്രഹങ്ങളായി മാറിയതിനെ തുടർന്ന് അവിടങ്ങളിൽ ഉടലെടുത്ത ജനകീയപ്രതിരോധത്തിന്റെ കഥകൾ പോയ നൂറ്റാണ്ടിന്റെ രാഷ്ട്രീയചരിത്രത്തിൽ ചോരയിലും കണ്ണുനീരിലുമെഴുതപ്പെട്ട അദ്ധ്യായങ്ങളായി ബാക്കിനിൽക്കുന്നു. 1956-ൽ

ഹംഗറിയെ പിടിച്ചുലച്ച ദേശീയകലാപത്തിനുശേഷം സോവിയറ്റ് സാമ്രാജ്യത്തിന്റെ നേർക്കുയർന്നുവന്ന ഏറ്റവും വലിയ വെല്ലുവിളിയായിരുന്നു 1968-ൽ ചെക്കോസ്ലവേക്യയിൽ പൂത്ത 'പ്രാഗ്വസന്തം'. ഇക്കാലത്ത് ചെക്ക് പ്രസിഡണ്ടായിരുന്ന അലക്സാണ്ടർ ഡ്യൂബ് ചെക്ക് പൗരസ്വാതന്ത്ര്യങ്ങളുടെ മേൽ പാർട്ടിയും ഭരണകൂടവും ഏർപ്പെടുത്തിയിരുന്ന നിയന്ത്രണങ്ങൾക്കു അയവുവരുത്തുകയും ഉദാരസ്വഭാവമുള്ള ജനാധിപത്യപരിഷ്കാരങ്ങൾക്കു തുടക്കം കുറിക്കുകയും ചെയ്തു. ഇതിൽ അസഹിഷ്ണുത പൂണ്ട മോസ്കോവിലെ ഭരണാധികാരികൾ ചെക്കോസ്ലവേക്യയിലേക്കു പട്ടാളത്തെ അയച്ചു. പ്രാഗിൽ നിരയൊപ്പിച്ചു നീങ്ങിയ സോവിയറ്റ് ടാങ്കുകൾ ചെക്ക്ജനത നെഞ്ചിലേറ്റുവാങ്ങിയ ഹ്രസ്വമായ വസന്തോത്സവത്തിന് അവസാനം കുറിച്ചു. രാജ്യം ഒരിക്കൽകൂടി സ്റ്റാലിനിസ്റ്റ് ഏകാധിപത്യത്തിലമർന്നു. ഇതിനെ തുടർന്ന് പല കലാകാരന്മാരും ബുദ്ധിജീവികളും നാടുവിട്ടുപോയി. ആയിരക്കണക്കിന് പൗരന്മാർക്കു തൊഴിലും സമൂഹത്തിലുണ്ടായിരുന്ന പദവിയും നഷ്ടമായി. സർവ്വകലാശാലകളിലെ പ്രൊഫസർമാർ നാടിന്റെ ഏതെങ്കിലും മൂലയിൽ ദ്വാരപാലകരായി പണിയെടുക്കാൻ നിയോഗിക്കപ്പെട്ട സംഭവങ്ങളുണ്ടായി. കെട്ടിച്ചമച്ച ആരോപണങ്ങളുടെ അടിസ്ഥാനത്തിൽ നിരവധിപേർ അറസ്റ്റിനും വിചാരണയ്ക്കും വിധേയരായി. ഇതോടൊപ്പം പുതിയ ഭരണകൂടം വാർത്താമാധ്യമങ്ങളുടെ സഹായത്തോടുകൂടി ചരിത്രം തിരുത്തിയെഴുതാനും സമീപഭൂതകാലത്തെ സംബന്ധിച്ച ജനങ്ങളുടെ ഓർമ്മ ഇല്ലായ്മ ചെയ്യാനുമുള്ള ആസൂത്രിതമായ ശ്രമമാരംഭിച്ചു. അങ്ങനെ മിലൻ കുന്ദേരയുടെ ഹൃദയഹാരിയായ ഒരു പ്രയോഗം കടംകൊണ്ടുപറഞ്ഞാൽ, പ്രാഗ്, കാഫ്കയുടെ നോവലുകളിൽ കാണുന്ന രീതിയിൽ, 'ഓർമ്മയില്ലാത്ത ഒരു നഗര'മായി മാറി.

ഇക്കാലത്ത് പ്രാഗിലെ ചാൾസ് സർവ്വകലാശാലയിലെ ചരിത്രവിദ്യാർത്ഥിയായിരുന്നു ഇരുപതുകാരനായ ജാൻ പലാക്സ് (Jan Palach). സോവിയറ്റ് അധിനിവേശത്തിന്റെ ഫലമായി തന്റെ നാടിനു സംഭവിച്ചുകൊണ്ടിരിക്കുന്ന അവമതിയും ധാർമ്മികാധഃപതനവും പലാക്സിനെ ആഴത്തിൽ സ്പർശിച്ചു. സോവിയറ്റ് ആക്രമണത്തോടുള്ള പ്രതിഷേധസൂചകമായി അദ്ദേഹം 1969 ജനുവരി 16-ാം തിയതി പ്രാഗിലെ വെൻസ്ലസ് ചത്വരത്തിൽവെച്ച് ദേഹത്ത് പെട്രോൾ ഒഴിച്ച് ആത്മഹത്യ ചെയ്യാൻ മുതിർന്നു. ശരീരം മുഴുവൻ പൊള്ളലേറ്റ പാലക്സ് ആസ്പത്രിയിൽവെച്ച് ഏതാനു ദിവസങ്ങൾക്കു ശേഷമാണ് മരിച്ചത്. തന്നെ കാണാനെത്തിയ സുഹൃത്തുക്കളോട് അദ്ദേഹം തന്റെ മാതൃക പിന്തുടരരുതെന്നും മറ്റു രീതികളവലംബിച്ച് സോവിയറ്റ് ആധിപത്യത്തിനെതിരായ സമരവുമായി മുന്നോട്ടുപോകണമെന്നും പറഞ്ഞതായാണ് അറിവ്.

ഒട്ടും വൈകാതെ തന്റെ ജീവരക്തം കൊണ്ട് നാട്ടുകാർക്കു ഒരു സന്ദേശം കുറിച്ചിട്ട് വിടവാങ്ങിയ ആ യുവവിദ്യാർത്ഥി ഒരു ഐതിഹ്യ മായിത്തീർന്നു. പലാക്സിന്റെ ശവകുടീരം ഒരു ദേശീയസ്മാരകമായി മാറിക്കൊണ്ടിരിക്കുന്ന കാഴ്ച അധികാരികൾ രോഷത്തോടെ നോക്കി ക്കണ്ടു. പലാക്സിന്റെ ദുരന്തമൃത്യുവിന്റെ ഇരുപതാംവാർഷികത്തിൽ, എന്തിന്റെ പേരിൽ അദ്ദേഹം ജീവനൊടുക്കിയോ ആ ആദർശത്തോട് ഐക്യദാർഢ്യം പ്രഖ്യാപിച്ചുകൊണ്ട് ചെക്ക്ജനത 'പലാക്സ് വാരം' ആഘോഷിച്ചു. ഇതിനോടൊപ്പമുണ്ടായ കമ്മ്യൂണിസ്റ്റ് വിരുദ്ധപ്രക്ഷോഭണ ങ്ങൾ പ്രാഗ്നഗരത്തെ പ്രകമ്പനം കൊള്ളിച്ചു. ചെക്കോസ്ലവേക്യയിൽ കമ്മ്യൂണിസത്തിന്റെ തകർച്ചയ്ക്കു വേഗതയണച്ച സംഭവങ്ങളായിരുന്നു 'പലാക്സ് വാരാ'ഘോഷത്തെതുടർന്നു നടന്ന പൊതുപ്രകടനവും ജനങ്ങളും പൊലീസും തമ്മിലുണ്ടായ ഏറ്റുമുട്ടലും. കമ്മ്യൂണിസ്റ്റ് ഭരണ ത്തിനെതിരായി വക്ലവ് ഹാവൽ നയിച്ച 'വെൽവെറ്റ് വിപ്ലവ'ത്തിന്റെ ഇരുപത്തിയഞ്ചാം വാർഷികത്തോടനുബന്ധിച്ച് പ്രാഗിലെ ദേശീയ മ്യൂസിയത്തിനു മുമ്പിൽ പലാക്സിന്റെ പേരിൽ ഒരു സ്മൃതിമണ്ഡപം സ്ഥാപിക്കപ്പെട്ടു.

ചെക്കോസ്ലവേക്യയെപ്പോലുള്ള ഒരു ചെറിയ രാജ്യത്തിന് സോവിയറ്റ് യൂണിയനെപ്പോലെ ഭീമാകൃതിപൂണ്ട ഒരു വൻശക്തിയുമായി പൊരുതി ജയിക്കാൻ പ്രയാസമാണ് എന്ന തോന്നൽ പരക്കെ നിലനിന്നിരുന്ന വേളയിൽ തന്റെ ബലിദാനത്തിലൂടെ ആത്മവീര്യം ക്ഷയിച്ച ഒരു ജനത യുടെ സ്വാതന്ത്ര്യാഭിലാഷത്തെ ഉന്മേഷം കൊള്ളിച്ച ഈ കൊച്ചുമനു ഷ്യൻ മരണാനന്തരം കൈവരിച്ച പ്രശസ്തി അദ്ഭുതാവഹമായ ഒന്നാ യിരുന്നു. അദ്ദേഹത്തിന്റെ ഓർമ്മയെ വലംവെച്ചുകൊണ്ട് ഗാനങ്ങളും റേഡിയോ നാടകങ്ങളും ഡോക്യുമെന്ററി സിനിമകളും രൂപംകൊണ്ടു. ഏറ്റവുമൊടുവിൽ, 2013ൽ പുറത്തിറങ്ങിയ 'കത്തുന്ന കുറ്റിക്കാട്' (*Burning Bush*) എന്ന മൂന്നു ഭാഗങ്ങളുള്ള സിനിമ പലാക്സിന്റെ ആത്മാഹുതിയെ ത്തുടർന്ന് വീട്ടിലും നാട്ടിലും അരങ്ങേറിയ സംഭവങ്ങളുടെ സമഗ്രമായ പുനരാവിഷ്കരണമായിരുന്നു.

പുതിയ നൂറ്റാണ്ടിൽ രാഷ്ട്രീയപ്രതിഷേധം വ്യവസ്ഥാപിതമാർഗ്ഗ ങ്ങളിൽ നിന്നു വ്യതിചലിച്ച് സർഗ്ഗാത്മകതയുടെ ധീരനൂതനമായ രൂപ ങ്ങൾ തേടിപ്പോയതിന്റെ മാതൃകകൾ പലതും നമ്മുടെ മുമ്പിലുണ്ട്. അടുത്തകാലത്ത് മാധ്യമശ്രദ്ധ പിടിച്ചുപറ്റിയ 'മുല്ലപ്പൂ വിപ്ലവ'വും 'കുട വിപ്ലവ'വും, എന്തിന്, ഇന്ത്യയുടെ തലസ്ഥാനനഗരം കണ്ട ചൂലു കൊണ്ടുള്ള ശുദ്ധീകരണ ശ്രമവുമെല്ലാം രാഷ്ട്രീയപ്രതിഷേധത്തിന് പുതിയ നിർവ്വചനങ്ങൾ സമ്മാനിച്ചതായി കരുതുന്നതിൽ തെറ്റില്ല. എന്നാൽ നാമിവിടെ ചർച്ച ചെയ്ത ആത്മബലിയുടെ ദൃഷ്ടാന്തങ്ങൾ

ഇതിൽനിന്നും വേറിട്ടുനിൽക്കുന്നവയാണ്. തന്റെ തലമുറ പൂർത്തികരിക്കാനിടയില്ലാത്ത ഒരു മഹാദൗത്യത്തിനു തിരികൊളുത്തിക്കൊണ്ട്, സമാധാനപ്രേമിയായ ഒരു നിഷേധി പൊതുസ്ഥലത്തുവെച്ച് നാട്ടുകാരെ സാക്ഷിയാക്കി സ്വന്തം ശരീരം അഗ്നിക്കിരയാക്കുന്ന ക്രിയയിൽ പ്രദർശനത്തിന്റേതായ (spectacle) ഒരംശമുണ്ട്. ഇത് അഹിംസാവാദിയുടെ ഹിംസയാണ്, അധികാരമില്ലാത്തവൻ ഭയത്തിന്റെ മേൽ കൈവരിക്കുന്ന വിജയമാണ്. തീയിൽ ചാമ്പലാകുന്ന ശരീരം ഇവിടെ ഒരു പാത്രം (receptacle) ആയി മാറുകയാണ് ചെയ്യുന്നത്. ഒരു സമൂഹത്തിന്റെ, അല്ലെങ്കിൽ രാഷ്ട്രശരീരത്തിന്റെ, അകത്തളങ്ങളിൽ വിങ്ങിപ്പൊട്ടി നിൽക്കുന്ന അരിശവും സങ്കടവും അതിലൂടെ പാഞ്ഞുകയറുന്നത് നമ്മുടെ നീതിബോധത്തിന്റെ അടയാത്ത കണ്ണുകൾക്കു കാണാൻ സാധിക്കും.

ചരിത്രത്തിന്റെ വിധി കാത്ത്

Libre Cuba (Cuba is Free). ക്യൂബയിലൂടെ സഞ്ചരിക്കുന്ന ഒരാൾ രാജ്യത്തിലുടനീളം കണ്ടുമുട്ടാനിടയുള്ള ഒരു മുദ്രാവാക്യമോ വിളംബരമോ ആണിത്. കഴിഞ്ഞ നൂറ്റാണ്ടിന്റെ പകുതിയിൽ വെച്ച് ക്യൂബ ബാറ്റിസ്റ്റയുടെ സ്വേച്ഛാധിപത്യത്തിൽനിന്നു സ്വാതന്ത്ര്യം നേടി. പിന്നെ നടന്നത് രാഷ്ട്രപുനർനിർമ്മാണത്തിനായുള്ള ഭാരിച്ച യത്നമായിരുന്നു. അതിന്റെ ഭാഗമായി ക്യൂബ തെക്കൻ അമേരിക്കൻനാടുകളിൽ യു.എസ്.എ പുലർത്തിപ്പോന്ന ആധിപത്യത്തിൽനിന്ന് വിടുതൽ പ്രഖ്യാപിച്ചുകൊണ്ടുള്ള നടപടികൾ ഓരോന്നായി ആരംഭിച്ചു. എന്നാൽ അധികം വൈകാതെ തന്നെ ഒട്ടേറെ ക്യൂബക്കാർ ഭീതിയുടെ നിഴൽ ചുറ്റും പരക്കുന്നതു കണ്ട് അസ്വസ്ഥരായി. യഥാർത്ഥസ്വാതന്ത്ര്യമന്വേഷിച്ച് മയാമിയിലെ കടലോരങ്ങളിൽ ചേക്കേറി. ക്യൂബയിലെ പുതിയ ഭരണാധികാരികൾ വലതുപക്ഷ സൈനികസ്വേച്ഛാധിപത്യത്തിൽ നിന്നുള്ള നാടിന്റെ മോചനം കൊണ്ട് തൃപ്തിപ്പെട്ടില്ല. അവർ തങ്ങളുടെ സ്വാതന്ത്ര്യസങ്കല്പത്തെ പടക്കോപ്പണിയിച്ച് 'കറുത്ത ഭൂഖണ്ഡ'ത്തിലേക്കു കയറ്റുമതി ചെയ്യാൻ തുനിഞ്ഞു. ഇതിനിടയിൽ ചരിത്രത്തിന്റെ ഓർക്കാപ്പുറത്തുള്ള പ്രഹരങ്ങളിൽപ്പെട്ട് ആടിയുലഞ്ഞ ഈ ദ്വീപ് രാഷ്ട്രം മാറിക്കൊണ്ടിരിക്കുന്ന ലോകക്രമവുമായി പൊരുത്തപ്പെടാനുള്ള വഴികൾ തേടിത്തുടങ്ങി. ഇപ്പോഴിതാ ക്യൂബ അതിന്റെ വിപ്ലവനായകനായ ഫിഡൽ കാസ്ട്രോയുടെ നിഴലിൽ നിന്നു പുറത്തുകടന്നിരിക്കുന്നു. കാസ്ട്രോയുടെ ഓർമ്മയിൽനിന്നു സ്വാതന്ത്ര്യം നേടാൻ ക്യൂബയ്ക്ക് എത്രകാലം വേണ്ടിവരും എന്ന ചോദ്യം ബാക്കിനിൽക്കുന്നു.

കാസ്ട്രോയുടെ ഉറ്റ തോഴനായിരുന്ന ഗബ്രിയേൽ ഗാർസിയ മാർകേസിന്റെ പ്രശസ്തമായൊരു പ്രയോഗം കടമെടുത്തു പറഞ്ഞാൽ, ജീവിതശിശിരത്തിലേക്കു കടന്ന ഈ കുലപതിയുടെ അന്ത്യം മുൻകൂട്ടി പ്രവചിക്കപ്പെട്ട ഒന്നായിരുന്നു. പത്തുവർഷങ്ങൾക്കു മുമ്പ് ഒരു ഉദരശസ്ത്രക്രിയയെത്തുടർന്ന് പ്രസിഡണ്ട് പദവിയിൽ നിന്നു വിരമിച്ച കാസ്ട്രോ പിന്നീടൊരിക്കലും ആരോഗ്യം വീണ്ടെടുക്കുകയുണ്ടായില്ല. കാസ്ട്രോയുടെ വിയോഗത്തെത്തുടർന്ന് ക്യൂബൻ ഭരണകൂടം നാട്ടിൽ ഒരാഴ്ച

നീണ്ടുനിന്ന ദുഃഖാചരണം പ്രഖ്യാപിച്ചു. കാസ്ട്രോയുടെ വിലാപയാത്രയിൽ ആയിരക്കണക്കിന് ക്യൂബക്കാർ പങ്കുകൊണ്ടതായി റിപ്പോർട്ടുകൾ സൂചിപ്പിക്കുന്നു. അതേസമയം അമേരിക്കയിൽ കഴിയുന്ന ക്യൂബൻ വംശജർ പാടിയും നൃത്തംവെച്ചും ഈ മരണത്തെ ആഘോഷിക്കുകയാണുണ്ടായത്. വിശേഷിച്ചും അവിടത്തെ ഒന്നാം തലമുറയിൽപ്പെട്ട ക്യൂബൻ അഭയാർത്ഥികൾ കാസ്ട്രോയ്ക്ക് മാപ്പുനൽകാൻ നാളിതുവരെ തയ്യാറായിട്ടില്ല. അവരുടെ ഓർമ്മകളിൽ കാസ്ട്രോ ജീവിക്കുന്നത് മുട്ടാളനായ ഒരു ഏകാധിപതി എന്ന നിലയിലാണ്. കാസ്ട്രോയുടെ വേർപാട് ഉയർത്തിയ പ്രതികരണങ്ങളിൽ കാണാൻ കഴിയുന്ന ഭീമമായ ഈ വിടവ് ഒരുപക്ഷേ കഥാപുരുഷന്റെ വിവാദാത്മകവും സങ്കീർണ്ണവുമായ വ്യക്തിത്വത്തിലേക്കുള്ള ചൂണ്ടുപലക കൂടിയാണ്.

ജീവിച്ചിരിക്കുന്ന കാലത്ത് ഐതിഹ്യത്തിന്റെ തലത്തിലേക്കു വളർന്നുമാറിയ ചുരുക്കം ചില രാഷ്ട്രത്തലവന്മാരിൽ ഒരാളായിരുന്നു ഫിഡൽ കാസ്ട്രോ. ദുരന്തം നിഴൽ വീഴ്ത്തിയ വർണ്ണശബളമായ ഏതാനും വ്യക്തിത്വങ്ങളുടെ ഓർമ്മകൾ ബാക്കിനിർത്തിക്കൊണ്ടാണ് ആയിരത്തി തൊള്ളായിരത്തി അറുപതുകൾ പോയ്മറഞ്ഞത് എന്ന വസ്തുത ഏവർക്കുമറിയാം. അക്കൂട്ടത്തിൽ കവികളുണ്ടായിരുന്നു, കലാകാരന്മാരുണ്ടായിരുന്നു, വിപ്ലവകാരികളും ഒളിപ്പോരാളികളുമുണ്ടായിരുന്നു. അവരുടെ നിരയിൽ സ്ഥാനം കണ്ടെത്തിയ ഒരാളായിരുന്നു കാസ്ട്രോ. ബൊളീവറുടെ മാതൃകയിലുള്ള സാഹസികനായ ഒരു വിമോചകന്റെ പ്രതിച്ഛായ ലാറ്റിൻ അമേരിക്കൻ ജനതയുടെ മനസ്സിൽ ആഴത്തിൽ പതിഞ്ഞു കിടക്കുന്ന ഒന്നാണെന്ന് പലരും അഭിപ്രായപ്പെട്ടിട്ടുണ്ട്. ഒരുപക്ഷേ പുതിയ കാലഘട്ടത്തിൽ ഈ ബിംബമാതൃകയുമായി ഏറെ ചേർന്നുനിന്ന ഒരാളായിരുന്നു കാസ്ട്രോ. ഒരു മഹാസാമ്രാജ്യത്തെ വെല്ലുവിളിക്കുകയും ധിക്കരിക്കുകയും ചെയ്ത ഒരു കലാപകാരിയെ ചൂഴ്ന്നുനിൽക്കുന്ന ഒരുതരം കാല്പനിക പരിവേഷമില്ലേ, അത് നിലനിർത്തുന്ന കാര്യത്തിൽ കാസ്ട്രോ എല്ലാകാലത്തും ശ്രദ്ധാലുവായിരുന്നു. അദ്ദേഹം സർക്കാർ മാധ്യമങ്ങളെ ഉപയോഗപ്പെടുത്തിക്കൊണ്ട് തനിക്കുചുറ്റും വ്യക്തിപൂജ വളർത്തിയെടുക്കാൻ ബോധപൂർവ്വം ശ്രമം നടത്തിയതായി വിമർശകർ ആരോപിച്ചിട്ടുണ്ട്. ഇതിൽ വാസ്തവം ഇല്ലാതില്ല. കാസ്ട്രോയെപ്പറ്റി ചിന്തിക്കുമ്പോൾ ഒരു സാധാരണക്കാരന്റെ മനസ്സിൽ ആദ്യം കടന്നുവരുന്ന ചില കാര്യങ്ങളുണ്ട്: അദ്ദേഹത്തിന്റെ താടി, അദ്ദേഹം വലിച്ചിരുന്ന വിലകൂടിയ ക്യൂബൻ സിഗാർ, ധരിച്ചിരുന്ന കുപ്പായത്തിന്റെ പച്ചനിറം. 'സോഷ്യലിസം, അല്ലെങ്കിൽ മരണം' എന്നു ഗർജ്ജിക്കുന്ന കാസ്ട്രോയുടെ ചിത്രങ്ങൾ ക്യൂബയ്ക്കുള്ളിലും പുറത്തും ഏറെ പ്രചാരം നേടി.

1959-ൽ വിശ്വസ്തരായ ഒരുകൂട്ടം സഖാക്കളുടെ സഹായത്തോടെ ബാറ്റിസ്റ്റയുടെ ദുർഭരണത്തിനെതിരായി പ്രതിരോധം തീർത്ത് ഒടുവിൽ

സായുധകലാപത്തിലൂടെ ക്യൂബയുടെ ഭരണം പിടിച്ചെടുത്ത കാസ്ട്രോ എല്ലാ അർത്ഥത്തിലും ഒരു ജനനായകനായിരുന്നു. ലാറ്റിൻ അമേരിക്കയിലെ ചെറിയ രാജ്യങ്ങൾ തെല്ലൊരു വിസ്മയത്തോടുകൂടിയാണ് കാസ്ട്രോ നേടിയ വിജയത്തെ നോക്കിക്കണ്ടത്. അമേരിക്കൻ ഐക്യനാടുകൾ ഉൾപ്പെടെയുള്ള അനേകം രാഷ്ട്രങ്ങൾ ക്യൂബയിലെ പുതിയ ഭരണകൂടത്തിന് അംഗീകാരം നൽകി. അധികാരത്തിലേറിയ കാസ്ട്രോ തന്റെ ശ്രദ്ധ ആദ്യം തിരിച്ചുവിട്ടത് ബാറ്റിസ്റ്റയുടെ അനുയായികളെന്നും പ്രതിവിപ്ലവകാരികളെന്നും സംശയിക്കപ്പെട്ടവരുടെ നേർക്കായിരുന്നു. അവർക്കെതിരായി അദ്ദേഹം ക്രൂരമായ പ്രതികാരനടപടികൾ ആരംഭിച്ചു. ഏറെനാൾ നീണ്ടുനിന്ന ഈ പകപോക്കൽ പ്രക്രിയയിൽ കാസ്ട്രോയുടെ സുഹൃത്തും ഒളിപ്പോരാളിയുമായ ചെ ഗുവേര വഹിച്ച പങ്ക് നിഷ്ഠുരമായ ഒന്നായിരുന്നു. ഒരു സ്വേച്ഛാധിപതിയുടെ രൂപഭാവങ്ങളിലേക്കുള്ള വിപ്ലവനായകന്റെ പരിണാമം എത്ര പെട്ടെന്നാണുണ്ടായതെന്ന് അക്കാലത്ത് ക്യൂബയിൽ നടന്ന വിചാരണകൾ നിരീക്ഷിച്ച ഒരാൾക്ക് കണ്ടെത്താൻ കഴിയുമായിരുന്നു. തങ്ങളുടെ ജീവനും സ്വത്തിനും നേർക്ക് ഭീഷണി ഉയർന്നുവരുന്നതു കണ്ടപ്പോൾ, ആദ്യം വിപ്ലവത്തെ സ്വാഗതം ചെയ്തവരുൾപ്പെടെയുള്ള നിരവധി ക്യൂബക്കാർ ചങ്ങാടത്തിലും ബോട്ടിലും കയറി തൊണ്ണൂറു മൈൽ അകലെയുള്ള ഫ്ളോറിഡയിൽ അഭയം പ്രാപിച്ചു. ഏകകക്ഷി ഭരണം നിലവിലുള്ള ഒരു പൊലീസ് സ്റ്റേറ്റായി ക്യൂബ മാറുന്നതിന്റെ ആദ്യലക്ഷണങ്ങൾ കണ്ടുതുടങ്ങിയത് ഇക്കാലത്തായിരുന്നു.

കാസ്ട്രോയും അമേരിക്കയും തമ്മിലുള്ള ബന്ധങ്ങൾ ആടി ഉലയാൻ ഏറെക്കാലം വേണ്ടിവന്നില്ല. അമേരിക്കൻ ഭരണകൂടം ക്യൂബയ്ക്കെതിരായി സാമ്പത്തികമായ ഉപരോധം പ്രഖ്യാപിച്ചു. സി.ഐ.എ. കാസ്ട്രോയ്ക്ക് എതിരായി വധശ്രമങ്ങൾ പലതും ഒരുക്കൂട്ടി. കാസ്ട്രോ ഇത്തരത്തിൽ അറന്നൂറോളം വധശ്രമങ്ങളെ അതിജീവിച്ചതായി പറയപ്പെടുന്നു. 1961-ൽ കെന്നഡിയുടെ ഭരണകാലത്ത് കാസ്ട്രോയെ സ്ഥാനഭ്രഷ്ടനാക്കുക എന്ന ലക്ഷ്യത്തോടെ സി.ഐ.എ സംഘടിപ്പിച്ച 'ബേ ഓഫ് പിഗ്സ്' എന്ന പേരിൽ അറിയപ്പെടുന്ന കുപ്രസിദ്ധമായ സൈനിക സംരംഭം ഇരുരാജ്യങ്ങളും തമ്മിലുള്ള ബന്ധങ്ങളെ തിരിച്ചുപോക്കില്ലാത്ത തരത്തിൽ വഷളാക്കിത്തീർത്തു. ഇതിനുള്ളിൽ കാസ്ട്രോ സോവിയറ്റ് യൂണിയനുമായി ചങ്ങാത്തം സ്ഥാപിച്ചു കഴിഞ്ഞിരുന്നു.

അമേരിക്ക നേരിട്ടുള്ള സൈനികനടപടിക്കു മുതിരുകയാണെങ്കിൽ സോവിയറ്റ് യൂണിയൻ ക്യൂബയുടെ സഹായത്തിനെത്തുമെന്ന ഉറപ്പ് മോസ്കോവിൽ നിന്ന് കാസ്ട്രോയ്ക്ക് ലഭിച്ചിരുന്നതായി പറയപ്പെടുന്നു. അങ്ങനെ കരിമ്പിൻതോട്ടങ്ങൾക്കു കേൾവികേട്ട മനോഹരമായ ഈ കൊച്ചുദ്വീപ് ശീതയുദ്ധത്തിലെ പ്രധാനപ്പെട്ടൊരു കരുവായി മാറി.

ഇതിന്റെ പരിണതഫലം കൂടിയായിരുന്നു 1962 ഒക്ടോബറിൽ മാനവരാശിയെ ഒരു മൂന്നാം ലോകമഹായുദ്ധത്തിന്റെ വക്കിൽ കൊണ്ടെത്തിച്ച കരീബിയൻ മിസൈൽ പ്രതിസന്ധി. ഇതുമായി ബന്ധപ്പെട്ട് പിന്നീട് പുറത്തുവന്ന ഒരു പിന്നാമ്പുറക്കഥയുണ്ട്. ക്യൂബയിൽനിന്ന് സോവിയറ്റ് മിസ്സൈലുകൾ എടുത്തുമാറ്റാനുള്ള തീരുമാനം പ്രഖ്യാപിക്കുന്നതിനുമുമ്പ് ക്രൂഷ്ചേവ് കാസ്ട്രോയുമായി കൂടിയാലോചന നടത്തിയില്ല. ഇതിൽ തനിക്കുള്ള അസംതൃപ്തി കാസ്ട്രോ ക്രൂഷ്ചേവിനെ അറിയിച്ചതായി പറയപ്പെടുന്നു. പ്രത്യാഘാതങ്ങൾ എന്തുമാകട്ടെ, അമേരിക്കയുമായി ഒരു തുറന്ന ഏറ്റുമുട്ടൽ അനിവാര്യമാണെങ്കിൽ അങ്ങനെ എന്ന പക്ഷക്കാരനായിരുന്നു കാസ്ട്രോ.

അമേരിക്കൻ പിന്തുണയോടെ ക്യൂബ അടക്കിവാണ ബാറ്റിസ്റ്റയുടെ അഴിമതിയും കെടുകാര്യസ്ഥതയും നിറഞ്ഞ ഭരണത്തിൻകീഴിൽ തന്റെ നാട്ടിലെ സാധാരണമനുഷ്യർ അനുഭവിക്കുന്ന ദുരിതങ്ങൾ കണ്ട് ക്ഷുഭിതനായി സമാനചിന്താഗതിക്കാരായ ഏതാനും ചെറുപ്പക്കാരുമൊത്ത് സായുധകലാപത്തിനു നേതൃത്വം നൽകിയ കാസ്ട്രോ പറയത്തക്ക പ്രത്യയശാസ്ത്രപ്രതിജ്ഞാബദ്ധതയൊന്നുമില്ലാത്ത ഒരു ദേശീയവാദിയായിരുന്നു. ആ മനുഷ്യൻ എങ്ങനെ കമ്മ്യൂണിസ്റ്റ് മാതൃകയിലുള്ള ഒരു ഏകകക്ഷിഭരണം ക്യൂബയിൽ സ്ഥാപിക്കാൻ ഇടവന്നു? ഇതിനുള്ള ഉത്തരം ഭാഗികമായി കുടികൊള്ളുന്നത് അമേരിക്ക ഈ നിഷേധിയോട് പുലർത്തിപ്പോന്ന അസഹിഷ്ണുത നിറഞ്ഞ സമീപനത്തിലാണ്. നാല്പതുകൊല്ലം പഴക്കമുള്ള, ഇന്നും തുടരുന്ന അമേരിക്കയുടെ സാമ്പത്തികമായ ഉപരോധം ക്യൂബയിലെ ജനജീവിതത്തെ കടുത്ത സമ്മർദ്ദത്തിലാഴ്ത്തിയ ഒന്നായിരുന്നു. ഈ ബഹിഷ്കരണത്തിന്റെ സാമ്പത്തിക വിവക്ഷകൾക്കപ്പുറം ഇത് സമ്മാനിച്ച സംശയവും ഭീതിയും നിറഞ്ഞ മാനസികാവസ്ഥ (siege mentality) കാസ്ട്രോയുടെ ലോകവീക്ഷണം രൂപപ്പെടുത്തുന്നതിൽ പ്രധാനപ്പെട്ടൊരു പങ്കുവഹിച്ചതായി കരുതേണ്ടിയിരിക്കുന്നു. ജീവിതാവസാനം വരെ കാസ്ട്രോ അമേരിക്കയുടെ വിമർശകനും എതിരാളിയുമായി തുടർന്നു. 2014ൽ അമേരിക്കയുമായുള്ള ബന്ധങ്ങൾ മെച്ചപ്പെടുത്താൻ റാവുൽ കാസ്ട്രോ കൈക്കൊണ്ട തീരുമാനത്തെച്ചൊല്ലി തനിക്കുള്ള നീരസം അദ്ദേഹം മറച്ചുവെച്ചില്ല. “ട്രംപും ഒബാമയും തമ്മിൽ വ്യത്യാസമൊന്നുമില്ല, അവർ രണ്ടും ഒരുപോലെയാണ്”, എന്ന് തന്റെ മരണത്തിനു തൊട്ടുമുമ്പ് അദ്ദേഹം ടിറ്ററിൽ കുറിക്കുകയുണ്ടായി.

കാസ്ട്രോ നേതൃത്വം നൽകിയ വിപ്ലവം ക്യൂബയെ മാറ്റിമറിച്ച ഒന്നായിരുന്നു. വിപ്ലവത്തെത്തുടർന്നുള്ള പത്തുവർഷങ്ങൾക്കിടയിൽ സ്ത്രീസാക്ഷരത, ആരോഗ്യപരിരക്ഷ എന്നീ മേഖലകളിൽ അഭിമാനാർഹമായ പല നേട്ടങ്ങളും കൈവരിക്കാൻ പുതിയ ഭരണകൂടത്തിന് കഴിഞ്ഞു. സ്ത്രീസാക്ഷരതയുടെ കാര്യത്തിൽ ക്യൂബ ഇന്നും ലോകരാഷ്ട്രങ്ങളുടെ

മുൻപന്തിയിൽ നിൽക്കുന്നു. വിപ്ലവാനന്തര ദശകത്തിൽ സ്വന്തം കാലിൽ നിൽക്കാൻ ക്യൂബയെ സഹായിച്ച പ്രധാനഘടകം സോവിയറ്റ് യൂണിയനിൽ നിന്നും ലഭിച്ച ഉദാരമായ സഹായമായിരുന്നു. ക്യൂബയുടെ പ്രധാനപ്പെട്ട കയറ്റുമതിച്ചരക്ക് കരിമ്പിൽ നിന്നുല്പാദിപ്പിക്കുന്ന പഞ്ചസാരയാണ്. ഇത് താങ്ങുവിലയ്ക്ക് വാങ്ങാൻ റഷ്യ തയ്യാറായി. പലതരം ചരടുകൾ ഇരുരാജ്യങ്ങളുടെയും സമ്പദ്വ്യവസ്ഥകളെ പരസ്പരം ബന്ധിപ്പിക്കുകയുണ്ടായി.

എന്നാൽ ദേശീയപുനർനിർമ്മാണത്തിന്റെ ആദ്യാവേശം കെട്ടടങ്ങിയതോടെ ക്യൂബൻ ജനതയും ക്യൂബൻ ഭരണകൂടവും പുതിയതരം പ്രശ്നങ്ങൾ നേരിടാൻ തുടങ്ങി. സ്വകാര്യനിക്ഷേപത്തിനു വിലക്കേർപ്പെടുത്തികൊണ്ടുള്ള കാസ്ട്രോയുടെ നയങ്ങൾ സാമ്പത്തികപുരോഗതിക്ക് തടസ്സം സൃഷ്ടിച്ചു. തൊഴിലില്ലായ്മയുടെ തോത് കുത്തനെ ഉയരാനാരംഭിച്ചു. ഇരുപതാം നൂറ്റാണ്ടിന്റെ അവസാനഘട്ടമായപ്പോഴേക്കും ക്യൂബയുടെ സാമ്പത്തികരംഗത്തിൽ കണ്ടുതുടങ്ങിയ മുരടിപ്പ് രൂക്ഷമായ രൂപം കൈക്കൊണ്ടു.

എതിർപ്പിന്റെ സ്വരങ്ങളെ അടിച്ചമർത്തിക്കൊണ്ട് ക്യൂബയുടെ ചോദ്യം ചെയ്യപ്പെടാത്ത അധിപൻ എന്ന നില കൈവരിച്ചതോടുകൂടി കാസ്ട്രോ പുതിയ ആകാശവും പുതിയ ഭൂമിയും തേടിത്തുടങ്ങി. ഒരുതരം മഹത്വാകാംക്ഷ അദ്ദേഹത്തെ പിടികൂടിയതായി ചില രാഷ്ട്രീയ നിരീക്ഷകർ ചൂണ്ടിക്കാണിക്കുകയുണ്ടായി. ക്യൂബയെപ്പോലുള്ള ഒരു കൊച്ചുരാജ്യത്തിന്റെ തലവന് ലോകകാര്യങ്ങളിൽ വഹിക്കാൻ കഴിയുമായിരുന്ന പങ്കിന്റെ പരിമിതികൾ മറന്നുകൊണ്ട് കാസ്ട്രോ ആഗോളതലത്തിലുള്ള, പലപ്പോഴും സാഹസികമായ, ഇടപെടലുകൾക്കു മുതിർന്നത് ഇക്കാലത്തായിരുന്നു. ആഫ്രിക്കൻ നാടുകളിലേക്കു ഗറില്ലായുദ്ധമുറകൾ കയറ്റുമതി ചെയ്യാനുള്ള കാസ്ട്രോയുടെ ആദ്യശ്രമങ്ങൾ വിജയം കണ്ടു. ഗറില്ലായുദ്ധമുറകളെ അന്തർദ്ദേശീയാടിസ്ഥാനത്തിൽ കൊണ്ടെത്തിച്ചത് തന്റെ നാട്ടുകാരാണെന്ന് അദ്ദേഹം വീമ്പു പറയുമായിരുന്നു. എന്നാൽ അധികം വൈകാതെ ദേശാതിർത്തികൾ കടന്നുള്ള നിലയ്ക്കാത്ത വിപ്ലവം സംബന്ധിച്ച തന്റെ കൂറ്റൻവ്യാമോഹങ്ങളോട് വിടപറയാൻ അദ്ദേഹം നിർബ്ബന്ധിതനായിത്തീർന്നു. ദൂരെയുള്ള രാജ്യങ്ങളിൽ നടക്കുന്ന വിപ്ലവസംരംഭങ്ങളെ ആളും അർത്ഥവും കൊണ്ട് സഹായിക്കാനുള്ള കാസ്ട്രോയുടെ നീക്കങ്ങൾ നിലനില്പിനുവേണ്ടി പൊരുതുന്ന ക്യൂബൻ സമ്പദ് വ്യവസ്ഥയുടെ മേൽ താങ്ങാനാവാത്ത ഭാരമാണ് കയറ്റിവെച്ചത്.

കാസ്ട്രോ തന്നെത്തന്നെ നോക്കിക്കണ്ടത് മൂന്നാം ലോകത്തിന്റെ അനിഷേധ്യനേതാക്കന്മാരിൽ ഒരാളായിട്ടായിരുന്നു. ചേരിചേരാരാജ്യങ്ങളുടെ കൂട്ടായ്മയിൽ ക്യൂബ വഹിച്ച പങ്കും ഇന്ദിരഗാന്ധിയുമായുള്ള കാസ്ട്രോയുടെ സൗഹൃദവുമെല്ലാം കരീബിയൻ നാടുകൾക്കപ്പുറമുള്ള

വിശാലമായൊരു രാഷ്ട്രീയ ഭൂമികയ്ക്ക് എതിരെവെച്ച് തന്റെ വ്യക്തിത്വത്തെ അടയാളപ്പെടുത്താനുള്ള അദ്ദേഹത്തിന്റെ ശ്രമങ്ങളുടെ ഭാഗമായിരുന്നു. ഇതിനിടയിൽ കാസ്ട്രോയുടെ അളവറ്റ ധനസമ്പാദനത്തെപ്പറ്റിയും ആഡംബരജീവിതത്തെപ്പറ്റിയും കാമവെറിയെപ്പറ്റിയുമൊക്കെയുള്ള കഥകൾ പാശ്ചാത്യമാധ്യമങ്ങളിൽ പ്രചരിച്ചുതുടങ്ങി.

ഇതിനിടയിൽ ക്യൂബയിൽ നടന്നുവരുന്ന മനുഷ്യാവകാശലംഘനങ്ങൾ പയ്യെ ലോകശ്രദ്ധയിൽ പതിഞ്ഞുതുടങ്ങി. കാസ്ട്രോയുടെ ക്യൂബ ഒരു തുറന്ന ജയിലാണെന്ന് നാടുവിട്ടുപോയ വിമതബുദ്ധിജീവികൾ പറഞ്ഞുപരത്തി. തന്നെ എതിർക്കാനുള്ള തന്റേടം കാണിച്ച എഴുത്തുകാരേയും പത്രപ്രവർത്തകരേയും നിശ്ശബ്ദരാക്കാൻ കാസ്ട്രോ അവലംബിച്ച മാർഗ്ഗങ്ങൾ വ്യാപകമായ പ്രതിഷേധം ക്ഷണിച്ചുവരുത്തി. സൂസൻ സൊന്റാഗിനെപ്പോലെ ക്യൂബൻ ദേശീയവിപ്ലവം ഉയർത്തിപ്പിടിച്ച വിശാലലക്ഷ്യങ്ങളോട് അനുഭാവം വെച്ചുപുലർത്തിയിരുന്ന സാംസ്കാരികനേതാക്കന്മാർ കൂടി ക്യൂബയിൽ സർഗ്ഗാത്മകസ്വാതന്ത്ര്യം ധ്വംസിക്കപ്പെടുന്നതു കണ്ട് കാസ്ട്രോവിനെതിരായി പരസ്യപ്രതികരണം നടത്താൻ മുതിർന്ന കാര്യം ഓർമ്മിക്കുക. ക്യൂബയിലെ ജയിലുകളിലെ പീഡനമുറകൾ കുപ്രസിദ്ധിയാർജ്ജിച്ചവയായിരുന്നു. ഇക്കാലത്ത് ഗബ്രിയൽ ഗാർസിയ മാർകേസ് കാസ്ട്രോയുമായുള്ള തന്റെ ചങ്ങാത്തത്തിന്റെ ബലത്തിൽ ചില എഴുത്തുകാരെ കടുത്ത ശിക്ഷാവിധികളിൽ നിന്ന് രക്ഷപ്പെടുത്തിയ സംഭവങ്ങൾ ഉണ്ടായിട്ടുണ്ട്. കാസ്ട്രോയുടെ ഒരു മകൾ അമേരിക്കയിൽ രാഷ്ട്രീയാഭയം തേടിപ്പോയത് വിമർശകർക്കു നല്ലൊരു ആയുധമായിത്തീർന്നു.

1991–ൽ സോവിയറ്റ് യൂണിയന്റെ പതനം ക്യൂബയ്ക്കേല്പിച്ച പ്രഹരം മാരകമായ ഒന്നായിരുന്നു. സോവിയറ്റ് റിപ്പബ്ലിക്കിന്റെ തകർച്ചയോടുകൂടി ക്യൂബയ്ക്ക് നഷ്ടമായത് പഞ്ചസാര ഉൾപ്പെടെയുള്ള ഉല്പന്നങ്ങൾക്കുള്ള പ്രധാനപ്പെട്ടൊരു കമ്പോളമായിരുന്നു. ഇക്കാലത്ത് ക്യൂബൻ സമ്പദ്വ്യവസ്ഥയ്ക്ക് പിടിച്ചുനിൽക്കാൻ കഴിഞ്ഞത് ചൈനയിൽ നിന്നു ലഭിച്ച സഹായത്തിന്റെ കൂടി ഫലമായിട്ടായിരുന്നു. മാറിവന്ന ആഗോളക്രമവുമായി പൊരുത്തപ്പെടാനുള്ള ക്യൂബയുടെ ശ്രമം പയ്യെ പ്രശ്നസങ്കീർണ്ണമായിത്തീർന്നു. ക്യൂബയുടെ കൈവശമുള്ള സാങ്കേതികവിദ്യ അപ്പോഴേക്കും പഴഞ്ചനായി മാറിക്കഴിഞ്ഞിരുന്നു. ദേശസാൽക്കരണത്തെ ഒരു മന്ത്രമായി കൊണ്ടുനടന്ന കാസ്ട്രോയുടെ നയങ്ങൾ സമ്പദ്വ്യവസ്ഥ പുതിയ ദിശകളിലേക്കു വളരുന്നതിനു സഹായകരമായിരുന്നില്ല. ചെറുപ്പക്കാർക്കു പുതിയ തൊഴിലവസരങ്ങൾ സൃഷ്ടിക്കുന്നതിൽ ഭരണകൂടം പരാജയപ്പെട്ടു. എന്നാൽ 'സോഷ്യലിസം, അല്ലെങ്കിൽ മരണം' എന്ന പ്രമാണത്തിൽ മുറുകെ പിടിച്ചിരുന്ന കാസ്ട്രോ കമ്പോളപരിഷ്കാരങ്ങൾക്കു സന്നദ്ധത കാണിച്ചില്ല. ഒടുവിൽ എൺപതാം വയസ്സിൽ, കുടുംബവാഴ്ച സംബന്ധിച്ച വ്യക്തമായ സൂചന നൽകിക്കൊണ്ട്, അദ്ദേഹം തന്റെ സഹോദരനായ റാവുലിന് ചെങ്കോൽ കൈമാറി.

മാറിയ കാലഘട്ടത്തിൽ വെല്ലുവിളികൾ നേരിടുന്ന കാര്യത്തിൽ റാവുൽ കാസ്ട്രോ കുറേക്കൂടി പ്രായോഗികബുദ്ധി പ്രകടിപ്പിച്ചു. സമ്പദ് വ്യവസ്ഥയുടെ ചില പ്രധാനമേഖലകളിൽ സ്വകാര്യനിക്ഷേപം അനുവദിക്കാനുള്ള തീരുമാനം കൈക്കൊണ്ടത് റാവുൽ ആയിരുന്നു. അമേരിക്കയുമായുള്ള ക്യൂബയുടെ ബന്ധങ്ങൾ മെച്ചപ്പെട്ടത് ഇതിനെ തുടർന്നായിരുന്നു. ഇരുരാജ്യങ്ങൾക്കും ഗുണകരമായ ഒരു നീക്കമായിരുന്നു ഇത്. അമേരിക്കയെ സംബന്ധിച്ചിടത്തോളം ക്യൂബ നൂതനസാദ്ധ്യതകൾ തുറന്നുകിടപ്പുള്ള ഒരു കമ്പോളമാണ്. ജീർണ്ണതയിൽ ചെന്നുമുട്ടിനിൽക്കുന്ന ക്യൂബൻ സമ്പദ്ഘടനയ്ക്ക് അമേരിക്കയിൽ നിന്നുള്ള സ്വകാര്യനിക്ഷേപം ഒരനുഗ്രഹമാണ്. കഴിഞ്ഞ കുറച്ചുവർഷങ്ങൾക്കിടയിൽ ക്യൂബയിൽ വിനോദസഞ്ചാരം പോലുള്ള മേഖലകളിൽ അമേരിക്കൻ സാന്നിദ്ധ്യം പ്രകടമായ തോതിൽ കണ്ടുതുടങ്ങിയതായി നിരീക്ഷകന്മാർ ചൂണ്ടിക്കാണിക്കുന്നു. ഇരുരാജ്യങ്ങൾക്കുമിടയിൽ നയതന്ത്രബന്ധങ്ങൾ പുനഃസ്ഥാപിക്കപ്പെട്ടതിനുശേഷം ക്യൂബയിൽ നടന്ന അഭിപ്രായ സർവ്വെയിൽ തെളിഞ്ഞുകണ്ട കൗതുകരമായ ഒരു വസ്തുതയുണ്ട്. അവിടുത്തെ ആളുകളിൽ എൺപതുശതമാനം പേർ അന്നത്തെ അമേരിക്കൻ പ്രസിഡണ്ട് ഒബാമയെ ഇഷ്ടപ്പെടുന്നവരായിരുന്നു. കാസ്ട്രോയുടെ ജനപ്രീതി മൊത്തം ജനസംഖ്യയുടെ മൂന്നിലൊന്നു വിഭാഗത്തിൽ ഒതുങ്ങിനിന്നു. അവസാനഘട്ടത്തിൽ കാസ്ട്രോയുടെ വിശ്വസ്തമിത്രങ്ങൾ എന്നുപറയാവുന്ന രണ്ട് രാഷ്ട്രങ്ങൾ ചൈനയും ഉത്തരകൊറിയയുമായിരുന്നു. ഇതിൽ അടങ്ങിയിരിപ്പുള്ള സൂചന വേണമെന്നുള്ളവർക്കു വായിച്ചെടുക്കാം.

നാടിന്റെ സ്വാതന്ത്ര്യത്തിനായുള്ള പോരാട്ടത്തിൽ ഭീകരപ്രവർത്തനത്തിന്റെ പാത തെരഞ്ഞെടുത്തപ്പോൾ ചെറുപ്പക്കാരനായ കാസ്ട്രോ നടത്തിയ ഒരു പ്രസ്താവന പലരും ഉദ്ധരിച്ചുകണ്ടിട്ടുണ്ട്; "ചരിത്രം എന്നെ കുറ്റവിമുക്തനാക്കും." വരുംകാലം ഏതുതരത്തിലായിരിക്കും അദ്ദേഹത്തെ വിലയിരുത്തുക എന്ന് ഇപ്പോൾ പ്രവചിക്കാനാവില്ല. സ്റ്റാലിനുമായോ പോൾപോട്ടുമായോ താരതമ്യപ്പെടുത്താവുന്ന ഒരാളല്ല ഫിഡൽ കാസ്ട്രോ. അവർ നടത്തിയതുപോലുള്ള ചോരക്കൊതി പൂണ്ട പാതകങ്ങൾ തന്റെ നീണ്ടകാലത്തെ രാഷ്ട്രീയജീവിതത്തിനിടയിൽ അദ്ദേഹം അനുഷ്ഠിച്ചതായി പറയാനാവില്ല. കാസ്ട്രോയുടെ സ്ഥാനം യഥാർത്ഥത്തിൽ അടയാളപ്പെടുത്തേണ്ടത് പ്രസിഡണ്ട് നാസ്സറും മാർഷൽ ടിറ്റോയുമുൾപ്പെടെയുള്ള മൂന്നാം ചേരിയിലെ നേതാക്കന്മാരുടെ നിരയിലാണ് എന്നുതോന്നുന്നു. പട്ടിണിയും ചൂഷണവുമായി മല്ലിട്ടുകഴിയുന്ന ജനസമൂഹങ്ങൾക്കിടയിൽ മാറ്റത്തിന്റെ സന്ദേശവുമായി കടന്നുചെന്ന ഈ നേതാക്കന്മാർ അന്തിമവിശകലനത്തിൽ സാമൂഹികനീതിയും ജനാധിപത്യാവകാശങ്ങളും ഒരുപോലെ ഉറപ്പുവരുത്തുന്ന ഒരു വ്യവസ്ഥിതി കെട്ടിപ്പടുക്കുന്നതിൽ പരാജയപ്പെട്ടു എന്നതാണ് സത്യം. വ്യക്തി

പ്രഭാവത്തിൽ ഊന്നിനിന്നുകൊണ്ടുള്ള പ്രകടനപരത നിറഞ്ഞ ഒരു പ്രവർത്തനശൈലിയോടായിരുന്നു അവർക്കു പഥ്യം. ഉള്ളടക്കത്തേക്കാൾ പുറംപകിട്ടിനാണ് അതിൽ പ്രാധാന്യം കൈവന്നത്. ഈ നേതാക്കന്മാർ എല്ലാംതന്നെ ആൾക്കൂട്ടത്തെ ഇളക്കിമറിക്കാൻപോന്ന വാക്ചാതുരി കൊണ്ട് അനുഗൃഹീതരായിരുന്നു. ഈ വാഗ്വിലാസവും പഴയ ത്യാഗങ്ങളുടെ കഥകൾ പറഞ്ഞ് ഇവർ തങ്ങളുടെ നാടുകളിൽ സ്ഥാപിച്ചെടുത്ത മേൽക്കോയ്മയുടെ ഫലമായി ജനജീവിതത്തിലുണ്ടായ ഗുണപരമായ മാറ്റങ്ങളും തമ്മിലുള്ള വിടവ് പെരുകി വന്നതോടെ, കൈയടിച്ചിരുന്ന ആൾക്കൂട്ടത്തിനിടയിൽ സന്ദേഹവും അസംതൃപ്തിയും ഉടലെടുത്തു. നാസ്സറിന്റെയും ടിറ്റോയുടെയും പൈതൃകം അവരുടെ രാജ്യങ്ങളിൽ അധികം വൈകാതെ തൂത്തെറിയപ്പെട്ടു. കാസ്ട്രോ ഉരുക്കുമുഷ്ടി ഉപയോഗിച്ച് വരച്ചുകാട്ടിയ ദിശകളിൽ നിന്ന് നാളത്തെ ക്യൂബ എത്ര മാത്രം മാറി സഞ്ചരിക്കുമെന്നറിയാൻ നമുക്കു കുറച്ചുകാലം കൂടി കാത്തിരിക്കേണ്ടിവരും.

ക്യൂബയിൽ വിപ്ലവഭരണകൂടം നിലവിൽ വന്നതിനെത്തുടർന്നുള്ള വർഷങ്ങളിൽ കാലത്തിനൊപ്പം മാറാൻ വിസമ്മതിച്ച ഒരെഴുത്തുകാരൻ അനുഭവിച്ച അന്യതാബോധത്തെ ചുറ്റിപ്പറ്റിക്കൊണ്ട് എഡ്മണ്ടോ ഡെസ്നോസ് എഴുതിയ നോവലിന്റെ ഹൃദയഹാരിയായ ശീർഷകം ഈ സന്ദർഭത്തിൽ ഓർമ്മയിൽ കടന്നുവരുന്നു: അല്പവികസനത്തിന്റെ ഓർമ്മകൾ (*Edmundo Desnoes, Memories of Undevelopment, 1967*). ഒരല്പവികസിതരാഷ്ട്രത്തിന്റെ നൈരാശ്യവും ക്രോധവുമായിരുന്നു കാസ്ട്രോയുടെ രാഷ്ട്രീയമൂലധനം. വികസനത്തെ സംബന്ധിച്ച് പുതിയ നൂറ്റാണ്ട് കാഴ്ചവെയ്ക്കുന്ന പ്രതീക്ഷകളും സ്വപ്നങ്ങളും എത്തിപ്പിടിക്കാൻ വെമ്പുന്ന ക്യൂബയിലെ യുവതലമുറ ഭരണകർത്താക്കളിൽനിന്നും പ്രതീക്ഷിക്കുന്നത് വേറൊരു സമീപനവും രാഷ്ട്രീയതന്ത്രവുമാണ്.

ഋതുസംക്രമം കാത്ത്

ഇംഗ്ലണ്ടിൽ ഈ വർഷം നടന്ന പൊതുതിരഞ്ഞെടുപ്പിന്റെ ഫലം പലരിലും അദ്ഭുതമുളവാക്കി. തിരഞ്ഞെടുപ്പിനെത്തുടർന്നുണ്ടാക്കിയ കൂട്ടുകെട്ടിന്റെ ഫലമായി അവിടത്തെ യാഥാസ്ഥിതികകക്ഷിക്ക് നേരിയ ഭൂരിപക്ഷത്തോടെ ഭരണം നിലനിർത്താൻ കഴിഞ്ഞു. എന്നാൽ തിരഞ്ഞെടുപ്പിൽ ലേബർപാർട്ടി കാഴ്ചവെച്ച പ്രകടനം എല്ലാ പ്രതീക്ഷകളെയും കവച്ചുവെയ്ക്കുന്ന തരത്തിലുള്ള ഒന്നായിരുന്നു. 2015ൽ ലേബർ പാർട്ടി, ടോണി ബ്ലെയറുടെ നേതൃത്വം ഒരു ദശകക്കാലം ആ കക്ഷിയെ നീക്കിക്കൊണ്ടുപോയ ദിശയിൽനിന്നു വിട്ടുമാറിക്കൊണ്ട്, ജെർമി കോർബിയനെ (Jeremy Corbyn)പുതിയ നേതാവായി തിരഞ്ഞെടുത്തപ്പോൾ പാർട്ടിയുടെ അഭ്യുദയാംകാക്ഷികൾ ചില ആശങ്കകൾ പങ്കുവെയ്ക്കുകയുണ്ടായി. 'അനാകർഷകമായ ഒരു വ്യക്തിത്വത്തിന്റെ ഉടമ', 'ഏതെങ്കിലും ചട്ടക്കൂടിൽ ഒതുങ്ങിനിൽക്കാനിഷ്ടപ്പെടാത്ത നിഷേധി' എന്നൊക്കെയുള്ള വിശേഷണങ്ങൾ ഏറ്റുവാങ്ങിയ കോർബിയൻ തന്റെ പാർട്ടിയെ ഏതു മാർഗ്ഗത്തിലൂടെയായിരിക്കും നയിക്കുക എന്നതിനെച്ചൊല്ലി പരക്കെ സന്ദേഹങ്ങൾ ഉയർന്നുവന്നു.

കോർബിയനെ നേതാവായി തെരഞ്ഞെടുത്തതിലൂടെ ലേബർപാർട്ടി സ്വന്തം ചരമക്കുറിപ്പ് തയ്യാറാക്കുകയാണുണ്ടായത് എന്നുവരെ ചില രാഷ്ട്രീയനിരീക്ഷകന്മാർ അഭിപ്രായപ്പെട്ടു. എന്നാൽ ഇക്കഴിഞ്ഞ പൊതുതിരഞ്ഞെടുപ്പിൽ കോർബിയന്റെ നേതൃത്വത്തിൽ ലേബർപാർട്ടി ഒരു കുതിച്ചുകയറ്റം തന്നെ നടത്തുകയുണ്ടായി. പാർട്ടിക്ക് കൈവരിക്കാൻ കഴിഞ്ഞ നേട്ടങ്ങളുടെ ഒരു സവിശേഷത ചെറുപ്പക്കാർക്കിടയിൽ കോർബിയനു ലഭിച്ച ആവേശകരമായ സ്വീകരണമാണ്. വാർദ്ധക്യത്തിലെത്തിനിൽക്കുന്ന ഈ പഴയ പടക്കുതിരയ്ക്ക് യുവതലമുറയെ കാര്യമായി ആകർഷിക്കാൻ കഴിഞ്ഞു. ഒപ്പം സ്ത്രീകളിൽനിന്നും ഇടത്തരക്കാരിൽനിന്നും ഇക്കുറി ലേബർപാർട്ടിക്ക് വർദ്ധിച്ച പിന്തുണ ലഭിച്ചു.

കോർബിയൻ പയറ്റിത്തെളിഞ്ഞ ഒരു പാർലമെന്റേറിയനാണ്. എന്നാൽ പാർലമെന്റിനുള്ളിൽ അദ്ദേഹം ഒരൊറ്റയാൾ പോരാട്ടത്തിനു

ഇറങ്ങിത്തിരിച്ചതിന്റെ തെളിവുകൾ നമ്മുടെ മുമ്പിലുണ്ട്. ഉദാഹരണത്തിന് ലേബർപാർട്ടി അധികാരത്തിലിരുന്ന കാലത്ത് അദ്ദേഹം പാർലമെന്റിൽ നാനൂറ് തവണ പാർട്ടി നൽകിയ വിപ്പ് ലംഘിച്ച് വോട്ടു ചെയ്യുകയുണ്ടായി. ഒരു തികഞ്ഞ സോഷ്യലിസ്റ്റായ കോർബിയൻ അടിസ്ഥാനസൗകര്യ മേഖലയിൽ ദേശസാൽക്കരണം ഏർപ്പെടുത്തുന്നതിനെക്കുറിച്ചും സമ്പന്ന വർഗ്ഗത്തിന്റെ മേൽ അധിക നികുതി ചുമത്തുന്നതിനെക്കുറിച്ചും ഉറക്കെ ചിന്തിക്കാൻ മടികാണിച്ചിട്ടില്ല. എതിരാളികളെ സംബന്ധിച്ചിടത്തോളം കോർബിയൻ ഒരു കലാപകാരിയാണ്. അതേസമയം ആരാധകർ അദ്ദേഹത്തെ നോക്കിക്കാണുന്നത് ആവശ്യമാണെന്നു തോന്നിയാൽ സ്വന്തം പാർട്ടിക്കും കുടുംബത്തിനും അസൗകര്യമുണ്ടാക്കുന്ന നിലപാടുകൾ സ്വീകരിക്കാൻ മടിക്കാത്ത, തികഞ്ഞ തത്ത്വദീക്ഷയുള്ള ഒരു നേതാവായാണ്.

തന്റെ രാജ്യം അമേരിക്കയുടെ സഖ്യകക്ഷിയായി ഇറാഖ്‌യുദ്ധത്തിൽ പങ്കുചേരുന്നതിനെ തുടക്കം തൊട്ട് എതിർത്ത ഒരാളായിരുന്നു അദ്ദേഹം. കാലാവസ്ഥാവ്യതിയാനം സംബന്ധിച്ച വിവാദങ്ങളിൽ അദ്ദേഹം ഉറച്ച നിലപാടുകൾ കൈക്കൊണ്ടു. ഇംഗ്ലണ്ടിലേക്കുള്ള മറുനാട്ടുകാരുടെ കുടിയേറ്റത്തിന്റെ പ്രശ്നത്തിലും അവിടത്തെ വർദ്ധിച്ചുവരുന്ന വംശീയ വികാരം ഉയർത്തുന്ന സാമൂഹികപ്രത്യാഘാതങ്ങളുടെ കാര്യത്തിലും രാഷ്ട്രീയമുഖ്യധാരയിൽ നിന്ന് വിട്ടുമാറിക്കൊണ്ടുള്ള സമീപനങ്ങൾ സ്വീകരിക്കാനുള്ള ആർജ്ജവം അദ്ദേഹം കാണിക്കുകയുണ്ടായി. ലേബർ പാർട്ടിയുടെ അടിവേരുകൾ കുടികൊള്ളുന്നത് തൊഴിലാളിസമൂഹത്തിലും മദ്ധ്യവർഗ്ഗവിഭാഗത്തിലുമാണെന്നും ടോണി ബ്ലെയറുടെ നേതൃത്വത്തിൻ കീഴിൽ ഈ സത്യം വിസ്മരിച്ച് വലത്തോട്ടു ചാഞ്ഞതാണ് പാർട്ടിക്ക് സംഭവിച്ച തിരിച്ചടികൾക്കു കാരണമെന്നും കോർബിയൻ കരുതുന്നു. ശരിയാണ്, അദ്ദേഹം പഴയ തലമുറയുടെ പ്രതിനിധിയാണ്. ഇരുപത്തി ഒന്നാം നൂറ്റാണ്ടിൽ ഒരു നവീകരണപ്രക്രിയയിലൂടെ സോഷ്യലിസ്റ്റ് പ്രത്യയശാസ്ത്രത്തിന് അതിന്റെ പൊയ്പോയ പ്രസക്തി വീണ്ടെടുക്കാൻ കഴിയുമെന്ന് അദ്ദേഹം വിശ്വസിക്കുന്നു.

ഇംഗ്ലണ്ടിൽ കോർബിയനുണ്ടെങ്കിൽ അമേരിക്കയിൽ ബെർണി സാൻഡേഴ്സുണ്ട് (Bernie Sanders). ഏറെ പൊരുത്തമുള്ളവരാണിവർ. യു.കെയിലേയും യു.എസ്.എയിലേയും സമ്പദ് വ്യവസ്ഥകൾ പരസ്പര ഭിന്നങ്ങളാണ്. അതുകൊണ്ടു തന്നെ കോർബിയനും സാൻഡേഴ്സും നിർദ്ദേശിക്കുന്ന ചികിത്സാവിധികളും പരിഹാരമാർഗ്ഗങ്ങളും ഒരേ തരത്തിലുള്ളവയല്ല. എന്നാൽ ഈ രണ്ടു നേതാക്കന്മാരും പൊതുവിൽ പങ്കിടുന്ന ഒരു പ്രത്യയശാസ്ത്രമേഖലയുണ്ട്. മുതലാളിത്ത വ്യവസ്ഥിതിയുടെ ഹൃദയഭൂമിയിൽ നിന്നുകൊണ്ട് താൻ ഒരു ജനാധിപത്യ സോഷ്യലിസ്റ്റാണ് എന്നു വിളിച്ചുപറയാനുള്ള തന്റേടം കാട്ടിയ ഒരാളാണ് ബെർണി

സാൻഡേഴ്സ്. (ഭൂരിപക്ഷം അമേരിക്കക്കാർക്കും സോഷ്യലിസവും കമ്മ്യൂണിസവും തമ്മിലുള്ള വ്യത്യാസം മനസ്സിലാക്കാൻ കഴിവില്ല എന്ന സത്യം ഓർമ്മിക്കുക). വൈകിമാത്രം ഡെമോക്രാറ്റിക് പാർട്ടിയിൽ അംഗത്വം സ്വീകരിച്ച സാൻഡേഴ്സ് ഏതാണ്ട് ഒരൊറ്റയാനായിട്ടാണ് പൊതുപ്രവർത്തനരംഗത്ത് ഉയർന്നുവന്നതും തന്റെ മുദ്ര പതിപ്പിച്ചതും. സ്വതന്ത്രനായ ഒരു സെനറ്റർ എന്ന നിലയിൽ സാൻഡേഴ്സ് ദേശീയവും അന്തർദ്ദേശീയവുമായ പ്രശ്നങ്ങളിൽ യാഥാസ്ഥിതികരെ ചൊടിപ്പിക്കുന്ന നിലപാടുകളുമായി മുന്നോട്ടുവരികയുണ്ടായി. അമേരിക്കയിലെ സാമ്പത്തികരംഗം നിയന്ത്രിക്കുന്ന വൻ കോർപ്പറേറ്റ് സ്ഥാപനങ്ങളുടെ ലാഭക്കൊതിക്കെതിരായി ആഞ്ഞടിച്ചുകൊണ്ടും തൊഴിലാളികളുടെ സേവനവ്യവസ്ഥകൾ പൊളിച്ചെഴുതുന്നതിനു വേണ്ടി ശബ്ദമുയർത്തിയും താൻ സാമൂഹികനീതിയുടെ പക്ഷത്തു നിലകൊള്ളുന്ന ഒരുൽപതിഷ്ണുവാണ് എന്ന വ്യക്തമായ സന്ദേശം അദ്ദേഹം നാട്ടുകാർക്കു നൽകി. കറുത്തവർഗ്ഗക്കാർക്കെതിരായി അക്രമങ്ങൾ അരങ്ങേറിയ സന്ദർഭങ്ങളിലെല്ലാം സാൻഡേഴ്സിന്റെ വ്രണിതമായ മനഃസാക്ഷി നിശ്ശബ്ദത പുലർത്താൻ വിസമ്മതിച്ചു. ഡോണാൾഡ് ട്രംപ് പ്രസിഡണ്ടായി തിരഞ്ഞെടുക്കപ്പെട്ടതിനു ശേഷം അമേരിക്കയിൽ മൂർച്ഛ പ്രാപിച്ചിട്ടുള്ള വംശീയാസഹിഷ്ണുതയ്ക്കെതിരായി അദ്ദേഹം പരസ്യമായി രംഗത്തു വന്നു.

'തോക്കിനെ സ്നേഹിക്കുന്ന നാട്' എന്ന ചീത്തപ്പേര് അമേരിക്കയ്ക്ക് ഉണ്ടാക്കികൊടുത്തതിന് ഉത്തരവാദിയായ അവിടത്തെ അതിശക്തമായ 'ഗൺ ലോബി'യുടെ ശത്രുവായിരുന്നു സാൻഡേഴ്സ് എല്ലാ കാലത്തും. ഒബാമ പ്രസിഡണ്ടായിരുന്ന കാലത്ത് കൊണ്ടുവന്ന ആരോഗ്യരക്ഷാ പദ്ധതിയെ, അതിലെ പോരായ്മകൾ തിരിച്ചറിഞ്ഞുകൊണ്ടു തന്നെ, ശക്തമായി പിന്തുണച്ചവരിൽ ഒരാളായിരുന്നു അദ്ദേഹം. കാലാവസ്ഥാവ്യതിയാനത്തിന്റെ കാര്യത്തിലും 'ക്ലീൻ എനർജി'യുടെ വിഷയത്തിലും തന്റെ നിലപാടുകളിൽ വെള്ളം ചേർക്കാൻ അദ്ദേഹം തയ്യാറായില്ല. ഇറാക്കിനെ ആക്രമിക്കാൻ പ്രസിഡണ്ട് ബുഷ് കൈക്കൊണ്ട തീരുമാനത്തെ സാൻഡേഴ്സ് തുടക്കംതൊട്ട് ശക്തമായ ഭാഷയിൽ വിമർശിക്കുകയുണ്ടായി. അധികാരഗർവും മുഷ്കും കാട്ടിക്കൊണ്ട് അമേരിക്കയ്ക്ക് ഇന്നത്തെ ലോകത്തിൽ സുഹൃത്തുക്കളെ നേടാനാവില്ലെന്നും 'അമേരിക്കൻ എക്സെപ്ഷനിസം' എന്നറിയപ്പെടുന്ന ദേശീയാഹന്തമുറ്റിയ മനോഭാവം മാറ്റിവെച്ച് ഒരു ബഹുധ്രുവലോകത്തിന്റെ യാഥാർത്ഥ്യങ്ങൾ അംഗീകരിച്ചുകൊണ്ടു വേണം അമേരിക്കയ്ക്ക് മുന്നോട്ടുപോകാൻ എന്നും അദ്ദേഹം കരുതുന്നു.

കഴിഞ്ഞ പ്രസിഡണ്ട് തിരഞ്ഞെടുപ്പിൽ ഡെമോക്രാറ്റിക് പാർട്ടിയുടെ സ്ഥാനാർത്ഥിത്വത്തിനു വേണ്ടി ഹിലാരി ക്ലിന്റനെതിരായി സാൻഡേഴ്സ്

നടത്തിയ പോരാട്ടം ഐതിഹാസികമായ ഒന്നായിരുന്നു. സമൂഹത്തിന്റെ താഴെത്തട്ടിലുള്ളവരിൽനിന്ന് ചെറിയ സംഭാവനകൾ സ്വീകരിച്ചുകൊണ്ടും മാധ്യമരംഗത്തുള്ള ഭീമന്മാരെ അവഗണിച്ചും ചെറുകിട പത്രങ്ങളിലൂടെയും 'സോഷ്യൽ മീഡിയ'യിലൂടെയും തന്റെ സന്ദേശം നാട്ടുകാരിലെത്തിച്ചും സാൻഡേഴ്സ് രൂപകല്പന ചെയ്ത പ്രചാരണരീതി പുതുമ നിറഞ്ഞ ഒന്നായിരുന്നു. തന്റെ പ്രചാരണപരിപാടിയുടെ ഭാഗമായി അമേരിക്കയിലെ മുഖ്യധാരാരാഷ്ട്രീയത്തിന്റെ അടിസ്ഥാനപ്രമാണങ്ങൾ പലതിനെയും അദ്ദേഹം ചോദ്യം ചെയ്യുകയുണ്ടായി. 'പോസ്റ്റ് ട്രൂത്ത്' എന്നറിയപ്പെടുന്ന, സംഘടിതമായ നുണകളിലൂടെയും കൃത്രിമമായ വാർത്തകളിലൂടെയും സൃഷ്ടിച്ചെടുക്കുന്ന നേരുകൾ ജനമനസ്സിൽ ഇടം പിടിക്കുന്നതിന്റെ തെളിവുകൾ കണ്ടുതുടങ്ങിയിട്ടുള്ള ഒരു ചരിത്രസന്ദർഭത്തിൽ സാൻഡേഴ്സ്, ആർഭാടവും പ്രദർശനപരതയും വർജ്ജിച്ച്, തത്ത്വദീക്ഷയുള്ള സാമൂഹിക-രാഷ്ട്രീയ നിലപാടുകളുമായി ഡെമോക്രാറ്റിക് പാർട്ടി അംഗങ്ങളെ സമീപിച്ചു. കണ്ണഞ്ചിപ്പിക്കുന്ന മാധ്യമശ്രദ്ധ ലക്ഷ്യം വെച്ചുകൊണ്ടുള്ള പൊടിക്കൈകൾ അദ്ദേഹം പരീക്ഷിച്ചു നോക്കിയില്ല. നേരെ മറിച്ച് നയങ്ങളുടേയും പരിപാടികളുടേയും അടിസ്ഥാനത്തിലുള്ള ഒന്നായിരുന്നു അദ്ദേഹത്തിന്റെ സ്ഥാനാർത്ഥിത്വം.

ഈ പ്രചാരണസമ്പ്രദായത്തിന് ചിന്തിക്കുന്ന ജനവിഭാഗത്തിനിടയിലും നിലവിലുള്ള സാമൂഹികക്രമത്തിന്റെ ദുരിതഭാരം പേറുന്ന ചെറിയ മനുഷ്യർക്കിടയിലും സൃഷ്ടിക്കാൻ കഴിഞ്ഞ ചലനം രാഷ്ട്രീയപണ്ഡിതന്മാരുടെ കണ്ണു തുറപ്പിക്കാൻ പോന്ന ഒന്നായിരുന്നു. എഴുപതുകളിലെത്തി നിൽക്കുന്ന ഈ രാഷ്ട്രീയപോരാളിക്ക് യുവതലമുറയിൽ ലഭിച്ച സ്വീകാര്യത പലരിലും അതിശയമുളവാക്കി. സാൻഡേഴ്സിന്റെ പൊതുയോഗങ്ങൾക്കും ചെറിയ സദസ്സുകളിൽ അരങ്ങേറിയ ആവേശം നിറഞ്ഞ ചർച്ചകൾക്കും ഏറിയപങ്കും ഊർജ്ജം പകർന്നത് ചെറുപ്പക്കാരായിരുന്നു. നീണ്ടുനിന്ന പോരാട്ടത്തിനൊടുവിൽ ജയിച്ചു കയറിയത് ഹിലാരി ക്ലിന്റനാണ് എന്നത് സത്യമാണ്. എന്നാൽ ചില അടിസ്ഥാനപ്രശ്നങ്ങളെ മുൻനിർത്തിക്കൊണ്ട് സാൻഡേഴ്സ് സംഘടിപ്പിച്ച വീറുറ്റ ചെറുത്തുനില്പിന്റെ പരിണതഫലമെന്നോണം, അദ്ദേഹത്തിന്റെ ചില നയപരിപാടികൾ തന്റെ പ്രധാന അജണ്ടയുടെ ഭാഗമായി സ്വീകരിക്കാൻ ഹിലാരി നിർബന്ധിതയായിത്തീർന്നു. ഇന്ന് അമേരിക്കയിൽ ഏറ്റവും ജനപ്രീതിയുള്ള നേതാവ് സാൻഡേഴ്സാണ്. ട്രംപിന്റെ ബഹുജനപിന്തുണ നാൾക്കുനാൾ കുറയുകയും തൻപ്രമാണിത്തവും ഡംഭും അസഹിഷ്ണുതയും നിറഞ്ഞ ട്രംപിന്റെ യഥാർത്ഥസ്വത്വം പുറത്തുവന്നുകൊണ്ടിരിക്കുകയും ചെയ്യുന്ന വർത്തമാനകാലഘട്ടത്തിൽ പുരോഗമനസ്വഭാവമുള്ള ഒരു ബദൽരാഷ്ട്രീയത്തിന്റെ പ്രതിനിധിയായി നിലകൊള്ളുന്നത് യുദ്ധഭൂമിയിൽ എന്നും പതറാതെ നിന്നിട്ടുള്ള ഈ പഴയ സെനറ്ററാണ്.

ഡെമോക്രാറ്റിക് പാർട്ടി സ്ഥാനാർത്ഥിത്വത്തിനായുള്ള പ്രചാരണവേളയിൽ തനിക്കുണ്ടായ പലതരം അനുഭവങ്ങൾ ചേർത്തിണക്കിക്കൊണ്ട് നമ്മുടെ വിപ്ലവം (*Our Revolution*) എന്ന പേരിൽ ഒരു പുസ്തകം സാൻഡേഴ്സ് പ്രസിദ്ധപ്പെടുത്തുകയുണ്ടായി. അമേരിക്കയിൽ ഇപ്പോൾ നിലവിലുള്ള വ്യവസ്ഥിതിയിൻ കീഴിൽ പ്രസിഡണ്ടാവാനാഗ്രഹിക്കുന്ന ഒരു സ്ഥാനാർത്ഥി 'വിപ്ലവം' എന്ന വാക്കുപയോഗിക്കുന്നതിൽ തെല്ലൊരസാധാരണത്വമുണ്ട്. 'നമുക്കു നമ്മുടെ സമരവുമായി മുന്നോട്ടു പോകാം' എന്ന ആഹ്വാനത്തോടുകൂടിയാണ് സാൻഡേഴ്സ് പുസ്തകമവസാനിപ്പിക്കുന്നത്.

ഇംഗ്ലണ്ടിൽ കോർബിയനും അമേരിക്കയിൽ സാൻഡേഴ്സും. ഇവർക്കു കൈവന്നിട്ടുള്ള ജനകീയാംഗീകാരം, പുതിയ തലമുറയിലും ചിന്തിക്കുന്ന വിഭാഗത്തിനിടയിലും സൃഷ്ടിക്കാൻ കഴിഞ്ഞിട്ടുള്ള ആവേശപൂർണ്ണമായ പ്രതികരണം, എന്തിന്റെ സൂചനയാണ്? വെനിസ്വേലയേയും ബൊളീവിയയേയും ഇക്വഡോറിനേയും പോലുള്ള ലാറ്റിൻ അമേരിക്കൻ രാജ്യങ്ങളിൽ ഇളംചുവപ്പുനിറമുള്ള വേലിത്തിര ("*pink tide*") എന്നു വിശേഷിപ്പിക്കപ്പെട്ടിട്ടുള്ള രാഷ്ട്രീയപ്രതിഭാസം പരിക്ഷീണമായി മാറിക്കൊണ്ടിരിക്കുന്ന ഒരു സന്ദർഭത്തിലാണ് ഈ രണ്ടുപേരുടെയും ഉയർച്ച എന്ന കാര്യം കൂടി ശ്രദ്ധിക്കേണ്ടതാണ്. പടിഞ്ഞാറൻനാടുകളിലുടനീളം വലതുപക്ഷത്തേക്കുള്ള ലക്കുകെട്ട ചരിയൽ ഒരു യാഥാർത്ഥ്യമായിത്തീർന്നുകൊണ്ടിരിക്കുകയാണ്. ഇടതുചായ്‌വ് പ്രദർശിപ്പിക്കുന്ന രാഷ്ട്രീയകക്ഷികൾക്ക് സമീപകാലത്ത് ഏറ്റുവാങ്ങേണ്ടി വന്നിട്ടുള്ള തിരഞ്ഞെടുപ്പു പരാജയങ്ങൾക്കപ്പുറം, സോഷ്യലിസ്റ്റ് ആശയസംഹിതതന്നെ ചോദ്യം ചെയ്യപ്പെടുകയും നിരാകരിക്കപ്പെടുകയും ചെയ്യുന്ന ഒരവസ്ഥയാണ് ഇന്ന് പാശ്ചാത്യരാജ്യങ്ങളിൽ പൊതുവിൽ കാണാൻ കഴിയുക. പ്രത്യയശാസ്ത്രത്തിന്റേയും പ്രയോഗത്തിന്റേയും തലങ്ങളിൽ കുതിച്ചുകയറുന്ന വലതുപക്ഷം ഉയർത്തുന്ന വെല്ലുവിളി നേരിടാനാവാതെ ഇടത്തോട്ടു ചാഞ്ഞു നിൽക്കുന്ന ഗ്രൂപ്പുകളും സംഘടനകളും പതറി നിൽക്കുന്നതിന്റെ ഉദാഹരണങ്ങൾ പലതും നിരത്താൻ കഴിയും.

കോർബിയന്റേയും സാൻഡേഴ്സിന്റേയും ആവിർഭാവം ഇന്ത്യയ്ക്കു നൽകുന്ന സന്ദേശം ഏതു തരത്തിലുള്ള ഒന്നാണ് ? ദിശാബോധം നഷ്ടപ്പെട്ട, ചിതറിക്കിടക്കുന്ന ഇന്ത്യൻ ഇടതുപക്ഷത്തിന് ഉൾക്കൊള്ളാവുന്ന എന്തെങ്കിലും പാഠങ്ങൾ ഇതിലുണ്ടോ?

ഇതു പറയുമ്പോൾ ചെറിയൊരു കരുതൽ ആവശ്യമായിത്തീരുന്നു. ഇന്നാട്ടിലെ വ്യവസ്ഥാപിത ഇടതുപക്ഷത്തിന്റെ പതിവു നിർവ്വചനങ്ങളിൽ ഒന്നാമതായി കടന്നുകൂടാറുള്ളത് കമ്മ്യൂണിസ്റ്റുപാർട്ടികളാണ്. അക്കൂട്ടത്തിൽ ഏറ്റവും പ്രാധാന്യം ലഭിച്ചിട്ടുള്ളത് മാർക്സിസ്റ്റുപാർട്ടിക്കു തന്നെ. എന്നാൽ സി.പി.എമ്മിന്റെ കഴിഞ്ഞ അരനൂറ്റാണ്ടുകാലത്തെ

ചരിത്രം പരിശോധിച്ചാൽ കണ്ടെത്താൻ കഴിയുന്ന ഒരു കാര്യം മാറ്റത്തെക്കുറിച്ചും വിപ്ലവത്തെക്കുറിച്ചും വാതോരാതെ സംസാരിക്കുന്ന ഒരു രാഷ്ട്രീയപ്രസ്ഥാനത്തിൽ നിന്ന് നാം പ്രതീക്ഷിക്കുന്ന നൈസർഗ്ഗികതയോ, സർഗ്ഗാത്മകതയോ അത് ഒരിക്കലും പ്രദർശിപ്പിച്ചിട്ടില്ല എന്നതാണ്. ക്ലാസ്സിക്കൽ മാർക്സിസത്തിന്റെ ഇളവില്ലാത്ത ചിട്ടകൾക്കും പ്രമാണങ്ങൾക്കുമുള്ളിൽ ജഡീഭവിച്ചുകിടക്കുന്ന ഈ പാർട്ടി യഥാർത്ഥത്തിൽ അർഹിക്കുന്ന വിശേഷണം ഒരു 'നിയോ-സ്റ്റാലിനിസ്റ്റ് ഔട്ട്ഫിറ്റ്' എന്നതാണ്. നാമിവിടെ ചിന്തിക്കുന്നത് ജനാധിപത്യമൂല്യങ്ങളിൽ അധിഷ്ഠിതമായ ഒരു കമ്മ്യൂണിസ്റ്റിതര സ്വതന്ത്ര ഇടതുപക്ഷത്തിന്റെ സാധ്യതകളെക്കുറിച്ചും അതിനെ കാത്തിരിക്കുന്ന വെല്ലുവിളികളെയും കുറിച്ചാണ്.

ഒരർത്ഥത്തിൽ ജനാധിപത്യസോഷ്യലിസ്റ്റ് ചിന്താഗതിയുടെ ചെറുതെങ്കിലും സമ്പന്നമായ ഒരു ധാര ഇന്ത്യയുടെ രാഷ്ട്രീയവ്യവഹാരത്തിൽ ഉൾച്ചേർന്നിട്ടുണ്ട്. സോവിയറ്റ് കമ്മ്യൂണിസത്തോട് തോന്നിയ ആദ്യാഭിനിവേശം കെട്ടടങ്ങുകയും ഗാന്ധിജിയുടെ നേതൃത്വത്തിലുള്ള സ്വാതന്ത്ര്യസമരപ്രസ്ഥാനത്തിന്റെ ചൈതന്യം ഏറ്റുവാങ്ങുകയും ചെയ്തതിനുശേഷം ജവഹർലാൽ നെഹ്റു നടത്തിയ രാഷ്ട്രീയാനുധ്യാനങ്ങളിൽ ഒരു 'മൂന്നാം മാർഗ്ഗ' ത്തിനായുള്ള തിരച്ചിൽ അടങ്ങിയിട്ടുണ്ട്. ക്വിറ്റ് ഇന്ത്യാ പ്രസ്ഥാനത്തിൽ താൻ വഹിച്ച പങ്കിലൂടെ ഇന്ത്യൻ സ്വാതന്ത്ര്യസമരചരിത്രത്തിൽ സാഹസികമായ ഒരദ്ധ്യായം എഴുതിച്ചേർത്ത ജയപ്രകാശ് നാരായണൻ തുടർന്നുള്ള വർഷങ്ങളിൽ സോഷ്യലിസത്തിന് ആദ്ധ്യാത്മികമായ ഒരുള്ളടക്കം നൽകാൻ ശ്രമിച്ചതായി കാണാം. സോഷ്യലിസത്തിൽനിന്ന് സർവ്വോദയത്തിലേക്കുള്ള ജെ.പിയുടെ ചുവടുമാറ്റത്തിന് നൈതികമായ ഒരടിസ്ഥാനമുണ്ടായിരുന്നു. എം.എൻ.റോയ് ഒരിക്കലും ഒരു സോഷ്യലിസ്റ്റായിരുന്നില്ല. 'കമ്മ്യൂണിസ്റ്റ് ഇന്റർനാഷണലി'ൽ ലെനിന്റേയും ട്രോട്സ്കിയുടേയും സ്റ്റാലിന്റേയും ഒപ്പം തോളോടുതോളുരുമ്മി പ്രവർത്തിച്ച ഈ മഹാവിപ്ലവകാരി മാർക്സിസവുമായി വിടവാങ്ങിയതിനുശേഷം രൂപം നൽകിയ റാഡിക്കൽ ഹ്യൂമനിസത്തിൽ പുതിയ ഇടതുപക്ഷത്തിനു സ്വീകരിക്കാവുന്ന പല ഉൾക്കാഴ്ചകളും അടങ്ങിയിട്ടുണ്ട്. വിശേഷിച്ചും ജനാധിപത്യവ്യവസ്ഥിതിയിലെ അധികാരവികേന്ദ്രീകരണം സംബന്ധിച്ച് റോയ് നടത്തിയിട്ടുള്ള നിരീക്ഷണങ്ങൾ കഴിഞ്ഞ നൂറ്റാണ്ടിൽ കേന്ദ്രീകൃതസ്വഭാവമുള്ള 'ബ്യൂറോക്രാറ്റിക് സോഷ്യലിസ'ത്തിന്റെ വികൃതമുഖങ്ങളുമായി പരിചയിച്ചവരെ സംബന്ധിച്ചിടത്തോളം ഏറെ പ്രസക്തിയുള്ളവയാണ്. ജാതിവ്യവസ്ഥ എന്ന സ്തംഭത്തിന്മേലാണ് ഇന്ത്യയുടെ സാമൂഹികക്രമം നിലകൊള്ളുന്നതെന്നും അതിൽ അഴിച്ചുപണി നടത്താതെ ഉല്പാദന-വിതരണോപാധികളുടെ ഉടമസ്ഥാവകാശത്തിൽ ഗുണപരമായ മാറ്റങ്ങൾ വരുത്താനാവില്ലെന്നും ഉറക്കെ വിളിച്ചുപറഞ്ഞത് രാംമനോഹർ ലോഹ്യയായിരുന്നു.

പില്ക്കാലത്ത് ലോഹ്യയുടെ പേരിലാണയിട്ട ചില സോഷ്യലിസ്റ്റ്പാർട്ടികൾ വടക്കേ ഇന്ത്യയിലെ ജാതിസമവാക്യങ്ങളിൽ കുടുങ്ങിപ്പോയത് മറ്റൊരു കഥയാണ്.

ഈ സന്ദർഭത്തിൽ ഇടതുപക്ഷം എന്ന സംജ്ഞ കഴിഞ്ഞ രണ്ടു നൂറ്റാണ്ടുകൾക്കിടയിൽ കൈവരിച്ച അർത്ഥഭേദങ്ങളിലേക്കും ഊന്നൽ വ്യത്യാസങ്ങളിലേക്കും ചെറുതായൊന്ന് കണ്ണോടിക്കുന്നത് രസാവഹമായിരിക്കും. 'സ്വകാര്യസ്വത്ത് പാപമാണ്' എന്നു പ്രഖ്യാപിച്ച ഫ്രഞ്ചു ചിന്തകന്റെ വാക്കുകളിൽനിന്നു പടർന്നേറിയ മാനുഷികമൂല്യങ്ങളിലധിഷ്ഠിതമായ സോഷ്യലിസ്റ്റ് ആശയഗതി ഏതെല്ലാം രൂപപരിണാമങ്ങളിലൂടെ കടന്നുപോയി എന്നാലോചിക്കുന്നത്, നാം പലപ്പോഴും അവലംബിക്കാറുള്ള പഠനസാമഗ്രികളുടെ അപര്യാപ്തത മനസ്സിലാക്കാൻ നമ്മെ സഹായിച്ചെന്നുവരും. ക്രിസ്ത്യൻ സോഷ്യലിസ്റ്റുകൾ, സിൻഡിക്കലിസ്റ്റുകൾ, അനാർക്കിസ്റ്റുകൾ - അങ്ങനെ ചെറുതും വലുതുമായ എത്രയെത്ര ഇടതുപക്ഷപ്രസ്ഥാനങ്ങളുടെയും ഗ്രൂപ്പുകളുടെയും ഉദയത്തിനും തകർച്ചയ്ക്കും പടിഞ്ഞാറൻനാടുകൾ സാക്ഷ്യം വഹിക്കുകയുണ്ടായി - ആയിരത്തിതൊള്ളായിരത്തി അറുപതുകളിൽ ഫ്രാൻസും അമേരിക്കയുമുൾപ്പെടെയുള്ള രാജ്യങ്ങളെ ഇളക്കിമറിച്ച ക്യാംപസ് കലാപത്തിന്റെ പശ്ചാത്തലത്തിൽ, ഫ്രാങ്ക്ഫർട്ട് സ്കൂളിന്റെ ധൈഷണികമായ പിൻബലത്തോടെ രൂപംകൊണ്ട ഒരു സംജ്ഞയാണ് 'പുതിയ ഇടതുപക്ഷം' (New Left). വിപ്ലവത്തിന്റെ ചാലകശക്തി തൊഴിലാളിവർഗ്ഗമാണ് എന്ന ക്ലാസ്സിക്കൽ മാർക്സിസ്റ്റ് സിദ്ധാന്തത്തെ പൊളിച്ചെഴുതിയ ഹെർബർട്ട് മാർക്യൂസ് ഈ പുതിയ ഇടതുപക്ഷത്തിന്റെ വക്താവായി മാറി. ഇന്നിതാ ലോകം 'പുതിയ, പുതിയ ഇടതുപക്ഷ'ത്തെക്കുറിച്ച് (New, new Left) സംസാരിച്ചുതുടങ്ങിയിരിക്കുന്നു.

എന്താണ് ഈ പുതിയ, പുതിയ ഇടതുപക്ഷം? കുറച്ചുകാലം മുമ്പ് ദൽഹിയിൽ ആം ആദ്മി പാർട്ടി രൂപംകൊണ്ടപ്പോൾ ചില രാഷ്ട്രീയ പണ്ഡിതന്മാർ അത് ഇന്ത്യയിൽ ഒരു പുതിയ, പുതിയ ഇടതുപക്ഷത്തിന്റെ പിറവി കുറിക്കുന്നതായി വ്യാഖ്യാനിച്ച് ആഹ്ലാദംകൊണ്ടു. എന്നാൽ 'ചൂൽവിപ്ലവ'ത്തിന്റെ നായകന്മാർക്ക് ഇടതുപക്ഷാശയത്തിന് പുനർനിർവചനമൊരുക്കാൻ പോന്ന പ്രത്യയശാസ്ത്രപരമായ വ്യക്തത ഒട്ടുമില്ലാതെയായിപ്പോയി. അഴിമതിവിരുദ്ധ മുദ്രാവാക്യം മുഴക്കിയതുകൊണ്ടു മാത്രം പുരോഗമനസ്വഭാവമുള്ള ഒരു രാഷ്ട്രീയബദൽ കരുപ്പിടിപ്പിക്കാനാവില്ല എന്ന സത്യം അവർ കണ്ടെത്തിയപ്പോഴേക്കും വൈകിപ്പോയിരുന്നു.

അപ്പോൾ എങ്ങനെയുള്ള ഒന്നായിരിക്കണം പുനർജ്ജനി തേടുന്ന പുതിയ ഇടതുപക്ഷം? അതായത് ഇരുപത്തിഒന്നാം നൂറ്റാണ്ടിൽ സോഷ്യലിസം അഭിമുഖീകരിക്കുന്ന വെല്ലുവിളികൾ ഏറ്റെടുക്കാനുള്ള

ധൈഷണികമായ സജ്ജീകരണത്തോടുകൂടിയ ഒരിടതുപക്ഷം? ആദ്യമായി, അതിന്റെ സംവേദനരീതി പഴയതിന്റെ തുടർച്ചയായിക്കൂടാ. അത്തരമൊരിടതുപക്ഷത്തിന് നിഷേധാത്മകമായ വായ്ത്താരി ഉപേക്ഷിച്ച്, ഇന്നത്തെ ഇന്ത്യയിലെ അറുപതുശതമാനത്തോളം വരുന്ന ചെറുപ്പക്കാരായ വോട്ടർമാർക്ക് പ്രതീക്ഷയും ആത്മവിശ്വാസവും പകരുന്ന ഒരു കർമ്മപദ്ധതി കാഴ്ചവെയ്ക്കാൻ കഴിയണം. സംഘപരിവാർ വിദഗ്ദ്ധമായി ചിട്ടപ്പെടുത്തിയിട്ടുള്ള തീവ്രദേശീയതയും മതാത്മകതയും കൂടിക്കലർന്ന രാഷ്ട്രീയപ്രത്യയശാസ്ത്രത്തെ ഇടതുപക്ഷം വെല്ലുവിളിക്കേണ്ടത് ഇന്ത്യ മുന്നേറേണ്ട ദിശ സംബന്ധിച്ച വ്യക്തമായ വീക്ഷണമടങ്ങുന്ന ഒരാശയ സമരത്തിലൂടെ വേണം. ദേശഭക്തിയുടെ പേരിലുള്ള ചിന്നംവിളികൾ ഭക്ഷണരീതിയുടെ കാര്യത്തിലും വിശ്വാസപ്രമാണങ്ങളുടെ കാര്യത്തിലും ഭയാനകമായ ഒരുതരം ഐകരൂപത്തിൽ ഇന്ത്യൻജനതയെ കൊണ്ടെത്തിക്കുന്നതിൽ അടങ്ങിയിട്ടുള്ള അപകടം സംബന്ധിച്ച വ്യക്തമായ ധാരണ ഈ ആശയയുദ്ധത്തിനു പിന്നിലുണ്ടായിരിക്കണം.

പഴകിത്തേഞ്ഞ മുദ്രാവാക്യങ്ങളും നശീകരണാത്മകമായ സമരമാർഗ്ഗങ്ങളും കൈവെടിയാൻ പുതിയ ഇടതുപക്ഷം സന്നദ്ധത കാണിക്കണം. അക്രമമാർഗ്ഗത്തിലേക്ക് നീങ്ങുന്ന പ്രതിഷേധപ്രകടനങ്ങൾക്കു പകരം, വിയോജിപ്പു പ്രകടിപ്പിക്കാനായി ഭാവനാപൂർണ്ണമായ ആവിഷ്കരണമാർഗ്ഗങ്ങൾ കണ്ടെത്താൻ അതിനു കഴിയണം. ഹോങ്കോങ്ങിലെ ജനങ്ങൾ അനുഭവിക്കുന്ന പരിമിതമായ സ്വാതന്ത്ര്യം കൂടി ഇല്ലായ്മ ചെയ്യാനായി ചൈനീസ് കമ്മ്യൂണിസ്റ്റ് ഭരണകൂടം കൈക്കൊള്ളുന്ന നടപടികൾക്കെതിരായി അവിടത്തെ വിദ്യാർത്ഥികളും ചെറുപ്പക്കാരും കുറച്ചുകാലം മുമ്പ് സംഘടിപ്പിച്ച 'കുടവിപ്ലവ'ത്തിൽ സർഗ്ഗാത്മകമായ ഒരു പ്രതിഷേധശൈലിയുടെ സൂചന തങ്ങിനിന്നിരുന്നു. പുതിയ കാലഘട്ടത്തിൽ വ്യവസ്ഥിതിക്കെതിരായ കലഹം അർത്ഥപൂർണ്ണമായിത്തീരണമെങ്കിൽ ജനങ്ങളുടെ ഭാവനയെ ആകർഷിക്കാൻപോന്ന ചെറുത്തുനില്പിന്റെ രീതികൾ രൂപപ്പെടുത്തേണ്ടതായുണ്ട്.

കഴിഞ്ഞ നൂറ്റാണ്ടിലെ സോഷ്യലിസ്റ്റുചിന്തകർ അഭിമുഖീകരിച്ചതിൽനിന്നു എത്രയോ വ്യത്യസ്തമായ ഒരു പ്രശ്നപരിസരമാണ് നമ്മുടെ മുമ്പിലുള്ളത്. വികസനം സംബന്ധിച്ച പഴയ കാഴ്ചപ്പാടുകൾക്ക് പ്രസക്തി നഷ്ടപ്പെട്ടിരിക്കുന്നു. ദേശസാൽക്കരണത്തെ ഒരു മന്ത്രമെന്ന നിലയിൽ ഇനി ആർക്കും കൊണ്ടുനടക്കാനാവില്ല. കമ്പോളത്തിന്റെ നീരാളിക്കൈകൾ എങ്ങും പിടിമുറുക്കിവരുന്നു. ഇതിനുള്ള പരിഹാരം കമ്പോളത്തെ അപ്പാടെ തള്ളിപ്പറയലല്ല, നേരെമറിച്ച് സ്റ്റേറ്റിന്റെ അർത്ഥവത്തായ ഇടപെടലിലൂടെ കമ്പോളത്തിന്റെ ശക്തികളെ നിയന്ത്രിക്കുക എന്നതാണ്. അമേരിക്കയിലെ ഭീമൻ കോർപ്പറേറ്റ് സ്ഥാപനങ്ങളുടെ ലാഭേച്ഛയെ വിമർശിക്കുകയും ജനദ്രോഹപരമായ നടപടികൾ തുറന്നു

കാട്ടുകയും ചെയ്യുമ്പോൾ ബെർണി സാൻഡേഴ്സ് ഊന്നിപ്പറയുന്ന ഒരു കാര്യം സന്തുലിതമായ വികസനത്തിന്റെ പ്രാധാന്യമാണ്. പ്രകൃതിയോടും പരിസ്ഥിതിയോടും ഇണങ്ങിച്ചേർന്ന, 'ചെറുത് മനോഹരമാണ്' എന്ന വിശ്വാസത്തോട് ആദരവു പുലർത്തുന്ന, വ്യവസായസ്ഥാപനങ്ങളുടെ നടത്തിപ്പിൽ മാനുഷികാംശം ഉറപ്പു വരുത്തുന്ന ഒരു വികസന സങ്കല്പം.

ഇടതുപക്ഷം സംബോധന ചെയ്യേണ്ട വേറെയും പ്രശ്നങ്ങളുണ്ട്. കാലാവസ്ഥാവ്യതിയാനവുമായി ബന്ധപ്പെട്ട തർക്കങ്ങൾ, 'ക്ലീൻ എനർജി'ക്കായി സ്വീകരിക്കേണ്ട കരുതൽമാർഗ്ഗങ്ങൾ, സ്വവർഗ്ഗരതിക്കു നിയമപ്രാബല്യം നൽകാൻവേണ്ടി ഇന്ത്യയിലും ലോകത്തിന്റെ മറ്റുപല കോണുകളിലും ഉയർന്നുവന്നിട്ടുള്ള ആവശ്യം, വ്യത്യസ്തമായ ലൈംഗികാഭിമുഖ്യമുള്ളവർക്ക് പൊതുജീവിതത്തിന്റെ വിവിധമണ്ഡലങ്ങളിൽ നൽകേണ്ട സ്ഥാനം സംബന്ധിച്ച തർക്കങ്ങൾ, തൊഴിലിടങ്ങളിലെ ലിംഗസമത്വവുമായി ബന്ധപ്പെട്ട ഉൽക്കണ്ഠകൾ, നിയമനിർമ്മാണസഭകളിലെ സ്ത്രീപ്രാതിനിധ്യം സംബന്ധിച്ച വിവാദങ്ങൾ, നാൾക്കുനാൾ നിക്ഷിപ്ത താത്പര്യങ്ങൾക്ക് അടിമപ്പെട്ടുകൊണ്ടിരിക്കുന്ന മാധ്യമലോകത്തെ ഏതൊക്കെതരത്തിൽ വീണ്ടെടുക്കാം എന്ന അന്വേഷണം, ഇങ്ങനെ സമ്പദ്ഘടനയെ സംബന്ധിക്കുന്ന പരിഗണനകൾക്കപ്പുറം, ജനങ്ങളുടെ പൊതുസംസ്കാരത്തെ ചൂഴ്ന്നുനിൽക്കുന്ന പ്രശ്നങ്ങൾ ഏറ്റെടുക്കാൻ പുതിയ ഇടതുപക്ഷത്തിനു കഴിയണം. ഇതിനായി സമൂഹമാധ്യമങ്ങൾ ഉൾപ്പെടെയുള്ള നൂതനമായ ആശയമവിനിമയസങ്കേതങ്ങൾ പ്രയോജനപ്പെടുത്തണം.

ഒരു രാഷ്ട്രീയപ്രസ്ഥാനം വിദേശനയം സംബന്ധിച്ച് കൈക്കൊള്ളുന്ന സമീപനമാതൃകകൾ ആ പ്രസ്ഥാനത്തിന്റെ പ്രപഞ്ചവീക്ഷണത്തിൽ വഹിക്കുന്ന പങ്ക് ചെറുതല്ലാത്ത ഒന്നാണ്. ഈ സത്യം മനസ്സിൽ നിർത്തിക്കൊണ്ട് ഒരു സ്വതന്ത്രഇടതുപക്ഷത്തിന്റെ കാഴ്ചപ്പാടിലൂടെ ഇന്നത്തെ ഏഷ്യൻ ചക്രവാളങ്ങളിലേക്ക് കണ്ണയയ്ക്കുന്നത് നല്ലതായിരിക്കും.

നെഹ്റു കാലഘട്ടത്തിൽ, വിശേഷിച്ചും സ്വാതന്ത്ര്യലബ്ധിയെത്തുടർന്നുള്ള ആദ്യദശകത്തിൽ, ഇന്ത്യൻ പാർലമെന്റിൽ ക്രിയാത്മകമായ പ്രതിപക്ഷം എന്ന നിലയിൽ പല സന്ദർഭങ്ങളിലും ഒരു തിരുത്തൽ ശക്തിയായി പ്രവർത്തിച്ചത് പ്രജാസോഷ്യലിസ്റ്റ് പാർട്ടിയായിരുന്നു. ഇത് ഏറെ തെളിഞ്ഞുകണ്ടത് ഭാരതത്തിന്റെ വിദേശനയം സംബന്ധിച്ച് പാർലിമെന്റിൽ നടന്ന ചർച്ചകളിലായിരുന്നു. ചൈനീസ് റിപ്പബ്ലിക്കിന്റെ നേർക്കുള്ള നെഹ്റുവിന്റെ വൈകാരികത മുറ്റിയ സമീപനത്തിൽ അടങ്ങിയിട്ടുള്ള അപകടങ്ങൾ സോഷ്യലിസ്റ്റ് പാർട്ടി തുടക്കം തൊട്ട് ചൂണ്ടിക്കാണിക്കുകയുണ്ടായി. തിബത്തിന്റെ മേലുള്ള ചൈനയുടെ അധീശത്വം

അംഗീകരിക്കാനുള്ള ഇന്ത്യാഗവൺമെന്റിന്റെ തീരുമാനത്തെ ജയപ്രകാശ് നാരായണനും രാം മനോഹർ ലോഹ്യയുൾപ്പെടെയുള്ള സോഷ്യലിസ്റ്റ് നേതാക്കൾ പാർലിമെന്റിനുള്ളിലും പുറത്തും ശക്തമായി എതിർത്തു. ഇന്ത്യയിലെത്തിയ തിബത്തൻ അഭയാർത്ഥികളോട് ഐക്യദാർഢ്യം പ്രഖ്യാപിച്ചവരുടെ മുൻപന്തിയിൽ സോഷ്യലിസ്റ്റുകാരുണ്ടായിരുന്നു. ഇന്ത്യാ-ചൈന ബന്ധങ്ങൾ ആടിയുലയുന്നതിനു സാക്ഷ്യംവഹിച്ച ഒന്നായിരുന്നു തുടർന്നുവന്ന അരനൂറ്റാണ്ട്. ഇന്നിപ്പോൾ ചൈന ഇന്ത്യയുടെ ഏറ്റവും വലിയ വാണിജ്യപങ്കാളിയാണ്, ഒപ്പം ദീർഘകാലാടിസ്ഥാനത്തിൽ ഇന്ത്യയുടെ ദേശീയസുരക്ഷയുടെ നേർക്ക് ഏറ്റവും വലിയ ഭീഷണി ഉയർത്തുന്ന രാജ്യവുമാണ്. ഏഷ്യയിലെ വൻശക്തികളിൽ ഒന്നായിത്തീരാനാഗ്രഹിക്കുന്ന ഇന്ത്യ, ചൈനയിൽനിന്നുള്ള വെല്ലുവിളി കൂടി കണക്കിലെടുത്തുകൊണ്ട്, ഏഷ്യാ-പസഫിക് മേഖലയിൽപ്പെട്ട രാജ്യങ്ങളുമായുള്ള ബന്ധങ്ങൾ പുനർനിർവചിക്കാൻ ശ്രമിച്ചുവരികയാണിപ്പോൾ. ചൈനയുടെ വർദ്ധിച്ചുവരുന്ന വികസനമോഹത്തിനു തടയിടുക എന്ന ലക്ഷ്യത്തോടെ ഇന്ത്യയും ജപ്പാനുമുൾപ്പെടെയുള്ള രാഷ്ട്രങ്ങൾ പുതിയൊരു അച്ചുതണ്ട് രൂപീകരിക്കാൻ ശ്രമിക്കുകയാണോ എന്ന ചോദ്യം പല കോണുകളിൽനിന്നും ഇപ്പോൾ ഉയർന്നുവന്നിരിക്കുന്നു.

ഇവിടെ ശ്രദ്ധിക്കേണ്ട ഒരു സംഗതിയുണ്ട്. ഒരുകാലത്ത് കൊളോണിയലിസം എന്ന വാക്കു കേൾക്കുമ്പോൾ നമ്മുടെ മനസ്സിൽ ആദ്യം കടന്നുവന്നിരുന്നത് പാശ്ചാത്യരാജ്യങ്ങളുടെ സാമ്രാജ്യത്വ മേൽക്കോയ്മയുടെ ചിത്രമാണ്. ഇരുപതാംനൂറ്റാണ്ടിന്റെ ആദ്യപകുതിയിലുടനീളം ഏഷ്യനാഫ്രിക്കൻ നാടുകളിൽ ബലപ്രയോഗത്തിലൂടെ അധികാരം സ്ഥാപിക്കുകയും അവിടങ്ങളിലെ വിഭവങ്ങൾ കൊള്ളയടിക്കുകയും വിമോചനസംരംഭങ്ങളെ നിഷ്കരുണം അടിച്ചമർത്തുകയും ചെയ്ത പാരമ്പര്യം സമ്പന്നപാശ്ചാത്യരാഷ്ട്രങ്ങൾക്കുണ്ട്. മണ്ണിനും (പുതിയ കാലഘട്ടത്തിൽ ജലത്തിനും) വേണ്ടിയുള്ള മനുഷ്യന്റെ ദുരയ്ക്ക് അതിരുകളില്ല എന്ന പഴയ സത്യത്തിന് അടിവര ചേർത്തുകൊണ്ട്, കൊളോണിയലിസത്തിന്റെ ദുരിതഭാരം ഏറെക്കാലം ഏറ്റുവാങ്ങിയ ഏഷ്യൻ രാജ്യങ്ങളിലൊന്നായ ചൈന ഒരു നിയോ-കൊളോണിയൽ ശക്തിയായി രൂപാന്തരം പ്രാപിക്കുന്നതിന്റെ ലക്ഷണങ്ങൾ സമീപകാലത്ത് കാണിച്ചുതുടങ്ങിയിരിക്കുന്നു. കഴിഞ്ഞ അരനൂറ്റാണ്ടുകാലമായി തിബത്തിനെ ഒരാഭ്യന്തര കോളനിയായാണ് ചൈന കണക്കാക്കിപ്പോന്നിട്ടുള്ളത്. തിബത്തിലെ പ്രകൃതിവിഭവങ്ങൾ ചൂഷണം ചെയ്യാനും പാരിസ്ഥിതികസന്തുലിതാവസ്ഥ അട്ടിമറിക്കാനും ബുദ്ധമതവിശ്വാസത്തെ തല്ലിക്കെടുത്താനും ജനസംഖ്യാനുപാതം മാറ്റിമറിക്കാനുമായി ചൈനീസ് കമ്മ്യൂണിസ്റ്റ് ഭരണകൂടം അവലംബിച്ചിട്ടുള്ള മാർഗ്ഗങ്ങൾ ലോകശ്രദ്ധയിൽ പതിഞ്ഞിട്ടുണ്ട്. രണ്ടുപതിറ്റാണ്ടുകൾക്കുമുമ്പ് ഒരുടമ്പടിയുടെ പൂർത്തീകരണമെന്ന

നിലയിൽ ചൈനയുടെ ഭാഗമായിത്തീർന്ന ഹോങ്കോങ്ങിലെ ജനങ്ങൾ 'ഒറ്റരാജ്യം, രണ്ട് ജീവിതസമ്പ്രദായങ്ങൾ' എന്ന ധാരണയനുസരിച്ച് അനുഭവിച്ചുവരുന്ന പൗരസ്വാതന്ത്ര്യങ്ങൾ ഓരോന്നായി ഇല്ലായ്മ ചെയ്യാൻ ബെയ്ജിംഗിലെ മാൻഡറിൻ ഭരണകൂടം കാണിച്ചുവരുന്ന വ്യഗ്രതയും ഒരു സ്വതന്ത്രജനാധിപത്യരാജ്യമായ തയ്‌വാനെ അപ്പാടെ വിഴുങ്ങാനുള്ള കമ്മ്യൂണിസ്റ്റ് ഭരണത്തലവന്മാരുടെ ദീർഘകാലമോഹവും നാം കണ്ടുവരികയാണ്. ഇപ്പോൾ ചൈനയുടെ ശ്രദ്ധ പതിഞ്ഞിട്ടുള്ളത് സ്വന്തം സമുദ്രാതിർത്തി വികസിപ്പിക്കുന്നതിലാണ്.

'തെക്കൻ ചൈനാസമുദ്ര'ത്തിലെ ദ്വീപുകളുടെ ഉടമസ്ഥാവകാശം സംബന്ധിച്ച് ചൈന ഉന്നയിച്ചിട്ടുള്ള അതിരു കവിഞ്ഞ അവകാശവാദങ്ങൾ വിയറ്റ്നാമും ഫിലിപ്പൈൻസും ജപ്പാനുമടക്കമുള്ള അയൽനാടുകളുമായുള്ള അതിന്റെ ബന്ധങ്ങളിൽ സമീപകാലത്ത് നിസ്സാരമല്ലാത്ത ഉലച്ചിലുണ്ടാക്കിയിട്ടുണ്ട്. ഹിമാലയഭൂഭാഗത്ത് ഇന്ത്യയും ചൈനയും തമ്മിലുള്ള അതിർത്തിത്തർക്കം പരിഹരിക്കാനുദ്ദേശിച്ചുകൊണ്ടുള്ള ഉദ്യോഗസ്ഥതലചർച്ചകൾ എങ്ങുമെത്താതെ ഇഴഞ്ഞുനീങ്ങുന്നതിനിടയിൽ നമ്മുടെ സമുദ്രാതിർത്തികൾ ലക്ഷ്യമിട്ടുകൊണ്ടുള്ള കരുനീക്കങ്ങൾ ചൈന ആരംഭിച്ചുകഴിഞ്ഞു. 'ഇന്ത്യാസമുദ്രമെന്നാൽ ഇന്ത്യയുടെ സമുദ്രമെന്നല്ല അർത്ഥം' എന്ന് ചൈനയുടെ ഒരു ഔദ്യോഗികവക്താവ് ഇവിടെ പറഞ്ഞത് കുറച്ചുപേരെങ്കിലും ശ്രദ്ധിക്കുകയുണ്ടായി. ചൈനയുടെ മനസ്സ് പ്രവർത്തിക്കുന്ന രീതി അപഗ്രഥിക്കാൻ ശ്രമിച്ചിട്ടുള്ള ഒരാൾക്ക് ഈ പ്രസ്താവനയിൽ മറഞ്ഞു കിടക്കുന്ന താക്കീതിന്റെ സ്വരം പിടിച്ചെടുക്കാൻ കഴിഞ്ഞെന്നുവരും.

അന്തർദ്ദേശീയാടിസ്ഥാനത്തിൽ പ്രവർത്തിക്കുന്ന ഇസ്ലാമിക് ഭീകരസംഘടനകൾ ഉൾപ്പെടെ പല ബാഹ്യശക്തികളും ഇന്ന് ഇന്ത്യയുടെ ദേശീയസുരക്ഷയെ അപകടത്തിലാക്കുന്നുണ്ട്. ഒരുപക്ഷേ ദീർഘകാലാടിസ്ഥാനത്തിൽ ചിന്തിക്കുമ്പോൾ നമ്മുടെ സുരക്ഷാവാസ്തുശില്പത്തിന്റെ നേർക്ക് (security architecture) കരയിലും കടലിലുമായി ചൈന ഉയർത്തിപ്പിടിക്കുന്ന വെല്ലുവിളി ഇതിനേക്കാൾ ഒട്ടും ഗൗരവം കുറഞ്ഞ ഒന്നല്ല. ഈയൊരവസ്ഥയിൽ ഇന്ത്യയ്ക്ക് നയതന്ത്രരംഗത്ത് കൂടുതൽ ജാഗ്രത പുലർത്തേണ്ടതായി വരും. 'ഏഷ്യൻ തീയേറ്ററി'ലെ ബലതന്ത്രം മൊത്തത്തിൽ മാറിമറിയുന്നതിന്റെ സൂചനയാണ് ഇതിലെല്ലാം അടങ്ങിയിട്ടുള്ളത്. പ്രത്യയശാസ്ത്രപരമായ മുൻവിധികളും ശാഠ്യങ്ങളും കഴിവതും ഒഴിവാക്കിക്കൊണ്ട്, ഏഷ്യയിലെ വൻശക്തികളിലൊന്നായി മാറാൻ ആഗ്രഹിക്കുന്ന വർത്തമാനകാലഭാരതത്തിന്റെ താത്പര്യങ്ങൾക്കിണങ്ങുന്ന ഒരു സ്വതന്ത്രവിദേശനയം കരുപ്പിടിപ്പിക്കാൻ ശ്രമിക്കുന്ന വേളയിൽ പുതിയ ഇടതുപക്ഷം കണക്കിലെടുക്കേണ്ട വസ്തുത കൂടിയാണിത്.

പുതിയ നൂറ്റാണ്ടിലെ സോഷ്യലിസ്റ്റ് സംസ്കാരം ഏതു തരത്തിലുള്ള ഒന്നായിരിക്കണം എന്നതു സംബന്ധിച്ച ചർച്ചകളിൽ അടുത്തകാലത്ത് പരാമർശിക്കപ്പെട്ടു കണ്ടിട്ടുള്ള ഒരു കൃതിയാണ് ഇറ്റാലിയൻ ചിന്തകനായ ഫ്രാങ്കോ ഫെറാഡിയുടെ (*Franco Feradi*) ഫ്യൂച്ചറബിലിറ്റി (*Futurability*). നിയോ-ലിബറൽ ആഗോളവാദത്തിൻ കീഴിൽ തൊഴിലാളി വർഗ്ഗത്തിനെതിരായി ഉയർന്നുവന്നിട്ടുള്ള ജനാധിപത്യവിരുദ്ധപ്രവണതകൾ തുറന്നു കാട്ടാൻ ഫെറാഡി ഈ പുസ്തകത്തിൽ ഏറെ സ്ഥലം മാറ്റിവെച്ചിട്ടുണ്ട്. പുസ്തകത്തിന്റെ അവസാനഭാഗത്ത് അദ്ദേഹം എത്തിച്ചേരുന്നത് "ആധുനികലോകത്തിലെ ആത്മഹത്യാവാസനകൾ തടഞ്ഞു നിർത്താനാവില്ല" എന്ന നൈരാശ്യം കലർന്ന നിഗമനത്തിലാണ്. എന്നാൽ ഫെറാഡി ഇതോടൊപ്പം ഭവിഷ്യകാലത്തിൽ കുടികൊള്ളുന്ന സാദ്ധ്യതകളെക്കുറിച്ചുള്ള ഒരു സിദ്ധാന്തം കൂടി അവതരിപ്പിക്കുന്നുണ്ട്. വർത്തമാനകാലഘട്ടത്തിന്റെ അരാജകത്വത്തിൽ മെച്ചപ്പെട്ട ഒരു ഭാവി ഒളിഞ്ഞു കിടപ്പുണ്ട്. നിലവിലുള്ള അധികാരഘടനകൾ ഈ ഭാവിയെ കാണാമറയത്തു നിർത്താൻ വേണ്ടതെല്ലാം ചെയ്യുന്നുണ്ട്. അതുകൊണ്ടുതന്നെ അതിന്റെ സാദ്ധ്യതകൾ തെളിഞ്ഞു കണ്ടുതുടങ്ങിയിട്ടില്ല. എങ്കിലും അത് അവിടെത്തന്നെയുണ്ട്. ഒരു പുത്തൻ ഇടതുപക്ഷത്തെ സ്വപ്നം കാണുന്നവർക്ക് പ്രതീക്ഷ നൽകുന്ന ഒന്നാണീ പ്രവചനം.

www.ingramcontent.com/pod-product-compliance
Lightning Source LLC
LaVergne TN
LVHW040820051026
849519LV00007BA/2681